காக்காம்பொன்

குமாரசெல்வா

டிஸ்கவரி பப்ளிகேஷன்ஸ்
எண்: 9, பிளாட் எண்: 1080A, ரோஹிணி பிளாட்ஸ்,
முனுசாமி சாலை, கே.கே.நகர் மேற்கு,
சென்னை - 600 078. பேச: 99404 46650

வெளியீட்டு எண்: 0238

காக்காம்பொன் (சிறுகதைகள்)
KAKKAAMPON (SHORT STORIES)
ஆசிரியர்: **குமாரசெல்வா**
Author: **KUMARASELVA**©

Print in India

First Edition: Apr - 2023
ISBN : 978-93-95285-59-9
Pages: 192

Rs. 230

Publisher • *Sales Rights*

Discovery Publications
No. 9, Plot,1080A,
Rohini Flats, Munusamy Salai,
K.K.Nagar West, Chennai - 78.
Tamilnadu, India.
Mobile: +91 99404 46650

Discovery Book Palace (P) Ltd
No. 1055-B, Munusamy Salai,
K.K.Nagar West,
Chennai-600 078.
Ph: (044) 4855 7525
Mobile: +91 87545 07070

discoverybookpalace@gmail.com
WWW.DISCOVERYBOOKPALACE.COM

இந்த நூலில் பிரசுரமாகியுள்ள எந்த ஒரு பகுதியையும் பதிப்பாளரின் எழுத்துபூர்வமான முன்அனுமதி பெறாமல் எடுத்தாள்வதோ, மறுபிரசுரம் செய்வதோ, மொழியாக்கம் செய்வதோ, அச்சு மற்றும் மின்னணு ஊடகங்களில் மறுபதிப்பு செய்வதோ, காப்புரிமைச் சட்டப்படி தடை செய்யப்பட்டுள்ளது. இந்த நூலிலிருந்து குறிப்பிட்ட பகுதிகளை மேற்கோள் காட்டி புத்தக விமர்சனம் செய்ய, ஊடகங்களுக்கு மட்டும் அனுமதி உண்டு.

உங்கள் மொபைல் போனிலிருந்து ஸ்கேன் செய்து டிஸ்கவரி புக் பேலஸின் மொபைல் ஆப்பை டவுன்லோடு செய்து, புத்தகங்களை வாங்குங்கள்.

வேதசகாயகுமாரின் நினைவுகளுக்கு...

நன்றி

இக்கதைகளை வெளியிட்டு என்னை வாசகர்களிடம் கொண்டு சென்ற மணல்வீடு, திணை, காக்கைச்சிறகினிலே, நிலவெளி, குறி, முதற்சங்கு ஆகிய இதழ்களுக்கும், அவற்றின் ஆசிரியர்களான மு.ஹரி, ஆர்.பிரேம்குமார், வி.முத்தையா, மு.வேடியப்பன், மணிகண்டன், சிவனிசதீஷ் ஆகியோருக்கும்.

பொருளடக்கம்

முன்னுரை	08
1. ஒருவாளி சாம்பார்	21
2. அரசவம்சம்	51
3. நார்க்கட்டில்	84
4. அமரவிளை	112
5. வெனிலா	134
6. காக்காம்பொன்	164
7. விளவங்கோடு வட்டாரச் சொற்கள்	186
8. வழக்குகள்	190

முன்னுரை

‘கயத்து இட்ட வித்து’ என்ற சங்கப்பாடலின் வரியைக் கண்ணுற்றதும் உரையைப் பார்த்தேன். ‘நீர் நிறைந்த குழியில் விதைத்த விதை’ என்றிருந்தது. தமிழறிஞரும் பேராசிரியருமான ஒருவரின் இந்தப் பொருள், சந்தேகத்தை விதைத்தது.

நாஞ்சில் வள்ளுவன் என்ற குறுநில மன்னனை ஒருசிறைப் பெரியனார் பாடிய 137-வது புறநானூற்றுப் பாடல் அது. பாடியவரும், பாடல் பெற்றவரும் குமரியைச் சேர்ந்தவர்கள் என்பதைப் பெயர்களே அறிவிக்கின்றன.

‘சிறை’ என்பது நீரைச் செறுத்து வைக்கும் இடம். குழித்துறை ஆறு தேங்காய்ப்பட்டணம் கடலில் கலப்பதற்கு முன் நீரைச் செறுத்து வைத்த இடம் முன்சிறை. அதுபோல இளஞ்சிறை என்றொரு ஊர்ப்பெயரும் விளவங்கோடு வட்டாரத்தில் உண்டு. எனவே, ஒருசிறை என்பது புலவரின் ஊராக இருக்கலாம். பெரியனார் என்பதுகூட தந்தை பெரியார் போல பட்டப்பெயராகத்தான் இருக்கவேண்டும்.

கரும்பின் ஒலிக்குந்து, மலர் பூக்குந்து என்று இப்பாடலில் வரும் பதங்கள் மலையாளம் போலத் தென்படலாம். தமிழின் வேர்கள் என்று ஆணித்தரமாகச் சொல்லும் ஆதாரம் அது.

தமிழறிஞரிடம் சந்தேகப்பட்டதற்கான காரணத்தைச் சொல்லி விடுகிறேன். சங்க இலக்கிய நூற்களுக்கு அவர் தனித்தனியாக

உரையெழுதி வெளியிட்டிருக்கிறார். மதுரைக்காஞ்சியில் வரும் 'மோதகம்' என்பதற்கு 'கொழுக்கட்டை' என்று பொருள் எழுதி இருந்தார். 'கைதை'யைத் 'தாழை' என்றும், குறிஞ்சிப்பாட்டு கூறும் மலர்களில் ஒன்றான 'கூவளத்'தைக் 'கூவரம்' என்றும் பொருள் தந்து செம்மொழிக்கு வளம் சேர்த்தார். அவர் தென்மாவட்டத்தைச் சேர்ந்தவர் என்பதையும் குறிப்பிட விரும்புகிறேன்.

எங்கள் பகுதியில் இன்றுகூட சாதாரண டீக்கடைகளில் மோதகம் கிடைக்கும். அதன் செய்முறைகூட மதுரைக்காஞ்சியில் சொல்லப் பட்டிருக்கிறது. கொழுக்கட்டையின் செய்முறையிலிருந்தும் அது வேறுபட்டது. சங்ககாலத்தில் ஆவியில் வேகவைத்ததை இன்று எண்ணெயில் பொரித்தெடுக்கிறார்கள், அவ்வளவுதான் வித்தியாசம்.

கேரள மண்ணில் பல காலம் கடமையாற்றிய அந்தப் பேராசிரியர், திருவனந்தபுரம் வட்டாரத்திலுள்ள கைதப்புரம், கைதமுக்கு என்ற ஊர்ப்பகுதிகளை வைத்தாவது, கைதையின் பொருள் தாழை இல்லை என்பதை அறிந்திருக்க வேண்டும். குமரி மாவட்டம் களியக்காவிளையில் கைதக்குழி என்றொரு இடமும் உண்டு. விளவங்கோட்டுப் பகுதியில் 'கூவளம்' என்று 'வில்வம்' அழைக்கப்படுகிறது. முடக்கறுத்தான் கொடியை 'உழிஞை' என்கிறார்கள்.

இது ஒருபுறமிருக்க, நீண்ட நாட்களுக்குப் பிறகு நண்பர் ஒருவரை சந்திக்க நேர்ந்தது. அவர், நான் வேலைபார்க்கும் கல்லூரியில் முன்பு தாவரவியல்துறையில் வேலைபார்த்தவர். தற்போது நாகர்கோயிலில் ஒரு கல்லூரியில் வேலைபார்க்கிறார்.

பெயர் ஜீவா. எப்போது சந்தித்தாலும் நேரம்போவது தெரியாமல் பேசிக்கொண்டிருப்போம். சலிக்காததுடன் புதிய விஷயங்கள் அவரிடமிருந்து கிடைக்கும்.

வாழையைப் பேசினாரென்றால் அம்பது அறுபது ரகங்களைச் சொல்வார். குறிப்பிட்ட ஒரு ரகத்தில் அஞ்சாறு வகைகள். பிற மாவட்ட மக்கள் அறியாத மட்டியில் நான்கைந்து ரகங்கள் அவருக்குத் தெரியும். மாங்காயில் பச்சையாகத் தின்னும் ரகங்கள், பழமாகப் பயன்படுத்துபவை, ஆண்டுமுழுவதும் ஒவ்வொரு சீசனில் காய்ப்பவை குறித்த விபரங்களை விரல்நுனியில் வைத்திருந்தார்.

நெல்லைப் பற்றிப் பேசினார் என்றால் எல்லையே இருக்காது. பேசுவது மட்டுமல்ல, பாரம்பரிய வகை நெல் ரகங்களை விதைத்து அறுவடை செய்து பலருக்கு அறிமுகப்படுத்தவும் செய்கிறார். வயலில் இறங்கி வேலை செய்யும் உண்மையான விவசாயி அவர்.

இப்படியாக அன்று சந்தித்தபோது, 'மடுமுழுங்கி' என்றொரு நெல்லைக் குறிப்பிட்டார். ஆறு தேங்கிச் சுழலும் ஆழமான கயம் போன்ற பகுதியில் படகில் சென்று இந்த நெல்லை விதைப்பார்கள். அது படர்ந்து நீரின்மேல் வளைந்து கதிர்விடுமாம். அறுவடையும் படகின்மேல் சென்றுதான் நடக்கும்.

'இந்த நெல்லுக்கு 'புழுதிச்சம்பா' என வேறொரு பெயரும் உண்டு' என்றார். இதன் வைக்கோலை மாடு தின்னாது. நீளமான அதனைக் கூரைவேயப் பயன்படுத்துவார்கள். கயிறுபோல முறுக்கி, இரண்டு மரங்களுக்கிடையில் குறுக்காக இழுத்துக் கட்டி ஆடுமாடுகளைத் தடுத்து நிறுத்தவும் பயன்படுத்துவார்கள்.

காலப்பழமையான இதுபோன்ற செய்திகளை மண்ணின் மக்கள் வாயிலாக அறிவது இருக்கட்டும், அதைவிடப் பெரிதாக செம்மொழி இலக்கியங்களை அறிவதற்கு இந்த நுண்கூறுகளின் அவசியம் தேவைப்படுகிறது. நாட்டுப்புற மரபிலிருந்து செம்மொழிப் படைப்புக்களை அளக்கத் தவறும்போது கைதை, தாழையாகவும், மோதகம், கொழுக்கட்டையாகவும் மாறுகிறது. ஒரு பொருள் மாறும்போது எத்தனை அகராதிகளைத் திருத்தவேண்டியதிருக்கிறது. கயத்து இட்ட வித்து 'மடுமுழுங்கி' என்று தெரியாதவரைக்கும் நீர்நிறைந்த குழியில் விதைத்த விதை மட்டும்தானே.

சிறுமரபு எனப்படும் இத்தகைய நாட்டுப்புறக் கூறுகளைப் படைப்பிலக்கியத்தில் நான் தூக்கிப் பிடிக்கிறேன். அதற்குக் காரணங்கள் பலவுண்டு. அடிப்படையில் விதிகளுக்கு மேலேறிக் கடந்துபோகும் அதன் பண்பு. படைப்பின் விதியே அதுதானே. இங்கு மீறல் என்பது ஒற்றைக்குரலின் நுகத்தைச் சுமக்க மறுப்பதாகும். அதன்மூலம் கிடைக்கும் விடுதலைதான் எழுத்துக்கான அர்த்தத்தை, நியாயத்தை வழங்குகிறது.

> "தன்னுறு வேட்கை கிழவன்முற் கிளத்த
> லெண்ணுங் காலைக் கிழத்திக் கில்லை"

என்று, தலைவிக்குரியதோர் இலக்கணமுரைத்தலில் தொல்காப்பியப் பொருளதிகாரம் வரையறுக்கிறது. தன் காமஉணர்வைக் கணவனிடம் வெளிப்படுத்தும் உரிமை மனைவிக்கு இல்லை என்பது இதன் பொருள்.

இன்றைய இலக்கியப் பிரதிகளில்கூட அந்த உரிமையைக் கணவன் மட்டுமே வைத்திருக்கிறான். உறங்கிக் கிடப்பவளைக் காலால் தட்டி,

தீப்பெட்டியால் எறிந்து, தோட்டைக்கம்பால் குத்தி எழுப்பி உறவுக்கு அழைப்பதைத்தானே தமிழ்ப் புனைகதைகளில் படித்துவருகிறோம். நாட்டுப்புற இலக்கியங்கள் இதற்கு முற்றாக வேறுபடுகின்றன.

முதற்குழந்தைக்குப் பிறகு மனைவியோடு உறவுகொள்ள, அந்தக் குழந்தைக்குப் பற்கள் முளைக்கவேணடும் என்றொரு தடை. காமத்தின் வேட்கையால் அதனை மீறக்கருதும் மனைவி, ஒரு பழத்தை எடுத்து, தானே கடித்துவிட்டு குழந்தை கடித்ததாகச் சொல்லி கணவனிடம் காட்டுகிறாள். இங்கு தன்னுறு வேட்கை கிழவன்முன் கிளத்த நாட்டுப்புற மரபு அனுமதிக்கிறது.

வட்டாரச் சொற்களில் பொதிந்துகிடக்கும் அழகியலையும், ஆழத்தையும் வெளிப்படுத்த இந்த மொழி எனக்கு உந்துசக்தியாக இருக்கிறது. 'பரிவேகம்' என்ற சொல்லை விளவங்கோடு பகுதியில் சாதாரணப் பேச்சுவழக்கில் கேட்கலாம். பரியழிஞ்சி, பரிகெட்டு என்பதில் வரும் 'பரி' மிகுதிப்பொருளை உணர்த்தும் இடைச்சொல்லாகும். அத்துடன் முடிந்துவிடவில்லை. 'பரியும் சொணையும் கெட்டு பம்பழிஞ்சிப் போனான்' என்பதில் வரும் சொணை, சுரணையையும், பம்பு என்பது பண்பையும் குறிக்கிறது. வேணாட்டின் கொடுந்தமிழ் (கொடு-வளைந்த) இவ்வாறு வளைந்துதான் ஒலிக்கும். இந்த இடத்தில் 'பரி' என்பதற்கு 'ஒழுக்கம்' என்ற இன்னொரு பொருளும் வருகிறது. 'ஒனக்குப் பரியெடு இல்லையா?' எனக் கேட்கும்போது, 'நாணம்' என்றும் பொருள் கொள்கிறது. 'பரி'கேடு எனக் கொண்டால் மீண்டும் மிகுதிப்பொருளை உணர்த்துகிறது. மொழியின் வளைவும், நெகிழ்வும் கொடுவாளைப் போலக் கையில் பயிலக் கிடைக்கிறது.

'பரிபுலம்பு அலைத்த நும் வருத்தம்' என்று மலைபடுகடாம் ஏக்கத்தால் அலைக்கப்பட்ட துன்பத்தைப் பேசும் சங்கப்பாடல் மொழியை நாங்களும் பேசுகிறோம். இது எனது பெருமையல்ல, விளவங்கோடு வட்டாரமொழிக்குரிய தனிச்சிறப்பாகும்.

'அடியோலப்பாடு' என்றொரு வழக்கை கதையொன்றில் பயன்படுத்தி இருப்பேன். இதன் பொருள் புழங்குப்பொருளோடு தொடர்புடையது. மகாராஜா காலத்தில் போர்வீரர்கள் ஓலையிலும், துணியிலும் காலணிகள் அணிந்திருப்பர். இன்றைய 'லெப்ட்! ரைட்!' போல அன்றைய கட்டளை வார்த்தை (வேர்ட் ஆப் கமாண்ட்), 'ஓலைக்கால்! சீலைக்கால்!' என்பதாகும். அவ்வாறு ஓலையிலான காலணியின் அடியோலைப் பகுதி கிழிந்து படும் பாடுபோல என்பது பொருள். நான் சார்ந்த வட்டார மொழி எனது படைப்பாக்கங்களுக்கு

வளப்பமான சொற்களை வழங்குவதோடு இன்னொரு படைப்பாக்கமாகவும் திகழ்வதைத்தான் சொல்ல வந்தேன்.

❖

'கயம்' தொகுப்புக்காக 2008ஆம் ஆண்டு தேர்வு செய்தபோது தள்ளப்பட்டவையே இதிலுள்ள கதைகள். வருடங்களுக்குப் பிறகான வாசிப்பில் இன்னும் ஏதோ மிச்சமிருப்பதாகத் தென்பட்ட கதைகளை மீண்டும் பொறுக்கியெடுத்து நூலாகிறது இந்தத் தொகுப்பு.

முதலில் 'அமரவிளை' பற்றிக் கூறிவிட்டு மற்றவற்றைப் பேசுகிறேன். நாகர்கோயிலில் புத்தக வாரவிழாவை முன்னிட்டு 2014 நவம்பர் 14 முதல் 20 வரை ஏழுநாட்கள் சாகித்ய அகாடெமி நடத்திய புத்தகக் கண்காட்சி மற்றும் இலக்கிய நிகழ்ச்சிகளில் கதைபடிக்க அழைத்தபோது அதனைத் தேர்வு செய்தேன். ஓரளவு ஜனரஞ்சக வெளியில் எல்லா தரப்பு மக்களிடமும் இந்தக் கதை கலந்துவிடும் எனக் கருதியதே காரணம். 15ஆம் தேதி நிகழ்ச்சிக்குச் சென்றபிறகு அன்றைய மனநிலையில் என்னால் சரிவர படிக்க முடியவில்லை. எனக்கெதிரே முன்வரிசையில் முதல் நபராக வீற்றிருந்த ஹெச்.ஜி.ரசூல் அர்த்தம் நிறைந்த புன்னகை சிந்தியது நினைவுக்கு வருகிறது.

இந்தியாவில் தந்திசேவை முடிவுக்கு வந்ததுதான் கதையின் மையம். அதற்கு முன்னால் வெறும் காதல்கதையாக எழுதியதை அவ்வாறு மாற்றி உருவாக்கினேன். தந்தையின் மரணம் குறித்து விடுதியில் தங்கிப் படித்த் அண்ணன், தம்பி இருவரிடத்தில் தந்தி ஏற்படுத்திய குழப்பம் இப்போது தூக்கலானது. நிலத்தில் காலூன்றாமல் ரெயிலின் ஓட்டத்தில் ஒருவன் அதற்கு வெளியே நிற்கும் பெண்ணுடன் காதல் செய்த கதை பிறகு இன்னொரு பரிமாணம் பெற்றது. இப்போதுகூட 'அமரவிளை'யைப் படிக்கும்போது இரண்டு கதைகள் படித்த உணர்வு ஏற்படுவதைத் தவிர்க்க முடியவில்லை.

தமிழகத்தில் பிரபலமான நாளேடு ஒன்று தீபாவளி மலருக்காகக் கதைகேட்டபோது அமரவிளையை அனுப்பினேன். கேட்டவர் அதில் வேலைபார்ப்பவர் என்பதையும் தாண்டி எனது நண்பர். சிறந்த வாசகர். இலக்கியம் தெரிந்தவர். அதனால்தான் யோசிக்காமல் அனுப்பிவைத்தேன். தீபாவளி மலர் கையில் வந்ததும் அதிர்ச்சியுற்றேன். மேசையில் கிடத்தி அதன் உயிர்நாடியைக் கொத்தித் தறித்து விட்டார்கள்.

நண்பரிடம் விசாரித்தபோது, 'பக்கவரையறையைக் குறைப்பதற்குச் செய்த காரியம்' என்றார். 'கதைக்கே காரியம் செய்துவிட்டார்களே!' என்றேன்.

தந்தியால் பாதிப்புக்குள்ளான வைகுண்டமணி தனது முதுமைக்காலத்தில் திருவனந்தபுரம் நோக்கி ரெயிலில் செல்லும்போது தந்திசேவை நிறுத்தப்பட்டதை அறிகிறார். மிகுந்த மகிழ்ச்சியுடன் தான் கலந்துகொள்ளச் செல்லும் திருமண நிகழ்ச்சியைப் புறக்கணித்துவிட்டு அந்த நாளைக் கொண்டாட சாராயக்கடையில் நுழைகிறார்

வீடியோகாலில் பேசும் பேத்தி, தாத்தா கல்யாணவீட்டில் இருப்பதாகச் சொன்ன பொய்யைத் தாயாரிடம் தெரிவிக்கிறாள். மருமகளும் செல்போனில் பார்த்து அதனை உறுதி செய்கிறாள். இவ்வளவுதூரம் வளரத் தேவையான கதையை சாராயக்கடைக்குள் நுழைந்தார் என்பதோடு கத்திரிவைத்தால் கதையில் வேறென்னதான் மிஞ்சும்? 'தலையும் வாலும் இல்லாமல் இவன் என்ன கதை எழுதி இருக்கிறான்' என்று வாசகர்கள் நினைக்க மாட்டார்களா?

நாளிதழ்கள் விழாக்காலங்களில் தங்கள் விற்பனைக்குத் தயாரிக்கும் இலக்கியமலர்களில் எதைவேண்டுமானாலும் சகித்துக்கொள்ளலாம், கதைகளுக்கு வரையும் ஓவியங்களைத்தான் தாங்க முடியவில்லை. இந்தக் கதையில், தந்தி ஏற்படுத்திய குழப்பம் போல கடிதம் கிடைக்காமல் நிகழ்ந்த குழப்பம் ஒன்றும் இடம்பெறுகிறது. தான் காதலிக்கும் பெண்ணின் வீடு ஒருநாள் அலங்கரிக்கப்பட்டிருப்பது கண்டு நேரில் அங்கு செல்கிறான் வைகுண்டன். அவன் நின்ற பகுதியின் ஜன்னல் திடீரெனத் திறந்தது. திருமணக்கோலத்தில் நின்ற காதலியின் கழுத்தில் தாலி தொங்கியது.

அவன், அவள் முகத்தைப் பார்க்கிறான். இந்த இடத்தில் நான் எழுதியிருந்த 'அவனைச் சுட்டுப்பொசுக்கும் அளவுக்கு அதில் அக்கினி தெரிந்தது' என்ற வார்த்தைகள் சென்சார் செய்யப்பட்டன. பதிலுக்கு ஓவியத்தில் ஒரு ஜன்னல். தன்னை ஏமாற்றிவிட்டான் எனக்கருதும் காதலி கழுத்தில் மாலையுடன் உள்ளே சிரித்துக்கொண்டு நிற்க, தான் உயிருக்குயிராக நேசித்த பெண்ணின் திருமணக்கோலத்தை ரசித்து சிரித்தவாறு நிற்கிறான் காதலன். எழுத்துக்கு 'பெப்பே' காட்டும் இவ்வாறான ஓவியங்கள் கதைக்கிடையில் அவசியம் தானா? கதையைப் படம் வரைபவன் படித்துப்பார்க்காமல் பத்திரிகையாசிரியர் சொல்லும் சம்பவத்திற்கேற்ப வரைந்து கொடுப்பானோ? நல்லநாட்களில் மக்கள்

சிரிப்பைத் தவிர வேறு எந்த உணர்ச்சியையும் பார்க்கமாட்டார்களென்று கதையில் வரும் எல்லா நிகழ்வுகளையும் சந்தோஷமாக வரையச் சொல்வார்களோ பத்திரிகை அதிபர்கள்? ஒன்றும் விளங்கவில்லை.

இந்த நிலையில் முழுக்கதையையும் என்னிடமிருந்து வாங்கிப்படித்த நண்பர் முருகேசபாண்டியன் அதை ‘நிலவெளி’யில் பிரசுரித்தார். தீபாவளி மலர் வாசித்துவிட்டு என்னிடம் உரையாடிய நண்பர்களிடம், நிலவெளியில் வந்த கதைதான் ஒரிஜினல் என்று சொல்லிப் படிக்கவைத்தேன்.

அடுத்தது ‘அரசவம்சம்’ கதை. நண்பர் பிரேம்குமார் அடிக்கடி தொல்லைப் படுத்தியதன் காரணமாக ‘திணை’க்கு அந்தக் கதையைக் கொடுத்தேன். பேச்சு மூச்சற்று தொடர்ந்தன நாட்கள். நாகர்கோயிலில் வைத்து அந்த இதழோடு தொடர்புடைய நண்பர் ஒருவர், ‘ஓம்ம கதை சில பிரச்சினைகளை உருவாக்கலாம்’ என்றார். இது வழக்கமாகக் கேட்கும் செய்திதானே என்று பேசாமல் இருந்தேன்.

பத்திரிகையும் வந்தது. அதில் வள்ளி புள்ளி மாறாமல் எனது கதையும் வந்திருக்கிறது. கதை வெளியான செய்திகூடத் தெரியாமல் நான் எனது வேலைகளைப் பார்த்துக்கொண்டிருந்தேன். திடீரென ஒருநாள் நண்பர் ஒருவர், ‘உமக்கு விஷயம் தெரியாதா?’ என்று கேட்டார். ‘என்ன விஷயம்?’ என்றேன். ‘நீர் வாட்ஸ்அப் பார்க்கமாட்டீரா?’ என்று கேட்டார். ‘இரண்டு மாதங்களாக செல்போனை மகன் வைத்திருகிறான், எனது கையில் இல்லை’ என்றேன்.

‘தக்கலையில் சிலர் ‘திணை’யை எரிப்பதாகவும், உம்மை அடிக்க முயற்சிப்பதாகவும் தொடர்ந்து பதிவுகள் வருகின்றன, நீர் பார்த்திருப்பீர் என்றல்லவா நினைத்தேன்’ என்றார். ‘இதனைக் ‘குன்னிமுத்து’ நாவல் வெளியானபோதே எதிர்பார்த்தேன். அந்த பாக்கியம் நமக்கு வாய்க்குமா?’ என்று நான் சொன்னதைக் கேட்டுச் சிரித்துக்கொண்டே கடந்தார் நண்பர்.

அவர் இந்தச் செய்தியைக் கூறிய அன்றும் காலை தக்கலையில் இருந்தேன். வழக்கமாகச் செல்லும் உணவகங்கள், இலக்கிய நிகழ்ச்சிகள், பேருந்துநிலையம் முன்பு கூட்டத்துடன் இயங்கும் சாயைக்கடை, மணலி ஜங்ஷன் மருத்துவமனை எல்லா இடங்களிலும் புழங்கத்தான் செய்கிறேன். அப்படி எந்த ஜந்தும் இதுவரையிலும் எனது காலில் வந்து இடறவில்லை.

ஒரு சாதி ஐந்து விதமான மதப்பிரிவுகளில் நின்று தனக்குள்ளாக முட்டிமோதி வீழ்வதைச் சொல்லக்கூடாதா? அப்படிச் சொன்னதற்காக

ஐந்து பிரிவினரும் வந்து எழுதியவனிடம் வழக்குண்டாக்கினால் நியாயம் உண்டு. எங்கோ மூலையில் நின்று ஒருகுரல் மட்டும் ஊளைபோட்டால் அதனை அந்தப் பிராணியின் சொந்தப் பிரச்சினையாகத்தான் கொள்ள வேண்டும்.

'ஒரு வாளி சாம்பார்' கதை, சம்பந்தமுள்ள இரண்டு பால்யகால நண்பர்கள் அறியாப்பருவத்தில் நிகழ்ந்ததை, கடைசிவரையிலும் மனதில் வைத்து எதிராகவும், சம்பந்தமில்லாத ஒருவன் இணக்கமாகவும் மாறும் காலச்சூழலை முன்வைத்து எழுதியதாகும். எப்போதும் நம்மைத் தப்புவிக்க ஒரு சக்தி இயல்பிலேயே இருப்பதுபோல அடிக்கடி எனக்கு நிகழ்ந்ததும் இந்தக் கதையெழுத காரணம். 'குமரி மாவட்டத்துக்கு வெளியே வந்து எதாவதொரு கதையை நீ எழுதி இருக்கிறாயா?' என்று நண்பர்கள் என்னிடம் அடிக்கடி கேட்பார்கள். எனவேதான் சென்னையில் கதை நிகழ்வதுபோல அமைத்துப் பார்த்தேன். குமரி மாவட்டத்துக்காரர்கள் சென்னை வந்தாலும் குமரி மாவட்டக்காரர்களாகத்தான் இருப்பார்கள் என்பது நிஜத்தைப் போலவே கதையிலும் அமைந்துவிட்டது. இந்தக் கதையை நண்பர் ஹரி என்னிடமிருந்து பெற்று 'மணல்வீடு' இதழில் பிரசுரித்தார்.

இதனை எழுதிக்கொண்டிருக்கும்போது நடந்த சுவாரசியமான சம்பவம் ஒன்றை மறக்கமுடியாது. கதையில் நிகழும் இளைஞன் ஒருவனின் தற்கொலை பற்றி எப்.ஐ.ஆர். எழுத வேண்டும். காவல் நிலையத்தில் வழக்கமாகப் பதிக்கும் மாடலைப் பார்க்க விரும்பினேன். எனது உறவினரும், முளங்குழி முத்தமிழ் மன்றத் தலைவருமான புலவர் லாசர், ஓய்வுபெற்ற காவல்துறை அதிகாரி ஒருவரைத் தனது வீட்டில் வரவழைத்து, 'இவர்தான் தப்பி ஓடிய ஆட்டோ சங்கரை (தானியங்கி சங்கர் என எழுதாததற்கு மன்னிக்கவும்) கைதுசெய்தவர் என்று அறிமுகப்படுத்தினார். நான் எதிர்பார்த்த எப்.ஐ.ஆர். மாடலுடன் காவல்துறை சம்பந்தமான வேறு பல ஆவணங்களையும், புத்தகங்களையும் தூக்கிச் சுமக்கும் அளவுக்கு டீபாயில் வைத்திருந்தார். அவருக்கு நன்றி கூறி விடைபெறும்போது, 'தம்பி ஒரு விஷயம், எஸ்.பி.யிடம் பெர்மிஷன் வாங்கிவிட்டாயா?' என்று கேட்டார். 'கதையில் வரும் பாத்திரங்களுக்கான எப்.ஐ.ஆர். எழுதவும் போலீஸ் பெர்மிஷன் தேவையா?' என்று கேட்டபோது, 'அது வாங்காமல் நீ எழுதமுடியாது' என்றார். 'எப்.ஐ.ஆர். வடிவத்திலேயே என்னால் ஒரு சிறுகதையோ, நாவலோ எழுதமுடியும்' என்றேன். அவர் பிடிவாதமாக மறுத்தார். ஓய்வுபெற்று ஆண்டுகள் பல கழிந்தும் துறைசார்ந்த

மனநிலை அவரை விட்டு நீங்காதது ஒருபுறம் மகிழ்ச்சியாகவும், இன்னொரு புறம் வேதனையாகவும் இருந்தது.

'நார்க்கட்டில்' கதை குடும்ப உறவில் சகோதரர்கள் தமக்கிடையே வெறும் பொருள் சார்ந்த நோக்கங்களுக்காக ஒருவர் இன்னொருவரை ஏமாற்றிப் பிழைப்பது குறித்ததாகும். ஒருகாலத்தில் ஏழைபாழைகளின் குடும்பங்களில் சகோதரன் அல்லது சகோதரி ஒருவரை சககூடிப்பிறப்புகள் கடின உழைப்பால் படிக்கவைத்து முன்னுக்குக் கொண்டுவருவார்கள். அதற்காகத் தங்களது வாழ்க்கையைத் தியாகம் செய்த பலரை எனக்குத் தெரியும். உயர்ந்த நிலையை அடைபவர் செய்யும் முதல்வேலையே தான்பெற்ற கல்வியால் படிப்பறிவற்ற உடன்பிறந்தவர்களை ஏமாற்றி ஓரங்கட்டுவதாகும்.

இந்தக் கதையில் வரும் திருப்பதி நன்றாகப் படிக்கக் கூடியவன். சகோதரி படிக்கவேண்டி தனது படிப்பை நிறுத்துகிறான். குடும்ப அமைப்புக்குள் அவனொரு தற்கொலைப்படையாளனாக மாறி தனது வாழ்க்கையைப் பலியிடுகிறான். நார்க்கட்டில் கட்டும் தொழிலை செய்பவன் கடைசியில் இருக்க வீடு கூடு இன்றி வேலை செய்து, கிடைக்கும் காசில் உண்டு, தெருவில் படுத்து உறங்குகிறான். அவனால் உயர்வுபெற்று ஆசிரியையான சகோதரி அவ்வாறு ஒரு சகோதரன் தனக்கு அமைந்ததற்காக வெட்கப்படுகிறாள்.

குமரி மாவட்டத்திலுள்ள கிறித்தவக் குடும்பங்களுக்கு உரித்தான தனிக்குணங்களை இந்தக் கதையில் வெளிப்படுத்தி இருப்பேன். எனது கதைகளை ஆழப் படித்த எழுத்தாளர் மேலாண்மை பொன்னுசாமி, 'சிறுபான்மையினரின் மதநம்பிக்கைகளுக்குள் நின்று அவர்களை விமர்சனம் செய்யக்கூடாது' என்றார். 'ஈஸ்டர்கோழி' கதையில் வரும் அம்மா, சர்ச்சுக்குப் போகும் முன்னால் செய்யும் அலங்காரங்கள் குறித்து எழுதவேண்டிய அவசியமென்ன? என்றும் கேட்டார். எனது 'குன்னிமுத்து' நாவலுக்கு தனது கைப்பட எழுதி அனுப்பிய விமர்சனத்திலும் இதையே பிரதானமாக முன்வைத்தார்.

'நீங்கள் கூறியதுபோல பெண்களை மட்டுமல்ல, ஆண்களையும் சேர்த்துத்தான் விமர்சனம் செய்கிறேன். அந்தப் பண்பாட்டினுள் பதிந்துகிடக்கும் மேட்டிமைத்தனத்தையே எள்ளல் செய்கிறேன். சகமனிதர்களின் துக்கங்களையோ, அண்டை அயலார்களின் சோகங்களையோ, தேசத்தின் அரசியலையோ எதுவும் காணாமல், எல்லாவற்றுக்கும் செயற்கைத்தனத்தில் ஜெபக்குரலை உயர்த்துவதும், சர்ச் ஈடுபாடுகளில் அமுக்குப்படாமலும், பதவிசாகவும் கலந்துகொண்டு

தங்களை ஆகச்சிறந்த யோக்கியர்களாக வெளிப்படுத்துவதுமான அந்தப் பண்பாட்டைத்தான் கேள்விக்குள்ளாக்குகிறேன். எங்கள் சூழலோடு சிலகாலம் நீங்கள் தங்கி இருந்தால் எனது நியாயத்தை உணர்வீர்கள்' என்று அவருடன் தொலைபேசியில் உரையாடியதும் நினைவுக்கு வருகிறது.

மற்றபடி சீர்திருத்தக் கிறித்தவம் குமரிமண்ணில் கடந்துவந்த பாதையையும், போராடி முன்னேறிய வரலாறுகளையும், அடைந்த வெற்றிகளையும், நிகழ்த்திய சாதனைகளையும் ஒன்றுவிடாமல் ஏற்கிறேன். அந்தப் பாதிப்பு எதுவும் இல்லாமல், வந்த பாதையை மறந்து ஆகாசத்தில் பறக்கும் இன்றைய மனநிலையைத்தான் எதிர்த்து எழுதுகிறேன். என்னிடம் எப்போதாவது கட்டுரையோ, கதையோ கேட்டு உரையாடும் தோழர் முத்தையாவின் 'காக்கைச் சிறகினிலே' இதழ், 'நார்க்கட்டில்' கதையைப் பிரசுரித்தது.

'வெனிலா' கதை முதலில் 'கயம்' தொகுப்பில் சேர்க்கப்பட்டு பின்னர் நீக்கப்பட்டது. 'விடாலு' கதையில் நாய் இடம்பெறுவதால் இதில் வரும் கீரிப்பிள்ளையும் ஒரே தொகுப்பிலான கதைகளில் இடம்பெற வேண்டாம் என்று கருதிய ஓர்மை. விவசாயம், மருத்துவம், கல்வி போன்ற அடிப்படையான விஷயங்களில் மாற்றுமுறைகளைப் புகுத்திப் பார்க்கும் போக்கு உருவான காலத்தில் இந்தக் கதை எழுதப்பட்டது. நஞ்சில்லா வேளாண்மை, பகையை நட்புமுரணாக்கும் மருத்துவம், முறைதவிர் கல்வி என பல குழுக்களாகப் பரவி இயங்கினார்கள். அனேகமும் எங்கிருந்தோ வரும் நிதிஉதவியுடன் கூடிய தன்னார்வக் குழுக்களின் ஆவர்த்தனங்களாக விளங்கின.

எதிலும் பணம் காணும் புத்தியுள்ள சிகாமணிகள் அந்த நோக்கத்தின் பின்னால் அணிதிரண்டு நோக்கத்திற்கு எதிரான செயல்களைச் சிறப்பாகச் செய்தார்கள். அவர்கள் ஆசிரியர்களாகவும், அரசு ஊழியர்களாகவும், நிரந்தர வருமானமுள்ள பணிகளில் இருந்துகொண்டு இருபத்தையாயிரம் ரூபாய் காளான் விற்பது தொட்டு ஆம்வே பொருட்கள், அழகு சாதனங்கள், ஆயுள் காப்பீட்டு பாலிசிகள் என சாதாரண மக்களின் கழுத்தில் சுருக்குப் போட்டு இழுக்கும் அத்தனை வேலைகளையும் நாகரிகமாகச் செய்துவந்தார்கள்.

இதுதான் கதைக்கு காரணமாக இருந்த கரு. ஆனால் எழுத்தில் தனது அடிப்படையை இழந்து வேறொன்றாக மாறிவிட்டது. இந்த இனம் என்று நட்ட தாவரம், இன்னொரு இனமாக மாறுவதில்லையா, அதுபோல. பழைய கரு இன்னொரு கதையாக வேறொரு வடிவத்தில்

வெளிப்படலாம். 'வெனிலா' கதையை நண்பர் ஒருவர் வாங்கி மணிகண்டனுக்கு அனுப்ப, அவர் தனது 'குறி' இதழில் வெளியிட்டார்.

இந்தக் கதையில் வரும் நிர்மலா டீச்சர் பதினாறு ஆண்டுகளுக்கு முன்பு நான் கண்ட கதாபாத்திரம். நண்பர் விஷ்ணுகுமாரன் அடிக்கடி ஒரு சம்பவத்தை என்னிடம் குறிப்பிடுவார். எனது கதையில் வரும் ராஜேந்திரன் என்ற ஆசாரி பையன், தட்டும் நிரையும் போட்ட வீட்டில் பலகைகளை அடுக்கி அதன் மேலேறி நின்று தலைக்கு மேலும் பலகையால் இறுக்கி கழுத்தில் உளிகொண்டு ஒரே அடி அடித்து துண்டாக்கி தற்கொலை செய்வான். கதை படித்து சரியாக ஆறுமாதங்கள் கழித்து வாணியம்பாடியில் ஒருவன் இதுபோல தற்கொலை செய்துகொண்டதை செய்தித்தாளில் படித்ததாக வியப்புடன் கூறினான். நான் ஆச்சரியம் எதுவும் அடையவில்லை. சினிமா பார்த்துக் கொள்ளையடிப்பது, பாலியல் வன்முறை செய்வது, கொலை புரிவதுபோல, ஒருவேளை நம்ம கதையைப் படித்துவிட்டு அதுபோல தற்கொலை செய்துகொண்டானோ என்று பதறினேன். அதற்கெல்லாம் சாத்தியமில்லை என்றான் விஷ்ணு.

நிர்மலா டீச்சரைப் போலவே 'காக்காம்பொன்' கதை சம்பவமும் பின்னாளில் கேரளத்தில் நடந்தது. எந்தத் தொகுப்பிலும் சேர்க்கக்கூடாதென்று ஒதுக்கிவைத்திருந்த கதையை 'முதற்சங்கு' சிவெனிசதீஷ் வாங்கி பிரசுரித்தான். அந்தப் பத்திரிகையின் வாசகர்கள் எளிதாக உள்வாங்கும் தன்மையில் கதை இருந்தது. ஆனால், அதைவிட கேரளாவில் கடற்கரையில் ஐஸ் விற்றுக்கொண்டிருந்த பெண்மணி ஒருத்தி பின்னாளில் அதே கடற்கரை எல்லைக்கு உட்பட்ட காவல்நிலையத்தில் இன்ஸ்பெக்டரான நிகழ்ச்சி செய்தித்தாளிலும், சமூக வலைத்தளங்களிலும் வேகமாகப் பரவியது. அந்த சம்பவம் போல இந்தக் கதையையும் ஒரே சமயத்தில் பலரும் வாசித்தார்கள். சாதாரண மக்கள் வாசிப்பதில் அவ்வளவு முக்கியத்துவம் கருதாத இந்தக் கதையும் பங்காற்றியது.

கதை எழுதி பதிமூன்று ஆண்டுகளுக்குப் பிறகு அதுபோலொரு சம்பவம் நடப்பதும், வேண்டாமென்று ஒதுக்கித்தள்ளிய கதை முக்கியத்துவம் பெற்றதும், அதுவே இந்தக் கதைத்தொகுப்புக்குத் தலைப்பாவதும் வியப்பு அல்லவா? இவ்வாறு ஆகாதென்று தள்ளின கல்லே மூலைக்கல்லாயிற்று. அது மூலைக்குத் தலைக்கல் ஆயிற்று.

❖

காப்பி குடிக்கும்போது கலங்காமல் கிடக்கும் சீனி, கடைசித் துளிகளை அதிகம் இனிப்பாக்குவதுபோல இந்தக் கதைகளை உணர்கிறேன். காப்பியில் மண்டி இருந்தால் வாய் 'தூ!தூ!' எனத் துப்புவதுபோல கதைகள் தட்டுப்படுகிறா என்பதையும் அறிய விரும்பினேன். வாசிப்புக்கு அப்பாற்பட்ட, இலக்கியவாசனை சிறிதும் இல்லாத சிலரிடம் கொடுத்துப் படிக்க வைத்தேன். சாராயம் காய்ச்சிய பிறகு மீன்குஞ்சைப் பிடித்துவிட்டு சோதனை செய்யும்போது நீந்தி மகிழுமே, அதுபோல எந்தத் தடையுமில்லாமல் வாசித்தார்கள், அபிப்பிராயம் சொன்னார்கள்.

கதைகளில் காணும் மனிதர்களும், நிகழ்வுகளும் ஏற்கெனவே கண்டறிந்தவர்களாகவும், நடந்ததுபோல உணர்ந்ததாகவும் கூறினர். உண்மையில் நடந்ததை எழுதினீர்களா? என்றும் கேட்டார்கள். எந்தச் சந்தர்ப்பத்திலாவது தாங்கள் எதிர்கொண்ட எதையோ அவர்கள் உணரத் தலைப்பட்டது இந்தக் கதைகளுக்கான அர்த்தத்தை வழங்கியதாக உணர்ந்தேன். அதன்பிறகுதான் வெளியிடத் துணிந்தேன்.

வழக்கிழந்த சொற்கள், பயன்பாட்டில் இல்லாத பொருட்கள் கதைகளில் தரும் அனுபவம் குறித்துப் பேசியதைக் குறிப்பிட்டுச் சொல்ல விரும்புகிறேன். 'மயம்மா' என்றொரு சொல் கதையில் வருகிறது. 'நிறைய' என்பது பொருள். சிறுவயதில் கேட்டு மங்கிப்போன சொல்லைப் படித்ததும் உணர்வுற்றதாக ஒருவர் கூறினார்.

'உப்புநாழி' யாருக்கும் தெரியவில்லை. இன்று பொடிஉப்பைப் பயன்படுத்துவதால் பரல்உப்பைக் கரைத்துப் பயன்படுத்தும் அவசியம் அற்றுப்போய் அந்தப் பொருளும் மறைந்துபோனது. மரத்தில் கிளிபோல செய்து உப்பு, கரைசலாக எப்போதும் இருக்க, அதன் வால்வழி ஊற்றி சமையலுக்குச் சேர்க்கும் அந்தக் கலைவடிவம் கதையில்தான் இன்று உயிரோடிருக்கிறது.

நண்பர் சுரேஷ் சாமியார் காணி ஒருதடவை சொன்னார், 'நம்ம பகுதி பேச்சு வழக்கு அழிஞ்சிபோனாலும் ஒம்ம கதைகள் அழியாமல் இருந்து ஞாபகப்படுத்தும்' என்று. காணியாரின் சான்றிதழ் கோடிபெறுமானம் பெறும். இந்தத் தருணத்தில் அதனை நினைத்துப் பார்க்கிறேன்.

இத்தொகுப்பு வெளிவர காரணமாக இருந்த நண்பர் முருகேசபாண்டியனுக்கும், குறுகிய காலத்தில் விரைவாக முடித்து வெளியிடும் டிஸ்கவரி பப்ளிகேஷன்ஸ் அதிபர் மு.வேடியப்பனுக்கும் முதலில் நன்றி கூறுகிறேன்.

தனது அலுவலகப் பணிகளுக்கிடையிலும் எனது கதைகளைத் தட்டச்சு செய்து கணினியில் தேக்கிவைத்து, இதழ்களுக்கும், பதிப்பகத்திற்கும் உடனுக்குடன் அனுப்பிவைக்கும் அரும்பணி செய்த அருமை நண்பர் 'கேப்பியார்' இதழின் ஆசிரியர் கே.புஷ்பராஜ், மற்றும் உடனிருந்து ஆலோசனைகள் வழங்கிய எழுத்தாளர்கள் சுரேஷ் திருமொழி, பெஜோஷைலின் ஆகியோருக்கும் நன்றி தெரிவிக்கிறேன்.

தமிழ்மொழி, இலக்கியம் கற்பிக்கும் இடத்தில் அதனோடு சம்பந்தமுள்ள ஒரே நட்பான சஜன், ஆய்வு முடிந்தபிறகும் அன்பைத் தொடரும் ஜெயின்ராஜ், என் நெஞ்சின் நீங்காத ராகங்களாகிய மாணவக்கண்மணிகள் அத்தனை பேருக்கும் நன்றி கூறி நிறைவடைகிறேன்.

வழுதூர்,
12-12-2022.

அன்புடன்,
குமாரசெல்வா

01.

ஒருவாளி சாம்பார்

வழக்கமான தமிழ்சினிமாவில் காணும் லாக்கப் காட்சி போல அது இல்லை. சாந்தி தவழும் அம்பேத்கர் அல்லது காந்தி படத்தின் பின்னணியில் கைகளைக் கம்பியில் பிடித்துக்கொண்டோ, வியர்வை ததும்பும் முகத்தில் மிகுஉணர்ச்சியுடன் கூண்டில் அடைபட்ட மிருகமாக கர்ஜித்தவாறோ, கதைவசனம் பேசிக்கொண்டோ அவன் நிற்கவில்லை. கால்களை நீட்டி தரையில் அமர்ந்து சுவரில் சாய்ந்து உறங்கினான். அதனை உறக்கம் என்று சொல்ல முடியாது. உறங்குவது போலும் என்று சொல்லலாம். மனித ரத்தத்தில் அளவுக்கு மீறிக் கலந்த நஞ்சாமிர்தம் திரைஅரங்குகளில் மூட்டைப்பூச்சிகளை நிர்மூலமாக்கிய போது, லாக்கப்களில் மட்டும் சாகாவரம் பெற்றவைகளாக ஜீவித்தன. ஆழ்துயிலில் முங்கும்போது அவனை அவைகள் குத்தி எழுப்பின.

கொஞ்சகாலம் போனால் பூமியில் கொசுக்களும் அழிந்து விடும். நஞ்சு ஏற ஏற உடல் தனக்குத்தானே தற்காப்பை ஏற்படுத்திக் கொள்ளும் என்று சொல்லலாமா? நஞ்சை விஷமாக மட்டும் கருதக்கூடாது. அதில் தேவாமிர்தமும் இருக்கிறது. ஆளைக் கொல்லும் என்ற ஒரு விஷயம் தானே படபடப்பை உருவாக்குகிறது. நஞ்சென்ற நினைப்பு தானே பாம்புக்கும், தேளுக்கும் அஞ்ச வைக்கிறது. அது நமக்குள்ளிருந்தால்? நஞ்சுள்ள மனிதன் எதற்கும் அஞ்சமாட்டான். அவனுக்கு ஆயுளும் அதிகம். அங்கம் முழுவதும் விடமேயாம் என்னும் துஷ்டனை வைத்துப் பிறந்தது தானே தூர விலகிப் போகும் தத்துவம்.

லாக்கப்பில் இருப்பவன் மூட்டைப்பூச்சி போலவே இருப்பான். கழுத்தில்லாத, தலைக்கும் உடலுக்கும் வேறுபாடு தெரியாத அளவுக்கு வட்டத்துளி போல ஊர்ந்து செல்வான். கண்ணுக்குத் தெரியாத சிறிய கால்களையும், கைகளையும் கொண்டவன் எவ்வளவு பெரிய உறுஞ்சுக் குழலை உடம்பில் ஒளித்து வைத்திருக்கிறான். கொஞ்சம் இடம் கிடைத்தால் ரத்தம் உறுஞ்ச யார்தான் விரும்பமாட்டார்கள்? நார்க்கட்டிலோ, மரநாற்காலியின் இடுக்கிலோ பதுங்கி இருந்து ரத்தம் உறுஞ்ச கிடைத்த வாய்ப்பு மரணஅவஸ்தை நிறைந்தது. படுத்துக்கிடக்கும் தடியன் கொஞ்சம் புரண்டான் என்றால் நசுங்கிச் சாக நேரிடும். ஆனால் சாவதற்கிடையிலான கணத்தையும் உறுஞ்சக் கிடைத்த தருணமாக நினைத்துத் தானே வாழ்க்கை நகர்ந்து கொண்டிருக்கிறது.

மூட்டைப்பூச்சியின் அடுத்த பரிணாம வளர்ச்சிதான் கொசுவாக இருக்க வேண்டும். இதற்கான ஆதாரத்தை 'ஆர்ஜின் ஆப் த ஸ்பீசிஸ்'சில் தேடவேண்டிய அவசியம் இல்லை. கடவுளுக்கு டார்வின் வைத்த ஆப்பு அது. அதை உருவி செதுக்கி வேறொரு ரூபத்தில் வைத்த ஆப்புதான் மார்க்சியம். இதில் ஒருவன் கடவுளை நம்பினான், இன்னொருவன் மறுத்தான். கடவுள் அதைவிடப் பெரிய ஆப்பைத் தனது கையில் வைத்திருந்தான். அதுதான் மொழி. பாபேலில் சிதைத்த கடவுள், வேறு சில இடங்களில் மொழியைக் கையிலெடுத்து விளையாடுகிறான் போல. இல்லையென்றால், கோயில்களில் கூட இல்லாத கடவுள் என்ற சொல், அப்படி ஒருவன் இல்லை என்று சொன்னவர் கல்லறையிலும், நினைவுத்தூண்களிலும், சிலைகளிலும் தான் இடம்பெற்றிருக்குமா?

குறட்டைவிட்டுத் தூங்கும் மனிதமூஞ்சியில் ரத்தம் உறுஞ்சிக் கொண்டு நகர்ந்து வந்த மூட்டைப்பூச்சி அவன் நாடியிலிருந்து நெஞ்சுக்கு நேராய் ஆயிரமாயிரம் ஆண்டுகளாகக் குதித்துக் குதித்து உடலில் மாற்றம் அடைந்து சிறகுகள் முளைத்து, அப்படி ஒருநாள் குதிக்கும் போது கொசுவாக மாறி பறந்து போனது. சிறகு கிடைத்தபிறகு பறந்து சென்று ரத்தம் உறுஞ்ச எவ்வளவு வசதியாக இருக்கிறது. கண்டம் விட்டுக் கண்டம் தாண்டி அயல்நாட்டு ரத்தம் கூட சுவைக்க முடிகிறது. எந்த மனிதனின் ரத்தமும் அதற்குப் போதை நிறைந்த பானமாகத் தானே இருக்கிறது. எய்ட்ஸ் மனிதனின் ரத்தம் கொசுக்களை என்னதான் செய்யும்?

கொசுவாகவும், மூட்டைப்பூச்சியாகவும் இருந்த காலத்தில் தான் லாக்கப்பில் இருப்பவன் கொடிகட்டிப் பறந்தான். அவன்

வழியில் குறுக்கிட யாரும் பயந்தார்கள். அவன் உருவத்தைக் கண்டு அவ்வாறு குறுக்கிட்ட பலரும் ஏதோ ஒருவகையில் அவனிடம் தோற்றுப்போனார்கள். அப்படி மண்கவ்வியவர்களில் ஒருவன்தான் லாக்கப்புக்கு வெளியே நாற்காலியில் சீருடையில் அமர்ந்து யோசித்துக் கொண்டிருப்பவன். அவனை அவ்வாறு யோசிக்க வைத்தவனே லாக்கப்பில் இருப்பவன் தான்.

அவன் கொசுவென்றால் இவன் தவளை. சீருடையில் தொப்பியை மாட்டிக்கொண்டு நாற்காலியில் அமர்ந்தான் என்றால் சாட்சாத் தவளைதான். எதிரில் நிற்பவனை முறைத்துப் பார்க்கும் கண்களில் கூட தவளையின் ஒற்றுமை தூக்கலாகத் தெரியும். கொர்! கொர்! பேச்சிலும், துள்ளல் நடையிலும் கூட அதனைக் காண முடியும். துள்ளுவதில் மிஸ்டர் தவளையார் ரொம்பவும் கெட்டிக்காரர். காலம் பூராவும் துள்ளியும் சப்இன்ஸ்பெக்டர் உயரத்தையே அவரால் எட்ட முடிந்தது. என்றாலும் அத்துடன் அடங்கும் எண்ணம் இல்லாததால் இப்போதும் துள்ளிக்கொண்டு தான் இருக்கிறார். என்றாவது ஒருநாள் கொசுக்கடிகளற்ற குளிரூட்டப்பட்ட அறையில் மிஸ்டர் தவளை ஐ.பி. எஸ். பெயர்ப்பலகைக்குப் பின்னால் இந்தத் தேகத்தைக் கொண்டு சாத்த வேண்டும் என்ற லட்சியக்கனவு நிறைவேறும் வரை அந்தத் துள்ளல் அடங்காது போலத்தான் தோன்றுகிறது. ஆனால் அடுத்த ஜென்மம் அல்லவா குறுக்கீடு செய்யும்.

போலீஸ் தேர்வுக்கான போட்டியில் கொசுவும் தவளையும் ஒன்றாகத்தான் கலந்து கொண்டார்கள் என்றால் நீங்கள் நம்புவீர்களா? அந்தத் தேர்வில் இருவருமே தோற்றுப்போனார்கள் என்பதும் உண்மைதான். இன்னும் சொல்லப்போனால் தவளைதான் முதலில் தோற்றது. பிறகெப்படி போலீஸ் மூத்து ஏட்டாகி, ஏட்டு மூத்து சப்இன்ஸ்பெக்டர் ஆக தவளையால் முடிந்தது என்று கேட்கிறீர்களா?

அதை நீங்கள் தயவு செய்து என்னிடம் கேட்காதீர்கள். சார்லஸ் டார்வினிடம் தான் கேட்க வேண்டும். எனக்கு கதை மட்டும் தான் சொல்லத் தெரியும் என்பதால் சொல்கிறேன்.

பாளையங்கோட்டை ஆயுதப்படை மைதானத்தில் காலை ஆறுமணிக்கு ஆஜராக வேண்டும் என்று கடிதம் வந்ததும் முந்தினநாள் சாயங்காலமே தொடுவெட்டியிலிருந்து பதினொன்றாம் நம்பர் நாகர்கோயில் பேருந்தில் தவளை ஏறியது. இரவு ஒன்பது மணிக்குப் போல பாளையங்கோட்டை அடைந்ததும் பிளாட்பாரத்துக்கருகில் புனித கங்கை பாயும் நதிதீரத்தில் கொசு கட்டைநீட்டி இருப்பது

கண்டும், காணாதது போல நகர்ந்து சென்றது. காரணம், பால்யத்தில் ஏற்பட்ட காலத்திற்கும் மறக்க முடியாத ஒரு பிணக்கு.

பிற்காலத்தில் எத்தனையோ தடவை ரெய்டு என்ற பெயரில் தான் ஏறி இறங்கிய அந்த லாட்ஜின் 108-ஆம் நம்பர் அறையில் சட்டையைக் கழற்றி நாற்காலியில் போடும்போது ரூம்பாய் தோன்றி வேறு என்னதாவது வேண்டுமா? என்று கேட்டான்.

"என்னது?"

"புடவை"

"புடவையா?"

"நல்ல காஸ்ட்லியான பார்த்தாஸ் புடவை, போர்த்திக்கலாம்."

"பெட்ஷீட் இருக்கே."

"பெட்ஷீட்தான் தினந்தோறும் போர்த்துகிறீர்களே, ஒரு சேஞ்சுக்கு இண்ணு ஒருநாள் மட்டும் புடவை போர்த்திக்கலாமே?"

"புரியல."

நளினமான பாவனையில் பையன் நெளிந்து ஒரு நடைநடந்து காட்டிவிட்டுக் கேட்டான்,

"புரிஞ்சுதா?"

"ஐயோ, எனக்கு இந்த லாட்ஜ் வேண்டாமே."

பேருந்தில் ஏறி திருநெல்வேலி ஜங்சன் அடைந்து ஆட்களிடம் விசாரித்து சினிமா தியேட்டரைக் கண்டுபிடித்து சற்றேனும் கண்ணயரலாம் என்று பார்த்தால் ஒரே டிஷ்யூம்...டிஷ்யூம்... சத்தம். 'இதுதாண்டா போலீஸ்' படம். இரவு தூங்காத களைப்பில் அதிகாலை மைதானம் வந்தடைந்த போது எல்லாருக்கும் முன்னால் கொசு வரிசையில் நிற்பதைக் கண்டான். அவனும் இவனைக் கண்டதாகக் காட்டிக் கொள்ளவில்லை.

"எல்லோரும் எட்டாங்கிளாஸ் பாசான சர்டிபிக்கேட்டைக் கையிலெடுத்து வச்சிடுங்க."

வரிசை நகர்ந்து உள்ளே சென்றது.

"பெயர் கூப்பிடும்போது மட்டும் அந்த நபர் வந்து உடனடியாக வரிசையில் நிற்கவும்."

ஆர்ப்பாட்டக்காரர்களைக் கலைந்துபோக எச்சரிக்கும் ஒலிப்பெருக்கிக் குழாயில் போலீஸ்காரன் ஒருவன் பேசினான்.

"செல்லத்துரை! செல்லத்துரை யாரு?"

''நான்தான்.''

தவளை கூறியது.

''ஏன் இப்படி வேட்டியில் நிக்கிறே, போட்டிக்குத் தயாராகாம?''

எல்லோரும் நிக்கர் கொண்டு வந்திருப்பதை அப்போது தான் தவளை கவனித்தது. தன்னிடம் நிக்கர் இல்லை என்பதை எப்படி சொல்வது?

''வேட்டிய உரிஞ்சுத் தள்ளு, இல்லாட்டா வெளிய விரட்டுவாங்க.''

யாரோ பின்னாலிருந்து சொல்லிக் கொடுக்க அப்படியே செய்தான். வெறும் ஜட்டியுடன் நிற்பதைக் கண்டு எழுதிக்கொண்டிருந்த போலீஸ்காரன் தலைநிமிர்ந்து பார்த்தான். ஜட்டியின் இடது பக்கத்தில் எலி கறம்பினது போல சின்ன ஓட்டை.

''இதென்ன, ஏர்கண்டிஷனா செய்திருக்கு?''

போலீஸ்காரனுக்கும் நகைச்சுவை உணர்வு உண்டென்பதைத் தன்னை முன்னிறுத்தியா நிரூபிக்க வேண்டும் என்று தவளை வருத்தப்பட, மைதானத்திலிருந்த அனைத்து வாய்களும் பல்லைக் காட்டின.

''கேசவன்! கேசவன்!''

''இதோ இருக்கிறேன்.''

கொசு கையை உயர்த்திக் காட்டியது. அது தன்னைப் போல அல்லாமல் நிக்கர் அணிந்துகொண்டு தயாராக வந்திருக்கிறது.

முதலில் உயரம் அளந்தார்கள். மரக்கட்டளையில் அடிக்கணக்கு, மீட்டர் சகிதம் வரைந்து வைத்திருக்கும் அதன் உச்சியில் தகரம் ஒன்று பொருத்தப்பட்டிருந்தது. போலீஸ்காரன் அதை உயர்த்திப் பிடித்துக்கொண்டு ஆளை நிறுத்திவிட்டுத் தகரத்தைக் கீழே விடுவான். அது வந்து தலையைத் தாக்கியதும் உயரம் பார்க்க நிற்பவன் அதிர்ச்சியில் குன்னுவான். அதுதான் உயரம். அதற்கு மேல் ஒருவனை நிமிரவிடமாட்டார்கள்.

தவளைக்கு முன்னால் உயரம்பார்க்க நின்றிருந்தவன் ஒரு பாடிபில்டர். கடந்த மூன்று ஆண்டுகளாக மிஸ்டர் கிறிஸ்டியன் காலேஜ் பட்டத்தைத் தக்கவைத்துக் கொண்ட ஆணழகன். அவன் மார்பு உருண்டு திரண்டு காணப்படும். போலீஸ்காரனுக்கு அவன் மூச்சுப்பிடித்து உயரத்தைக் கூட்டிக் காண்பிப்பதாக ஒரு சந்தேகம்.

''மூச்ச விடுடா!''

''நான் மூச்சே பிடிக்கல்ல.''

''வாய மூடு!''

'படார்! படார்!' என செவுட்டில் ரெண்டு மூன்று பட்டாசுகள் வெடித்தன.

''மூச்ச விடுடா!''

மார்பில் முஷ்டியால் குத்திப் பார்த்தான். பிறகுதான் அது நிஜமான தசையென்பது தெரிய வந்தது. மயிரிழையில் உயர அளவில் அவன் தப்பிப் பிழைத்தான். அடுத்து நின்ற தவளையின் கால்கள் இரண்டும் வெடவெடத்தன.

தவளையின் நடுக்கம் கண்டோ, பாடிபில்டர் விஷயத்தில் தான்செய்த பிழை உணர்ந்தோ போலீஸ்காரன் இவனது தலையை நூல் பிடித்து அளக்காத குத்துமதிப்பில் விட்டுவிட்டான்.

''ஒழுங்கா வந்து நிண்ணா எதுக்கு நான் கோபப்படப் போறேன்?''

வார்த்தையாலும் சொன்னான்.

உயரம் குறைந்தவர்கள், மூச்சுப்பிடித்து நெஞ்சை விரிப்பதில் தேர்ச்சிப்பெறாதவர்கள் எல்லாம் அந்தப் பகுதியில் இருந்த நுழைவு வழியாக வெளியேற்றப்பட்டனர். வாசலில் நின்ற போலீஸ்காரன் அப்படி வெளியேறுபவர்களின் பின்புறத்தில் காலுமடக்கி தலா ஒரு சவுட்டு வழங்கி கவுரவித்து அனுப்பினான்.

அடுத்தது நீளந்தாண்டுதல். தவளை ஒரே குதியலில் தாண்டிவிட்டது. கொசு மூன்றாவது வாய்ப்பில் எப்படியோ தப்பிப்பிழைத்தது. உயரந்தாண்டுதலிலும் அப்படியே.

அதற்குள் மைதானத்தில் சுள்ளென்று வெயிலடிக்க அடுத்த போட்டிக்காக வேறொரு இடத்தில் கொண்டுவந்து நிறுத்தினார்கள். அது சாலையின் ஓரம் என்பதால் வருவோர் போவோர் வேடிக்கை பார்த்தனர். வெவரங்கெட்ட கண்டெக்டர் ஒருவன் லேடீஸ் பஸ்சை வேலியோரத்தில் கொண்டு நிறுத்தி டிக்கெட் போட்டான். கல்லூரிமாணவிகள் உள்ளே இருந்துகொண்டு மைதானத்தைப் பார்த்து சிரித்தனர். தன்னையே எல்லோரும் உற்றுப் பார்ப்பதாக நினைத்த தவளையார், கையதுகொண்டு மெய்யது பொத்தியவாறு கூனிக்குறுகி நின்றான்.

இன்னதென்று விளங்காத ஒரு மரத்தின் உச்சியில் வடம் கட்டப்பட்டிருந்தது. அதன் முக்கால் பாகத்தில் சிவப்பு நூலால் எல்லை வகுத்திருந்தார்கள். கைகளின் உதவியால் ஏறி நாடியைச் சிவப்புப்பகுதியில் தொட்டுவிட்டு இறங்க வேண்டும்.

தவளை கயிறைப் பற்றிப்பிடித்ததும் ஜட்டியிலிருந்து வெளியே சாடியது போல இடுப்புக்குக் கீழே ஒரு உணர்ச்சி பிறந்தது. ரூம்பாயின் காஸ்ட்லியான பார்த்தாஸ் புடவை நினைவில் ஏறிமறிந்து விளையாடியது. தொடைகளை இறுக்கி தற்காலிக மகுடி கொண்டு ஆடுபாம்பைப் பத்திசுருக்க வைக்கும் முயற்சியில் மேலே ஏறுவது தடைபட்டது. வேலையா? மானமா? என்று உடலாடிய வழக்காடுமன்றத்தில் மானமே வெற்றிப் பெற்றதாகத் தீர்ப்பு வந்தது. பிறகென்ன, தோல்விக்கு ஆறுதல்பரிசாகத் தந்த உதையை வாங்கி விட்டு மைதானத்துக்கு வெளியே தவளை வந்து நின்றது.

தேர்வு ஒழுங்காக நடக்கிறதா என்பதைக் கூடார பந்தலில் இருந்து பைனாக்குலர் வழியாகப் பார்வையிடும் கண்காணிப்பாளருக்குப் பின்னால் பதுங்கி நின்ற தவளையை வெற்றிப்பெருமிதம் கொண்ட பார்வையால் கடந்து சென்றது கொசு. தவளையால் பொறுக்க முடியவில்லை. கொசுவுக்கு ஒரு காலம் வந்தால் தவளைக்கும் ஒரு காலம் வரும் என்று நினைத்துக்கொண்டது.

முள்கம்பி வேலிக்கு வெளியே ஐஸ்வண்டியில் கிடுக்கிக் கொண்டிருந்தவனை யாரும் தடுக்கவில்லை. இடையிடையே போலீஸ்காரர்கள் அவனிடமிருந்து ஓசியில் ஐஸ்வாங்கிக் குடித்த வண்ணம் இருந்தனர். கொசுவுக்கும் ஆசைவரவே நிக்கரில் கைவிட்டு காசெடுத்து கம்பி வேலிக்கிடையில் கைநீட்டிப் பெற்றுக் கடைசிவரிசையில் போய் உட்கார்ந்து உறியத்தொடங்கியது.

போலீஸ்காரன் ஒருவன் வந்து கொசுவை எழும்பச் சொன்னான். கையிலிருந்த ஐசை நிக்கர் பையில் மறைத்துவிட்டுக் கொசு எழும்பியது. தனக்குப் பின்னால் வரச்சொல்லி கூடாரம் ஒன்றிற்குக் கொண்டுசென்று பாக்கெட்டிலிருந்த இருபதுரூபாய் நோட்டையும் ஐஸ் வாங்கியதில் மீதி எட்டணாவையும் கையிலெடுத்தான். உள்ளாடையில் மறைத்து வைத்திருக்கும் காசை நினைத்து நிக்கரைக் கீழே உரிந்தவன், 'கர்மம்! கர்மம்!' என்று தலையில் அடித்துக்கொண்டான். கொசுவுக்கு செகன்ட் பேப்பர் கிடையாது. செலக்ஷனுக்கு வந்த இடத்தில் இப்படியெல்லாம் தவறாக நடந்து கொள்ளக்கூடாது என்று இருபது ருபாய் ஐம்பது காசு அளவிற்கு டியூஷன் சொல்லிக்கொடுத்துவிட்டு அனுப்பினான் போலீஸ்காரன்.

அடுத்து நடைபெற்ற ஆயிரத்து ஐநூறு மீட்டர் ஓட்டத்தில் கொசு தோல்வியைத் தழுவியது. எடுத்த எடுப்பிலேயே வேகமாகப் பறந்ததால் இரண்டாவது சுற்றிலேயே தளர்ந்து போனது. மீதியுள்ள ஐந்தரை

கிரவுண்டையும் மூச்சிரைத்தவாறு ஓடி இலக்கை அடைவதற்குள் மணியடித்து நிறுத்தி விட்டார்கள். இறுதிப்போட்டி என்பதால் உதைபெற முடியவில்லை.

மைதானத்திலிருந்த பொருட்களைத் தேர்வுபெற்ற நபர்களை வைத்து போலீசார் மாற்றிப்பறக்கிக் கொண்டிருந்தார்கள். கண்காணிப்பாளருக்கு அருகில் நின்ற உதவியாளர் அவர்களை அணுகினார்.

''இங்க தென்னமரம் ஏறத் தெரிஞ்சவங்க யாராவது உண்டா?''

''............''

''யாரும் இல்லையா?''

''எனக்குத் தெரியும் சார்!''

கயிறு இழுத்துக் கட்டப்பட்ட பகுதிக்கு வெளியே நின்ற தவளை சத்தம் போட்டது.

துப்பாக்கியில் சொருகும் கத்திபோல எதையோ அவன் கையில் தந்த உதவியாளன், மைதானத்தில் நின்ற தெங்கைக் காட்டி இரண்டுமூன்று குலைகளை அறுத்துத் தள்ளும்படி ஆணையிட்டான். தவளை அதற்கு முன்பே குத்துதார் பாய்ச்சிக்கொண்டு கோதாவில் இறங்கிவிட்டது.

ஐந்து குலைகளில் மூன்றை காரில் ஏற்றினார்கள். ஒன்றைக் கூடாரத்திற்குப் பின்புறமாக ஒளித்து போடச் சொன்னான் உதவியாளன். மீதியைச் சீவச்சொல்லி அதிகாரிகள் கரங்களுக்கு உறுஞ்சுகுழல் போட்டுத் தரப்பட்டன. எல்லாவற்றையும் ஆவலாக தவளைதான் செய்து கொடுத்தது.

கண்காணிப்பாளர் அவனை அழைத்தார். வெள்ளைநிற பேன்டில் அதேநிறத்தில் டீசர்ட் இன் பண்ணி வெள்ளைநிற கேன்வாசில் கால்மேல் கால்போட்டுக் கொண்டு ஆறடி உயரத்தில் அசால்டாக இருந்தவரை நெருக்கத்தில் அப்போதுதான் சரியாகக் கவனித்தான். பார்க்க பயமாக இருந்தது.

''என்னா மேன் மரம் ஏறுகே, ரோப்கிளைம்பிங் இல்லே?''

தமிழ் உச்சரிப்பில் வடஇந்திய வாடை வீசியது.

உதவியாளர் கையில் கொடுத்த தாளில் டிக் செய்துவிட்டு அவனைப் போகும்படி சைகை செய்தார். தவளை ஆவேசத்தில் சல்யூட் வைத்தது.

அணைக்கட்டுப் பகுதியிலிருந்த காவலர் பயிற்சி மையத்தில் கமாண்டென்டாக அவர் இருந்தார். பெயர் முகர்ஜி. பயிற்சிக்

காலத்தில் அந்த அருகாமையைப் பயன்படுத்தி தனது காரியங்களை எல்லாம் கச்சிதமாக முடித்துக்கொண்டது தவளை. சென்டர் மாற்றி பத்தாங்கிளாஸ் பாசாகியது அதிலொன்று. முகர்ஜியின் அந்தரங்கங்களை உள்வாங்கிய தவளை அவற்றை உடனுக்குடன் நிறைவேற்றி சபாஷ் பெற்றது. அதுவரையிலும் அவருடன் நெருக்கமாக இருந்த பலரை ஒவ்வொன்றாகக் கழற்றி எடுத்தது. இரவு ஆபீசர்ஸ் மெஸ்ஸில் அவன் மட்டுமே கூட தனித்திருக்கும் நிலை நாள்போக்கில் உருவானது.

சாயங்காலமே ஒரு கிரீன்லேபல் புல் எடுத்து வைப்பான். எரிவாயுவில் கம்பியில் சுழன்று சுட்டெடுத்த இரண்டு முழுக்கோழி வேண்டும் அவருக்கு. துளிநீர் கூட விடாமல் அப்படியே முழுபாட்டிலையும் காலிசெய்து விட்டு சிறு சலனம் கூட இல்லாமல் ஜீப் ஓட்டிச் செல்லும் அந்த அழகு இருக்கிறதே, காண கண்கோடி வேண்டும்.

சிலநேரம் நண்பர்களோ உறவினர்களோ உடன் வருவார்கள். தனது இரண்டு விரல்களை எம்.ஜி.ஆர். ஸ்டைலில் உயர்த்திப் பிடித்துக்கொண்டு தனது சாப்பாட்டுப் பெருமை குறித்து அவர்களிடம் இவ்வாறு உரைப்பார்.

"ஐ டேக் ஒன்லி தோ சப்பாத்தி."

குனிந்த தலை நிமிராமல் கூட இருப்பவர்கள் தங்கள் மனசுக்குள் சிரித்துக்கொண்டே, இரண்டு முழுக்கோழிகள் எங்கே போனதென்று யோசிக்காமலா இருப்பார்கள்?

பவுர்ணமி நாட்களின் இரவில் இருவருமாக ஜீப்பில் மலை உச்சிக்குச் செல்வார்கள். நள்ளிரவு தாண்டி அருவிக்கரையில் அமர்ந்து பேசிக்கொண்டிருப்பார்கள். அப்போதெல்லாம் தனது தாய்மொழியில் பாட்டாக எதையோ முகர்ஜி மெல்லிய குரலில் பாடுவார். பலநாட்களாக இது நடந்து கொண்டிருக்க, ஒருநாள் அவர் பாடுவதன் பொருளைத் தமிழில் சொல்ல முடியுமா என்று கேட்டது தவளை. துண்டு துண்டாக அவர் சொன்னவற்றைப் பொருத்தி எடுத்து வரிசைப்படுத்தி எழுதியபோதுதான் அதற்குள் உயிர் இருந்து துடிப்பதை இருவரும் உணர்ந்தனர்.

நீருக்குள் ஆகாயம்.
கிணற்றுக்குள் வெண்ணிலவு.
ஏரியில் விண்மீன்கள்.

நான் நதியில் கால் வைத்தால்
வானம் நீ ஏன் கலங்குகிறாய்?

நீரை இறைத்த போதும்
ஏன் வெளியே வர மறுக்கிறாய்
வண்ண நிலவே?

ஓடத்தில் வந்து வலைவீசிய போது
ஓடி விட்டனவே விண்மீன்கள்.

என்செய்வேன் மனசே!
எல்லாம் நிஜம் என்றாலும்
எனக்கு மட்டும் நீங்களெல்லாம்
நிழலாக இருப்பது ஏன்?

இந்தக் கவிதை தனக்குப் பிரியமான பெண் ஐ.ஏ.எஸ். அதிகாரி ஒருவர் மீது தான் கருதியது என்றும், அவள் நினைவு மனதில் தோன்றும்போதெல்லாம் பாடுவதாகவும் சொன்னார். இவ்வாறு அவர் பாடியவற்றை மொத்தமாக சேகரித்த போது ஒரு தொகுப்புக்கான அளவு கவிதைகள் சேர்ந்தன. அதற்கு 'நீருக்குள் ஆகாயம்' என்ற தலைப்பைச் சூட்டியது தவளை. பல்கலைக்கழக இலக்கியத்துறைத் தலைவரிடம் சென்று அணிந்துரை கேட்டபோது படித்துவிட்டு பிடித்திருந்தால் எழுதுகிறேன் என்றார். தொலைபேசி வாயிலாகப் பலமுறை தொடர்பு கொண்ட பிறகும் திருப்திகரமான பதில் கிடைக்கவில்லை. ஒரு விடுமுறை நாளில் ஜீப்நிறைய போலீஸ்காரர்களை பேராசிரியரின் வீட்டில் கொண்டு இறக்கிய தவளை, துப்பாக்கி ஏந்திய நிலையில் வாசலில் இருவரை நிறுத்திவிட்டு உள்ளே சென்றது. அவர் எழுதி முடிக்கும்வரை வலதுபுறம், இடதுபுறம், முதுகுக்குப் பின், முன் என நான்கு போலீசார் பாதுகாப்புக்கு நின்றார்களா, அரைமணி நேரத்தில் ஆறுபக்க அணிந்துரை தயாராகி விட்டது.

அந்த வருடம் பட்டமளிப்பு விழாவுக்கு மாநில முதல்வர் வந்தார். தங்கியிருந்த விருந்தினர் மாளிகையில் போய் சந்தித்த முகர்ஜி, கவிதை நூலை அவர் கையில் தந்து ஆசி பெற்றார். அடுத்தநாள் நடந்த பட்டமளிப்பு விழாவில், 'வங்கத்து சிங்கம், தாகூர் மண்ணிலிருந்து கிடைத்த தங்கம், தமிழுக்கு இப்போது அங்கம், காவல்துறைக்கு மட்டுமல்ல, காதல்துறைக்கும் இந்தச் சிறப்பு தங்கும்' எனப் புகழ்ந்து அதிலுள்ள கவிதைகளை மேற்கோள்காட்டிப் பேசினார் முதல்வர்.

கிறுகிறுத்துப் போன முகர்ஜியைப் பட்டிமன்றப் புலவர்கள் தங்கள் தோளில் சுமந்து தமிழகமெங்கும் கொண்டு திரிந்தனர். கல்லூரி ஆண்டுவிழா மேடைகளில் நன்னெறி புகலும் பெட்டகமானார். தொலைக்காட்சி நிகழ்ச்சிகளில் மனிதஉரிமைப் போராளியாகவும் வெகுண்டார். எந்த மேடையானாலும் தான் அகில இந்திய அளவில் துப்பாக்கிச் சுடும் போட்டியில் வென்ற தகவலைச் சொல்லாமல் விடமாட்டார். நீங்களும் அதுபோல் சுடவேண்டும் என்பதை மட்டும் சொல்லாமல் விடுவார். விரைவில் வேலையை விட்டு விலகி தேர்தலில் நின்று மத்தியமந்திரி ஆகப்போகிறார் என்று பத்திரிகைகள் எழுதின.

தன்னைத் தமிழ்நாடறிய பிரபலமாக்கிய தவளையை அவர் கடைசிவரை மறக்கவில்லை. தவளை சொன்னதன் பேரில் பத்தாண்டுகளுக்கும் மேலாகத் தன்னை நிழல்போல் தொடர்ந்த உதவியாளரை முகிலன்குடியிருப்புக்கு மாற்றி உத்தரவைக் கையில் கொடுத்தார். 'நாகர்கோயில் பசங்க உதவி செஞ்சவன் நெஞ்சிலதான் முதல்ல மிதிப்பான்னு தெரிஞ்சும் தப்பு செய்திட்டேன் ஐயா' என்று தொழுதபோது, 'போமேன் ஒப்பாரி வெக்காம' என்று விரட்டி அடித்தார்.

சுதந்திர தினவிழா நிகழ்ச்சிக்கு புதுடில்லி வந்த முகர்ஜி குடியரசுத்தலைவருடன் இரவு விருந்தில் கலந்து கொண்டார். குடியரசுத்தலைவரே நேரில் வந்து, 'தமிழே வருக!' என வரவேற்று அழைத்துச் சென்றார். இருவரும் ரோஜாவனத்தில் அமர்ந்து தாகூரையும், பாரதியாரையும் பாடினார்கள். அடுத்தசில நாட்களில் குடியரசுத் தலைவரின் பாதுகாப்பு அதிகாரியாக முகர்ஜி டெல்லிக்கு மாற்றலாகிச் சென்றார். எழுத்து, எழுதியவனை எழுதும் என்று எவனோ எழுதினான். தவளை எழுதப்போன எழுத்து அவனை வீழ்த்தியது. முகர்ஜி போன பிறகு வாழ்க்கையின் பெரும்பகுதியும் அடியோலப்பாடுகளாகத்தான் கழிந்தன. கடைசிக்காலத்தில் சென்னை வந்து ஒதுங்கிய போது முகிலன்குடியிருப்புக்கு தன்னால் மாறிச்செல்லக் காரணமான முகர்ஜியின் உதவியாளன் தனது தலைக்குமேல் இன்ஸ்பெக்டராக வீற்றிருந்தான்.

✡

அனந்தபுரி எக்ஸ்பிரஸ் ரயிலின் ஜெனரல் கம்பார்ட்மென்ட் கோச் அன்று வழக்கத்துக்கும் அதிகமாக விழிபிதுங்கிக் கொண்டிருந்தது.

இருப்பதே மக்காணி குட்டிப் போட்டது போல ரெண்டு பெட்டி. அதில் கேரளமும் தமிழ்நாடும் போட்டிப் போட்டுக்கொண்டு ஏறினால் எப்படி தாங்கும்? அதன் கடைசிப்பெட்டி நாலில் ஒரு பகுதியாக சுருங்கி வீட்டின் சிறிய அறையை ஞாபகப்படுத்தும் வகையில் ஊனமுற்றோருக்கான பெட்டிக்கு அடுத்திருந்தது. அது நாகர்கோயில் வரை தான் லேடீஸ் கம்பார்ட்மென்ட். அதற்குப்பிறகு பொதுவில் மாறும். இந்த ரகசியம் புரியாத பலர் தொடர்ந்து லேடீஸ் கம்பார்ட்மென்ட் எனக்கருதி ஒதுங்குவதால் சாவகாசமாகக் கிடைத்த இடவசதியை அனுபவித்தவாறு அந்தப் பெரியவர் அமர்ந்திருந்தார்.

பார்ப்பதற்குத் தவில் வித்வானோ எனக்கருதும் வகையில் இரண்டு கைகளிலும் வாரிக்கோரி ஏழு பெரிய மோதிரங்கள் அணிந்திருந்தார். இரண்டு பெருவிரல்களைத் தவிர்த்து எட்டு வரவேண்டும், நியூமராலஜி ஒன்றைக் குறைத்திருக்கலாம். ஆனால் தவிலுக்கும் அவருக்கும் காததூரம் என்பது மட்டுமல்ல யாருக்கும் தாளம் போடாதவர் என்பது முகத்தில் தெரிந்தது. அவர் பெயரும் தாமரைக்கனி அல்ல, அர்னால்ட்.

அதுவரை கடைசியாக இருந்த பெட்டி, என்ஜின் திசைமாறி வந்து இணைந்ததும் முதல் கம்பார்ட்மென்டாக மாறி சென்னை நோக்கிய பயணத்திற்குத் தயாரானது. கீழே நின்ற வாலிபன், இருபத்தைந்து வயதிருக்கும் அவனுக்கு, பெரியவரின் விரல்களையே பார்த்துக்கொண்டிருந்தான். 'கக்கூசுக்குப் போனா மனுஷன் கஷ்டப்பட்டுப் போவாரே' என்று யாரோ ஒருவர், கூட இன்னொருவரிடம் பேசியவாறு கடந்து சென்றனர்.

"இதில் நம்ம ஏறலாமா?"

"யாரும் ஏறலாம்."

"லேடீஸ் படம் போட்டிருக்கே?"

"அது நாகர்கோயில் வரைதான்."

உள்ளே எட்டிப் பார்த்த பிறகு தான் ஆண்களும் பெண்களுமாக மேலும் சிலர் இருப்பது தெரிந்தது. முகத்தைப் பார்த்தால் திருநெல்வேலிக்காரர்களாகத் தெரிந்தார்கள். அலுவலக வேலைக்காக அன்றாடம் வந்து செல்கிறவர்கள் போல.

"வண்டி புறப்படப் போகுது, உள்ள வா!"

பெரியவர் அவனை அழைத்தார். உள்ளே வந்தவன் அவருக்கெதிரில் இருந்த தனி இருக்கையில் போய் அமர்ந்தான். விசில் பறந்ததும் ரெயில் பிளிறியது.

பக்கதாளங்கள் சடசடக்க செவுடு பிடித்து பாடிச்சென்ற வண்டி கபடிஆடத் தொடங்கியதும் அந்த வாலிபன் முகத்தில் மரண அவஸ்தைப் படர்ந்தது. அவன் நிலைகுலைந்து போயிருந்தான். பெரியவர் பையிலிருந்து சோற்றுப்பொதியை எடுத்துப் பிரித்தார். தீயில் வாட்டிய வாழைஇலை வாசனையோடு சேர்ந்து அரக்கு அரிச்சோறும், மரக்கறி கூட்டும், வற்றல்மிளகைச் சுட்டு அரைத்த தேங்காய்த்துவையலும், அவித்த தாறாமுட்டையும் கலந்த மணம் அந்தப் பெட்டியிலிருந்தவர்களைத் திரும்பிப் பார்க்க வைத்தது.

''நீ சாப்பிடல்லியா தம்பி?''

''வேண்டாம்.''

''கொண்டு வந்திருக்கியா?''

''இல்ல.''

''அப்ப வாங்கித்தான் சாப்பிடணும். வள்ளியூர் வரட்டும் வாங்கிக்கலாம்.''

அவர் சாப்பிட்டதை விட அதிகமாக வலதுகையில் கிடந்த மூன்று மோதிரங்களும் சாப்பிட்டிருக்க வேண்டும். கைகழுவுவதற்கு அவர் தலைமறைந்ததும் பெண்கள் 'பிப்பிப்பீ...டும்!டும்!' வைத்துக் கும்மாளம் போட்டனர். அவைகளில் ஒன்றும் அந்த இளைஞனிடம் எந்தப் பாதிப்பையும் ஏற்படுத்தவில்லை.

வள்ளியூர் வந்ததை அவனுக்கு நினைவூட்டிய பெரியவர் பார்சல் வாங்கச் சொன்னார். அவன் திரும்பவும் 'வேண்டாம்' என்றான். அப்போதுதான் அவனது முகத்தை அவர் சரியாகப் பார்த்தார். அழுது தீர்ந்த லட்சணம் அதில் தெரிந்தது.

''உடம்புக்குச் சுகமில்லையா?''

''ஒண்ணுமில்ல.''

''வயசு பையன் இப்பிடி சாப்பிடாம இருக்கப்பிடாது தம்பி. வேளாவேளைக்குச் சரியா சாப்பிடணும். இல்லாட்டா இப்பத் தெரியாது, அம்பது வயசுக்குப் பெறவு ஒடம்பில காட்டும்.''

அவர் அனுபவத்தில் தோய்ந்து பேசினார்.

''தம்பி எக்மோரா?''

''தாம்பரம்.''

''படிக்கிறியா?''

''வேலை பார்க்கிறேன்.''

பிளாட்பாரத்தில் நழுவிச்சென்ற டீக்காரனைக் கைதட்டி அழைத்தார், மோதிரங்கள் ஒன்றோடொன்று உரசிக்கொள்ளாத லாவகத்துடன்.

''ரெண்டு குடு!''

''இந்தாப்பா குடி''

''நான் டீ குடிக்கிறது இல்ல.''

''அப்ப காப்பி சொல்லட்டுமா?''

''வேண்டாம்.''

''இதென்ன பிள்ளையா இருக்கிற? ஒரு வழிக்கும் ஒதுங்காதவனா இல்ல பழகுறே. ஏன்தான் இந்தத் தலைமுறை இப்பிடிப் போவுதோ?''

திருநெல்வேலியில் கூட்டம் பேரலை அடித்தபோதும் தனியாக வந்த சில பெண்களைத் தவிர யாரும் அந்தப் பெட்டியில் ஏறவில்லை. பெண்கள் மொத்தமாக ஒருபுறம் ஒதுங்க, மறுபுறம் எட்டுபேர் அமரும் இரண்டு சீட்டையும் தனித்தனியாக இருவரும் பகிர்ந்தனர். முழுசாக நீண்டு நிமிர்ந்து கிடக்கக் கிடைத்த வாய்ப்பைப் பயன்படுத்திக்கொண்ட இளைஞன் தோளில் தொங்கிய பையைத் தலைக்கு வைத்து அப்படியே சுருண்டான்.

பெரியவரின் கண்கள் அவன் படுத்துக்கிடப்பதைக் கூர்ந்து கவனித்தன. கால்களில் அணிந்த ஷூவைக் கூடக் கழற்றாமல் இன்சர்ட் பண்ணின அதே நிலையில் எதையோ பறிகொடுத்தவனைப் போலத் துயின்றான். ஷூவின் விலை எட்டாயிரம் தாண்டும். வான்ஹூசைன் பிராண்ட் சட்டை. பெல்ற்றும் அதுபோல். சற்று வசதியான குடும்பம் என்று கணித்தார்.

அவன் கைகள் நடுங்குவதைக் கண்டு ஜன்னல் கண்ணாடியைக் கீழே இறக்கினார். மின்விசிறியை நிறுத்தலாமா என்று யோசித்துவிட்டு ஏனோ அதைக் கைவிட்டார். தனது உடம்பைத் தழுவிக்கிடந்த சால்வையை எடுத்து அவன்மேல் போர்த்தியது தான் தாமதம், தேகம் குலுங்கப் பேரதிர்வுடன் கேவிக்கேவி அழுதான். இதுவரை முழித்துதான் கிடந்திருக்கிறான் என்பதை அப்போதுதான் அவர் அறிந்தார்.

''என்னப்பா, என்ன?''

தான் தவறாக நடந்துகொள்ளவில்லையே என்று அங்கலாய்த்த பெரியவர் அவனை எழுப்பி இருத்தினார்.

''எதுக்கு அழறே? சொல்லு.''

''ஒண்ணும் இல்ல.''

அவன் ஒவ்வொரு எழுத்தாக உச்சரிப்பது போல அழுகையினூடே பேசினான்.

பெண்கள் ஒதுங்கியிருந்த பகுதியிலிருந்து இருவர் எட்டிப் பார்ப்பதைக் கவனித்தவர் அவன் கையைப்பிடித்து இழுத்து தான் அமர்ந்திருந்த இடத்தின் வலது பக்கமாகக் கொண்டு வந்து இருத்தினார். அவன் அழுகை ஓய்ந்து துளியெடுத்ததும் திரும்பப் பேசினார்.

''என்ன பிரச்சினை?''

''............''

''வீட்டில எதுவும் சண்டையா?''

''இல்ல.''

''பிறகு?''

''அப்..அப்..பா திட்டினாரு..''

அவன் திரும்பவும் அழுவதைப் பார்த்து சத்தம் போட்டுச் சிரித்தார் பெரியவர். இசையோடு கலந்த கவிதைபோல அது இருந்தது.

''அட கிறுக்குப்பய மவனே! கொப்பன் திட்டாம வேற யாருடா ஒன்னத் திட்டுவா?''

அவன் தோளில் உரிமையோடு தனது இரண்டு கைகளையும் போட்டு ஊஞ்சலாட்டம் காட்டியவாறு பேசினார்.

''நான் உன்ன திட்ட முடியுமா? சொல்லு. அப்பிடி திட்டினேண்ணு வச்சிக்க, நீ என்ன சும்மாவிட்டாலும் ஒங்கொப்பன் விடுவானா? எவம்பில எனக்க மோனுட்ட தகராறு செஞ்சதுண்ணு கேட்டு உதைக்க மாட்டான்?''

''இதுக்கு முன்னே ஒருநாளு கூட என்ன அவரு திட்டீற்று இல்ல.''

''அதுதான் வருத்தமா?''

''ம்...''

பெரியவர் எழும்பி நின்று தனது வேட்டியை மடித்துக் கட்டினார். தொடையைச் சரித்து நீளவாக்கில் இருந்த தழும்பை அவனிடம் காட்டினார்.

''இது என்ன தெரியுமா? சின்ன வயசில எனக்க அப்பா இழுத்தச் சூடு. எதுக்குத் தெரியுமா? சொல்றேன்.''

வேட்டியை அவிழ்த்துவிட்டு பழையபடி வந்து உட்கார்ந்தார்.

''எனக்க அப்பா அப்ப வெற்றிலைக் கொடி வச்சிருந்தாரு. காலத்த நாலுமணிக்கு நான் எழும்பி கொடிக்கு வெள்ளங்கோர போணும். ஒருநாளு மழைக்கொதுவில கெடந்து ஒறங்கீற்றேண்ணு வச்ச சூடாக்கும் இது, பாத்தியா?''

அவர் கடகடவென்று சிரித்தார்.

''அதுக்குப் பெறவு இந்த அர்னால்ட் ஒலகத்தில எந்த இடத்தில் இருந்தாலும், என்ன சோக்கேடு வந்தாலும் தனக்க வாழ்நாளில ஒருநாளு கூட காலைல நாலுமணிக்கு எழும்பாம இருந்தது இல்ல. இதுபோல எனக்க ஒடம்பு பூரா அப்பன் தந்த விழுப்புண்கள் மயம்மா உண்டு.''

அவன் அதிசயமாகப் பார்த்தான்.

''இண்ணத்த பிள்ளெயளுக்கு அப்பன் தேச்சியத்தில ரெண்டு வார்த்தைகள் பேசிப்போட்டா ஒடன்தானே கரைச்சலும், சங்கடமும் வந்திருது. ஆமா, பெற்றோருக்கு நீ ஒருத்தன் மட்டும் தானா?''

''ஒரு தம்பியும் உண்டு.''

''என்ன படிச்சிருக்கே?''

''பி.இ. மெக்கானிக்கல்.''

''நல்ல பாடமாச்சே.''

''...........''

''என்ன சம்பளம் கிட்டுது?''

''பிடித்தம் போக கையில ஒரு எட்டாயிரம் வரும்.''

''வாடகைக்கே பத்தாதே.''

''ஒரு வீட்டுக்க தட்டுல கொட்டகைப் போட்டு நாலு பேரா தங்கி சமைத்து சாப்பிடுகிறோம். ரெண்டாயிரம் ரூவாதான் வாடகை.''

''மிடுக்கன்! நம்ம வீட்டில வாழ்ந்த நிலைமைய போற இடத்தில சிந்திக்காதவன் தான் எப்பவும் முன்னேறுவான். நீ நல்லா வருவேடா.''

பெரியவர் அவனை ஆசீர்வதித்தார்.

''இண்ணு ஒங்களுக்கெல்லாம் நல்ல வாய்ப்பு வசதிகள் இருக்கு. இதில நூறில ஒண்ணு இல்லாத்த காலத்தில, எனக்க பதிநாலாவது வயசில மொதல் மொதலா நான் மெட்ராசுக்கு வந்தேன். செரியா அம்பத்துரெண்டு வருஷம் ஆகுது. அண்ணைக்குள்ள மெட்ராஸ் எப்படி இருந்திருக்கும்ணு இண்ணைக்கு ஒன்னால யோசிக்க முடியுதா?''

''இல்ல, நீங்க என்ன வேலை பாத்திய?''

''வேலையா? நான் பாக்காத தொழிலே கிடையாது தம்பி. சின்னமலை தாமஸ் கோயில் திருவிழா சமயம் ரோட்டோரத்தில் மிட்டாய்க்கடை போட்டு விற்றேன். அதுதான் நான் செய்த முதல் தொழில். பிறகு தள்ளு வண்டியில மணி அடிச்சிற்று தெருத்தெருவா

வியாபாரம். இண்ணு சிற்றிக்குள்ள பதினெட்டு கடை எனக்கிருக்கு. 'கிறிஸ்து பேக்கறி' கேள்விப்பட்டிருக்கியா?''

''டி.வி. விளம்பரத்தில பாத்திருக்கேன். கிறிஸ்மஸ் கேக்குக்கு ரொம்பவும் பேமஸ் ஆச்சே, அதுக்க ஓணரா நீங்க?''

அவரைப் பார்க்க அவனுக்கு வியப்பாக இருந்தது.

''பிளைட்ல போக வேண்டியவன் ஜெனரல் கம்பார்ட்மென்ட்ல யாத்திரை செய்கிறானேண்ணு யோசிக்கிறியா? மனசுக்கு திருப்தியா எப்பவாவது ஒரு தடவை ஊருக்கு வரும்போது இந்த மாதிரி யாத்திரை செய்வது எனக்க வழக்கம். பழைய வாழ்க்கை மறந்து போகப்பிடாது இல்லையா?''

பேசியபடியே தனது பையைத் திறந்து சின்ன டப்பி ஒன்றைக் கையில் எடுத்தார். அதன்மேல் 'பதாம் ஹல்வா' என ஆங்கிலத்தில் எழுதப்பட்டிருந்தது. கீழே 'டெலிசியஸ் ட்ரீட். ரிச் இன் பதாம்' என விளக்கவுரை இருந்தது.

''சாப்பிட்டுப் பாரு, நல்லா இருக்கும்.''

பையன் வாங்கி சாப்பிட்டு விட்டு நன்றாக இருப்பதாக முகத்தில் வெளிப்படுத்தினான்.

''காலி டப்பாவத் தூக்கித் தூரப் போடாத. சென்னையில நிறைய வயசாளிக இதத்தான் வெற்றிலப்பெட்டியா உபயோகிக்காங்க''

''விளம்பரமா?'' என்று கேட்கத் தோன்றியது பையனுக்கு. ஆனால் எதுவும் பேசவில்லை.

அதன்பிறகு அவர் படுக்கச் சென்றுவிட்டார். சிறிது நேரத்தில் பெருங் குறட்டைப்பிரகடனத்துடன் தூங்கிப்போனார். பையன் மின்விசிறியைப் பார்த்தபடி படுத்திருந்தானே தவிர அவனுக்குத் தூக்கம் வரவில்லை. முன்பைவிட மனபாரம் அதிகரித்தது.

நேற்று அப்பா ஒருபிசிறு பேசி ஓய்ந்தபிறகு அடுத்தகட்டமாக அடிக்க கையை ஓங்கினார். அப்படி என்னதான் நான் அவரிடம் சொல்லிப்போட்டேன்? தான் விரும்பும் பெண்ணைத் திருமணம் செய்வது குறித்து மகன் அப்பாவிடம் பேசாமல் வேறு யாரிடம் பேச முடியும்?

''ஜெபசிங்! நீ சின்னவயசில இருந்தே சண்டேஸ்கூல் பெய் பைபிள் படிச்சி, கிறிஸ்தவ பக்திமுறையில வளர்ந்தவனாக்கும். நீ பைபிளுக்கு விரோதமா ஒருக்காலும் நடக்கப்பிடாது.''

''விரும்பினவள திருமணம் செய்யப்பிடாதுண்ணு பைபிள்ல எங்க இருக்கு?''

''என்னையே எதுத்துக் கேள்வி கேக்கும் அளவுக்கு வந்திட்டியா? நான் யாரு தெரியுமாடா ஒனக்கு? சர்ச்சில் டீக்கனாரு. எக்சிக்குட்டிக்கு நிக்கப்போறேன்.''

''நான் நிக்கண்டாம்ணு சொல்லல்லியே?''

''அன்னிய ஸ்திரிய நீ விவாகம் செய்தா யாருடா எனக்கு ஓட்டுத் தருவான்? தலைநிமிர்ந்து என்னால வெளிய இறங்கி மானமா ஒண்ணு நடக்க முடியுமாடா?''

அப்பாவின் உலகம் இந்த அளவு சுருங்கிப்போனதற்குக் காரணம் திருச்சபை அரசியல் என்று அப்போது தெரிந்தது. அது திரட்டி வைத்திருக்கும் மனிதகூட்டம் அல்பத்தனத்தின் வளர்ச்சி என்பதைப் புரிந்தான்.

''கடைசியா சொல்லியேன், கோடி மறியக்கூடிய அளவுக்கு ஒனக்குச் சம்மந்தங்கள் வருது. கேட்டு நடந்தா நல்லா இருப்பே. அவளத்தான் கெட்டுவேன்ணு நிண்ணா, சொத்தில பொடி வகை தரமாட்டேன். எளைய பையனுக்குத் தான் எல்லாம் அளந்திருக்கு போலத் தெரியுது.''

மேல்மருவத்தூரில் படையெடுத்து வந்த கூட்டம் அவனை எழுப்பி இருத்தியது. பெரியவர் ஜன்னலோரம் அமர்ந்து சூரிய ஒளியில் குளித்தவாறு அன்றைய செய்தித்தாளைப் படித்துக்கொண்டிருந்தார். அவரது முகம் அவனுக்குத் தெரியாதவாறு பயணிகள் குறுக்கும் நெடுக்குமாக நின்றுகொண்டிருந்தார்கள்.

தாம்பரம் வந்ததும் கவனமாக அவனை அழைத்துத் தனது விசிட்டிங் கார்டைக் கையில் கொடுத்தார்.

''தமபி, இதில எனக்க போன் நம்பர் இருக்கு. எதுவானாலும் கூச்சப்படாம கால் பண்ணு. எனக்கு நிறைய கம்பெனிகளுக்க டீலர்ஸைத் தெரியும். வேலைகூட கேட்டுப்பார்க்கலாம். இறங்கினதும் அப்பாவுக்கு மறக்காம போன் பண்ணு.''

அப்பா என்றதும் அவனுக்குப் பயத்துடன் கூடிய உணர்வு நெஞ்சில் படர்ந்தது. இரவு முழுவதும் தூங்காத களைப்பும், கவலையும் ஒருசேர, தள்ளாடியபடி அவன் நடந்து செல்வதை ரெயிலில் அமர்ந்தவாறு பெரியவர் பார்த்துக்கொண்டிருந்தார்.

அடுத்த இருபது நிமிடத்தில் எக்மோர் எட்டியது. முதல் பிளாட்பாம் என்பதால் வசதியாகிப் போனது. வெளியே இறங்கி நடந்த பெரியவர்

தனது கார் நிற்கும் இடத்தை அடைந்தார். அங்கு ஏழெட்டு போலீசார் அவருக்காகக் காத்து நின்றனர்.

''ஜீப்ல ஏறு சார்!''

பாதி மரியாதையும், பாதி மரியாதைக் குறைவையும் குழைத்த மொழியில் சப்இன்ஸ்பெக்டர் பேசினான்.

''ஏய்... நீ எட்டணா செல்லத்துரை தானே? நான் எதுக்குடா ஜீப்புல ஏறணும்?''

என்றோ ஒருநாள் தள்ளுவண்டியில் மிட்டாய் வியாபாரம் செய்தவரைத் தடுத்து நிறுத்தி வாங்கிய எட்டணா நாமம் வாழ்நாள் முழுக்க தன்னைவிட்டு நீங்காத வடுவானதை நினைத்து வருத்தப்பட்ட தவளை மறுகணம் மிடுக்கை வரவழைத்துக்கொண்டு பேசியது.

''எதுவானாலும் ஸ்டேஷன்ல வந்து பேசு.''

''நான் காரில வாறேன்.''

பெரியவர் சற்று அவகாசம் எடுத்து தனது வழக்கறிஞருடன் காவல்நிலையம் சென்றபோது மதியத்தை எட்டி இருந்தது. அவரிடம் கண்ணாடி கவரில் சீல் செய்து வைத்திருந்த வியர்வை காயாத துண்டுத்தாளை நீட்டிப்பேசியது தவளை.

''இது உங்க விசிட்டிங்கார்டு தானே?''

''ஆமா.''

''தாம்பரம் மார்க்கெட் பகுதியில் இறந்து கிடந்த பையனுக்க சட்டைப்பையில் நாங்க கண்டெடுத்தது. இது எப்படி அவன் பாக்கெட்டுக்குள்ளால போச்சி?''

''அது வந்து...''

''சொல்லுங்க அர்னால்ட்! பையனுக்கும் உங்களுக்கும் என்ன முன்விரோதம்?''

''அப்படியெல்லாம் இல்ல. வந்து,... நான் சொல்றேன்.''

''இது கொலைண்ணு போலீஸ் டிப்பார்ட்மென்ட் சந்தேகிக்குது.''

''அதெல்லாம் இல்ல.''

அவர் உடல் வியர்வையில் குளித்தது. தடுமாறியபடி பேசினார்.

''பிறகு எப்படி சார் ஒங்க விசிட்டிங் கார்டு பையனுக்க சட்டைப்பையில் இருந்தது.?''

''நான் வழக்கறிஞரோடு கொஞ்சம் தனியா பேசணும்.''

''நோ! அதுக்கெல்லாம் சான்சே இல்ல.''

வழக்கறிஞர் எழும்பி வெளியே சென்றார். சிறிது நேரத்திற்குள் ஸ்டேஷனுக்குத் தொலைபேசி அழைப்பு வந்தது. தவளை ஏழெட்டுமுறை 'எஸ் சார்!' எனத் தொடர்ந்து சொல்லிக்கொண்டே இருந்தது.

அன்று தனது வழக்கறிஞருடன் அவர் அங்கிருந்து மீண்டார்.

அதன்பிறகு ஒரு திருமண வீட்டில் எதேச்சையாகக் காண்பது போல முன்கூட்டிய தீர்மானத்துடன் பெரியவரை சந்தித்துப் பேசியது தவளை.

''ஒங்க கேசில பையனுக்க அப்பா தந்த கம்ப்ளெய்ன்ட் அப்படியே இருக்கு. இன்னமும் எப்.ஐ.ஆர். போடல்ல.''

''ஏன் போடல்ல?''

''இது என்ன கேள்வி சார், ஆயிரந்தான் இருந்தாலும் நம்ம ஒரே ஜனங்க இல்லியா? தொடுவெட்டிக்கும், ஞாறாம்விளைக்கும் பெருத்து தூரமா உண்டு?''

''நீ என்ன சொல்ல வாறே செல்லத்துரை?''

பெரியவரின் இரண்டு கைகளையும் பற்றிப்பிடித்த தவளை பாசத்தோடு விரல்களை வீணையின் நரம்புகளைப் போலப் பாவித்து கீதம் வாசித்தது.

''நியாயமா ஒங்க பத்து விரல்லெயும் பத்து மோதிரம் போடணும். அவ்வளவு ஐஸ்வரியமான வள்ளல்கை. ஆனா ஏழுதான் போட்டிருக்கிய. மூணு குறைஞ்சதினால என்ன கெட்டுப்போச்சி? செரி, ஒண்ணுகூடப் போட்டாதான் என்ன செய்யும்? எல்லாம் நல்லபடியா முடியும், முடியணும். நான் சொல்வது சரிதானே?''

கையை வெடுக்கென உதறிய பெரியவர் தவளையை ஒருமாதிரிப் பார்த்தார். 'தாயளி! யாவாரியான எனக்கிட்டெயே யாவாரம் நடத்துதியா?' என்று கேட்பது போல இருந்தது.

காலையில் அவர் நடைபயிற்சி செல்லும் பாதையில் ஒருநாள் ஜீப்பை நிறுத்தி வைத்துக்கொண்டு உரையாடினான்.

''நீலாங்கரை பக்கம் நாலுகிரவுண்ட் நெலம் உங்களுக்குள்ளது சும்மாதான் கெடக்குதா?''

''சும்மாண்ணா?''

''படப்புப் பிடிச்சி பராமரிப்பற்றுக் கெடக்குது போல.''

''அதுக்கிப்ப என்ன?''

''பிளாட்டு போடுகதா இருந்தா நல்ல விலைக்கு விற்றுத்தரலாம். எனக்கும் ஒரு பிளாட் அவசியப்படுது.''

''விக்கியதுக்கும், வாங்கியதுக்கும் அதுக்க ஒடமஸ்தன் உயிரோடதான் இருக்கியான். நீ ஒனக்க வேலைமயிரப் பாத்துட்டுப் போ!''

முகத்தில் அடித்தாற்போல பேசிவிட்டு நகர்ந்தார்.

அவரிடம் எதையுமே பெறமுடியாது என்றறிந்த தவளை, 'ஒன்ன நான் பாத்துக்கிடலாம்' என்று மனசுக்குள்ளாகக் கறுவியது. ரெயில் டிக்கெட் முதல் ஒவ்வொரு ஆதாரங்களாக உருவாக்கி வைத்துவிட்டுப் புதியகதை எழுத ஆயத்தமான போது தான் அதற்கு வலுசேர்க்கும் வகையில் கொசு வந்து தவளையின் வாயில் வசமாகச் சிக்கியது.

அந்த அடுக்குமாடிக் குடியிருப்பு லிப்டில் அடிக்கடி அடையாளந்தெரியாத ஒருவன் வந்தமர்ந்து மது அருந்துவதாகவும், சிலசமயம் படுத்துறங்குவதாகவும் ஸ்டேஷனுக்குத் தொலைபேசி வந்துகொண்டிருந்தது. நேரில் ஒருநாள் சென்றபோது கொசு முழு போதையில் சுருண்டு கிடப்பதைக் கண்டது தவளை.

லாக்கப்பில் மறுநாள் பதினொரு மணிக்குப் போலக் கண்விழித்தவன், எதிரே சீருடையில் இருப்பவனைப் பார்த்தான். சந்தேகம் ததும்ப திரும்பவும் பார்த்தான். அவனேதான்.

''செல்லத்தொர, என்னத் தெரியுதா?''

''............''

''நான் கேசவன். எல்.எம்.எஸ். பள்ளியில சேந்து படிச்சமே, ஞாபகமிருக்கா?''

''மார்த்தாண்டத்திலா?''

''ஆமாலே, என்ன ஒருநாளு நீ அடிச்சேண்ணு பள்ளி முடிவில டவ்வர் ஓட்டல்ல கூட்டீற்று போய் தோசை வேண்டி தந்து சதிச்சது ஓறும வருதா?''

''இல்லியே...''

சொல்லிக்கொண்டே பல்லைக் கடித்தது தவளை. அதை நினைக்கும் போதெல்லாம் காக்காய் வலிப்பு வந்ததுபோல உடம்பு முழுவதும் மின்சாரம் பாயும். ஜென்மம் மாறினாலும் மறந்து போகக்கூடிய நிகழ்வா அது?

''லே ஒருவாளி சாம்பார்! எல்லாத்தையும் மறந்திட்டியா?''

ஓடிப்போய் நாலு சாத்து சாத்தலாமா என வந்தது தவளைக்கு. உலகமே மறந்து போயிருந்த தனது பழைய வட்டப்பெயரை உயிர்ப்பித்தால் யாருக்குத் தான் கோபம் வராது? ஆனாலும் முகம் நட்பின் பாவனையை மட்டுமே காட்டியது.

''கொஞ்சம் போல ஞாபகம் வருது.''

''அது கொள்ளாம். எங்க என்ன மறந்து பெய்ற்றியோண்ணு பயந்தேன்.''

''மறக்கவே மாட்டேன்.''

✡

இரவுநேரம் தவளை வெளியே இரைதேடப் போனதும் நாற்காலியில் வந்து அமர்ந்தார் இன்ஸ்பெக்டர். முகிலன்குடியிருப்பு ஆயுதப்படை மைதானத்திற்கு மாற்றலானதிலிருந்து எழும்பி, டிராபிக்கில் சிலகாலம் நின்று அபிநயம் பிடித்து லோக்கல் ஸ்டேஷனுக்கு மாறி எனப் பல்வேறு வளர்சிதை மாற்றங்கள் அடைந்து இறுதியாக வந்தடைந்த நாற்காலியை அமரும் முன்பு ஒருமுறை அசைத்துப் பார்த்தவாறு உட்காருவது அவர் வழக்கம்.

அன்றும் அவ்வாறு வந்தமர்ந்தார். அவர் முன்னால் நீளமான ஒரு கனத்த பதிவேட்டைக் கொண்டு வந்து பார்வேட் கையெழுத்துக்காக வைத்தான் ஏட்டு. அதில் கண்களை ஓடவிட்டார் இன்ஸ்பெக்டர்.

''தாம்பரம் வடக்கு காவல்நிலையம். குற்றஎண் : 36/2003. சட்டப்பிரிவு : 302 இ.பி.கோ. சம்பவம் நடந்த இடம் காவல் நிலையத்திலிருந்து தெற்கே 1.05 கி.மீ. தொலைவிலுள்ள சந்தைவெளி. சம்பவம் நடந்த நாள் 8-4-2003 இரவு 23.00 மணி. தகவல் கிடைத்த நாள் 9-4-2003 காலை 6.00மணி. வாதி: கே.பாலையன், வயது 52, த/பெ ந. கொச்சப்பி, மான்நின்றவிளை, விரிகோடு, மார்த்தாண்டம்-629165, கன்னியாகுமரி மாவட்டம். எதிரி : த.அர்னால்ட், வயது 66, த/பெ தங்கசாமி, மலையரந்தோட்டம், பேரை, ஞாறாம்விளை வழி, மார்த்தாண்டம் - 629165, கன்னியாகுமரி மாவட்டம். இரா.கேசவன், வயது 50, த/பெ. இராமசாமி,கசவன்விளை, மார்த்தாண்டம் - 629165, கன்னியாகுமரி மாவட்டம். இறந்தவர் : பா.ஜெபசிங்; வயது 25, த/பெ கே. பாலையன், மான்நின்றவிளை, விரிகோடு, மார்த்தாண்டம் - 629165, கன்னியாகுமரி மாவட்டம். காரணம் : முன்விரோதம்''

''இது அந்த அர்னால்ட் கேசா??''

''ஆமா அய்யா''

''அக்யூஸ்ட ஏன் இன்னமும் கைது செய்யல்ல?''

''தெரியாது.''

''இது யாரு கேசவன்?''

''லாக்கப்ல உண்டு''

மேசையிலிருந்த கண்ணாடியைத் திரும்பவும் தனது மூக்கில் வைத்துக்கொண்டு படித்தார்.

''சம்பவத்தன்று இரவு அர்னால்ட் தனது 'கிறிஸ்து பேக்கரி' தயாரிப்பான 'பதாம் ஹல்வா'வில் கொடிய விஷம் கலந்து கொடுத்து ஜெபசிங்கை முன்விரோதம் காரணமாகக் கொன்றிருக்கிறார். கேசவன் என்ற 50 வயதுடைய, குற்றங்களில் ஈடுபட்டு பலமுறை சிறைத்தண்டனை அனுபவித்த சமூக விரோதியின் துணையோடு இதனைச் செய்திருக்கிறார். சான்றாக அர்னால்டின் விசிட்டிங் கார்டும், ஜெபசிங் பையில் கண்டறியப்பட்ட தின்றது போக மீதியிருந்த பதாம் ஹல்வாவும்...''

டப்பென அடைத்து வைத்துவிட்டு கண்ணாடியைக் கழற்றி மேசைமேல் வைத்தார் இன்ஸ்பெக்டர்.

''பாரா, இங்க வா!''

சல்யூட்டுடன் நின்றான்.

''ஆக்ஸிஸ் பிரியாணி கடையில் இருந்து ஒரு பார்சல் மட்டன் பிரியாணி, சைட்டிஷ்க்கு சில்லி சிக்கன், ஆம்ப்ளேட் எல்லாம் ஒரு முன்னூறு ரூபாய்க்குப் போல ஒடனே வாங்கீட்டு வா!''

ரைட்டர் ஏதோ சொல்ல அருகில் வந்தார்.

''இது நீ எழுதினதா?''

''இல்ல.''

''அதானே பார்த்தேன்.''

''என்ன பிரச்சினை அய்யா?''

''ஒண்ணுமில்ல, சோழியான் குடுமி சும்மா ஆடுமா? எல்லாம் நெக்ஸ்ட் பிரமோஷன் தான். அதையும் பாத்துக்கிடுவோமே... அந்தக் கொசுவ வெளியக் கொண்டு வா!''

கொசு வந்து குனிந்து நின்றது. கால்முட்டால் பின்புறம் ஏட்டு கொடுத்த ஊணலில் முதுகு நிமிர்ந்தது.

''ஒம் பேரென்ன?''

''கேசவன்.''

''தொழில்?''

''எலக்ட்ரிசியன்.''

''லிப்டிலெயும் எலெக்ட்ரிக்கல் வேலை செய்துதான் உள்ள வந்தியோ?''

''இல்ல சாமி, அங்கெ வேற ஒரு விஷயத்துக்குப் போனேன்.''

''தாலி அறுக்கவா?''

''அதெல்லாம் விட்டு ஒருவாடு வரியமாச்சி போற்றியே!''

''ஓமக்கு ஒரு கடையில நிண்ணு வேல பாத்தா தெனம் அம்பது ரூவா சம்பளம் கிடைக்காதா ஓய்?''

இன்ஸ்பெக்டரின் குரலில் தென்பட்ட லேசான ஈரம் கொசுவுக்குப் பெரிய தெம்பைக் கொடுத்தது. தானாகவே நிமிர்ந்து நின்றான்.

''எக்க பொன்னு நாயனே, வேல செஞ்சி தின்னிய காலமெல்லாம் கழிஞ்சி போச்சி. உண்மையா வேலை செஞ்சு தேகத்தில கொள்ளாத அடியும், இடியும் பட்டு சயரோகம் கிட்டியது தான் பாக்கி. இவன் உதவ மாட்டான்ணு பெண்டாட்டியும், பிள்ளைகளும் தள்ளீற்று போன பெறவு அப்பிடியும், இப்பிடியும் கொஞ்சம் திருட்டில இறங்கினது வாஸ்தவம் தான். ஆனா நீங்க சொல்லியது போல எல்லாம் பெரூசா ஒண்ணும் நான் செஞ்சிட்டு இல்ல.''

''லிப்டில என்ன வேல ஓய் ஓமக்கு, அங்க எதுக்குப் போனீரு?''

''அப்பிடிக் கேக்கணும் யாமானே. இத்திரி போல வெள்ளம் அடிச்சாட்டு எனக்கு ஒறங்கப் பற்றாது. ஒரு கோட்டர மடியில கெட்டீற்று நாலு நாளா அலையுதேன், இந்த பாழாப்போன சிற்றியில ராவுக்கும், பகலுக்கும் வித்தியாசமோ, ஒளிவு மறைவோ இல்லாம எங்கெயும் ஆளனக்கமும், ஆரவாரமுமா இருக்குது. கக்கூசில ஏறி அடிக்கிலாம்ணு பாத்தா அதுக்கும் அஞ்சிரூவா கேக்குதான். ஊரில வல்லதும் விளைகளும், வயக்காடுமா இருக்குமா, தொந்தரவு இல்ல. இஞ்ச அதுக்குப் பற்றுமா? அப்பதான் அந்த அன்னஊஞ்சல் கண்ணுல பட்டுது.''

''அன்ன ஊஞ்சாலா?''

''வோ. ஏறியதும், எறங்கியதாட்டும் இருக்குமே, அதியான்.''

காவல்நிலையம் என்பதையும் மறந்து எல்லோரும் வாய்விட்டுச் சிரித்தார்கள்.

''அப்புறம்?''

''குகைக்க மின்ன நிண்ணு அலிபாபா போல மந்திரம் எதுவும் சொல்லாமலே கதவு தானா தெறந்துதா, நான் உள்ள போனேன். அப்ப

யாருமே கிடையாது. தெய்வம் எனக்குத் தந்த சொர்க்கமா நெனச்சி கோட்டர எடுத்து காலி செஞ்சிட்டே இருந்தேன். ஜில்லுண்ணு அதுக்க கூடக் குளிரும் சொகம்மா இருந்துது. 'டக்'குண்ணு பானை பிஞ்சது போலக் கதவு ரெண்டாப் பிளந்தது. ஈச்சிப் பற்றம் போல எங்கிருந்தெல்லாமோ ஜனங்க புகுந்து எனக்கு இடைஞ்சல் செஞ்சினும். அதில நடந்த கைதள்ளல்ல எனக்கு ஒண்ணிரண்டு அடியும் கெடச்சுது.''

''அடிச்சாங்களா?''

''பின்ன இல்லாம? அதிலெயும் வாயில செவப்பு மசி தேச்ச பொம்பள ஒருத்தி மாப்பிள்ளைட்ட சண்டை போட்டுட்டு வந்த வெப்றாளத்திலெயோ என்னவோ, செருப்பு கழற்றி அடிச்சா பாருங்க அடி, 'பொம்பளையள ரேப் செய்வியா? செய்வியா?'ண்ணு கேட்டுக்கேட்டு அடிச்சா. நான் சுருண்டு விழுந்து செத்தது போல ஆன பெறவு மறுநாளு லாக்கப்புல வச்சி தான் எனக்க ரெண்டு கண்ணும் தெறந்துது.''

''இண்ணைக்கு ஒம்மள நல்லா குளிப்பாட்டப் போறோம். கான்ஸ்டபிள், இவரக் கூட்டீற்று போ உள்ள.''

பூட்டப்பட்டிருந்த அறையைத் திறந்து விளக்கைப் போட்டு ஒரு மூலையில் கொண்டு போய் இருத்துவது வரைக்கும் என்ன நடக்கப்போகிறதோ என்ற அவஸ்தையில் கொசு தவித்தது. கேனில் இருந்த கள்ளச்சாராயத்தைச் சரித்து பிளாஸ்டிக் மக்கில் பிடித்து தனக்கு முன்னால் கான்ஸ்டபிள் கொண்டு வைத்தபிறகும் அவனால் நம்பமுடியவில்லை.

''எனக்கா?''

''வேற யாருக்கு? சீக்கிரம் காலி பண்ணு.''

ஒருவித தயக்கத்தோடும், பதட்டத்தோடும் கண்களை மேலாகப் பராக்குப் பார்க்க விட்டுவிட்டு அவன் குடித்துக்கொண்டிருந்தான். வெளியே பார்சல் வாங்கப்போன பாரா பிரியாணி பொட்டலத்துடன் இன்ஸ்பெக்டரிடம் வந்து நின்றான்.

''இங்க வச்சி சாப்பிடுகிறீங்களா, அல்லது வீட்டுக்கு கொண்டு போறீங்களா?''

''எனக்கில்ல, உள்ள ஒருத்தன் இருக்கான். அவனுக்கு கொண்டு போய்க் கொடு.''

"தனக்கு முன்னால் வைக்கப்பட்ட உணவு வகைகளைக் கண்டதும் கொசுவுக்கு உடல் முழுவதும் நடுங்கியது. வாய் கசந்துபோய் குமட்டிக்கொண்டு வந்தது.

"எடுத்து சாப்பிடு."

"வேண்டாம் சாரே..."

"ஒனக்கிட்ட கொஞ்சீட்டு இருக்க எங்களுக்கு நேரம் இல்ல. இன்ஸ்பெக்டர் வாறதுக்கு முன்னால ஒரு பொடி மிச்சம் வைக்காம தின்னு தீர்க்கணும். இல்லேண்ணா, நடக்கிறது வேற."

மரத்தூளை சவைத்தது போல உணர்வில்லாமல் கொசு தின்று முடித்தது.

எல்லோரையும் வெளியே போகச் சொல்லிவிட்டு இன்ஸ்பெக்டர் மட்டும் அறைக்குள் நுழைந்தார். காக்கிச்சட்டையைக் கழற்றி நாற்காலி மேல் படர்த்தினார். வாசலுக்கு நேராய் நடந்து வந்து கதவைப்பூட்டி உட்புறமாகத் தாளிட்டார். நடுங்கியவாறு நின்ற கொசுவின் கால்கள் மடங்கின. அப்படியே முகங்குப்புற விழுந்து அலறினான்.

"என்னப் போட்டுத் தள்ளத்தானே போறிய? எக்க பொன்னு சாரே, நான் பாவப்பட்டவனாக்கும்."

"டேய் எழுப்பு, யாரு அப்படி சொன்னது?"

"எனக்குத் தெரியும். ஒருத்தனுக்கு நல்ல ஆகாரம் போலீஸ் குடுக்குதுண்ணா அவனக் கொல்லப் போறாங்கண்ணு அர்த்தம். நான் இப்ப தின்னது கொலத்தீற்றியாக்கும் சாரே, கொலத்தீற்றி..."

அவன் மண்டையில் அடித்து ஒப்பாரி வைத்தான்.

"நான் ஒன்ன காப்பாற்ற வந்தவன். ஏண்ணா அதில எனக்கொரு லாபம் இருக்கு. தனக்க நன்மைக்காக ஒருத்தனை ரெட்சிக்க நினைப்பவன் ஒருக்காலும் அவனக் கைவிடமாட்டான். என்ன நீ முழுமையா நம்பலாம்."

அவன் இருந்த பக்கம் ஒரு சிகரெட்டைத் தூக்கிஎறிந்த இன்ஸ்பெக்டர், தான் ஒன்றைப் பற்ற வைத்து இழுத்துவிட்டுத் தீயை அவனுக்குப் பரிமாறினார்.

"ஒன்ன அரெஸ்ட் பண்ணினாரே சப்இன்ஸ்பெக்டர், அவர முன்னமே ஒனக்குத் தெரியுமா?"

"யாரு செல்லத்தொரையா? நானும், அவனும் மார்த்தாண்டம் எல். எம்.எஸ் பள்ளீல எட்டாங்கிளாஸ் வரைக்கும் ஒண்ணா படிச்சோம்."

கண்ணீரைத் துடைத்து விட்டு கொசு ஆர்வமாக உட்கார்ந்து பேசியது.

"டேய் நீ திருட்டுப்பய. கண்டு ஒண்ணு, காணாம ஒண்ணு செய்பவனாக்கும். இப்ப செல்லத்தொரை, நேற்று என்னமோ சொன்னியே, சாம்பாருண்ணா?"

"ஒருவாளி சாம்பார்! அதுவொரு பெரிய கதை, யாமானே"

"சொல்லு, அதுக்குத்தான் ஒனக்கு ஹெவியா சாப்பாடெல்லாம் வாங்கித் தந்திருக்கேன். பிறகென்ன கொள்ளை?"

"சாரே, அண்ணு மார்த்தாண்டம் எல்லாம் இல்ல, தொடுவெட்டியாக்கும் பேரு. ஏழே ஏழு பஸ்கள் தான் ஓடிச்சி. மிச்சம் எல்லாம் குதிர வண்டியும், காள வண்டிகளுமாக்கும். ஏழு பஸ்களையும் ராத்திரி ஆனா வெட்டுமணியில கொண்டு பெய் நிறுத்துவினும்."

"நான் பஸ் கணக்கெயா ஒனக்கிட்ட கேட்டேன்?"

"நீங்க கேக்காட்டாலும் நான் சொல்லணும் இல்லியா தொரையே! அண்ணைக்கு தொடுவெட்டியில பெரிய ஓட்டல் அம்பிகா விலாசம். அது பொளிஞ்ச பெறவு பேரெடுத்து நிண்ணது டவ்வர் ஓட்டலாக்கும்."

"இதெல்லாம் எதுக்கு சொல்றே?"

"இங்கதான் கதை இருக்கு நாயனே. டவ்வர் ஓட்டல் தீப்பிடிச்ச கதை தெரியுமா ஒங்களுக்கு?"

"ச்சோ...ரம்பம் தீட்டுகானே."

"அப்ப ஓடிப்பெய் அணச்ச கூட்டத்தில நானும், செல்லத்தொரையும் உண்டு. நாங்க அப்ப பொடிப் பயலுவளாக்கும் சாரே."

செல்லத்தொரை என்றதும் கூர்மையான இன்ஸ்பெக்டர் நிமிர்ந்து உட்கார்ந்தார். அவர் உள்ளக்கிடக்கை தவளையை மையமிட்டுக் கொண்டிருந்தது என்பதைப் பறைசாற்றியது.

"அம்பிகா விலாசம் மொதலாளி புளியமுத்து காரிலெயாக்கும் வந்து இறங்குவார். ஆளு தெண்டனாக்கும்."

"புளியமுத்து காரா?"

"வோ. நீளமும், வீதியும் கூடின அந்தக் காரைத் தெரியாதா யாமானே? இன்னியே...'பட்டணத்தில் பூதம்' படத்தில கே.ஆர். விசயா ஏறி வருவா இல்லையா, அந்த வண்டி!"

''ஓ... பிளைன்மவுத் காரா?''

இன்ஸ்பெக்டருக்கு சிரித்து இருமல் வந்து விட்டது.

''செல்லத்தொரைக்க தலையக் கண்டாலே போரும், அம்பிகா விலாசம் மொதலாளிக்கு கொலவெறி வரும். கடைக்குள்ள ஏத்த மாட்டாரு. 'ஓடுபிலே!'ண்ணு வெரட்டித் தள்ளுவாரு.''

''ஏன்?''

''அவன் சேலு அப்பிடி. பெய் இருந்துட்டு ஒரு தோச கேப்பான். மொதல்ல சட்டினி விடச் சொல்லுவான். எண்ணெ காம்பிப் போச்சுண்ணு அதையும் ஒதுக்குவான். அடுத்து சால்னா விடச் சொல்லுவான். போஞ்சிப் போச்சுண்ணு அதையும் ஒதுக்குவான். அடுத்து இடிசம்மந்தி கேப்பான். இவன இடிச்சி நொறுக்கணும்ணுள்ள தேச்சியத்தில அதையும் கொண்டு வைப்பினும். பூப்பு பிடிச்ச தேங்காயா அரைச்சிய? ண்ணு கேட்டுட்டு அதையும் ஒதுக்குவான். கடைசியில சாம்பார் விடச் சொல்லுவான் பாருங்க, வாரிக் குடிச்சிக்கிட்டே இருப்பான். யாருக்குப் பொறுக்கும்? அது கொண்டு அந்த மொதலாளி வச்ச வட்டப் பெயராக்கும் 'ஒருவாளி சாம்பார்'ண்ணு உள்ளது.''

''சுவாரசியமா இருக்கே.''

''டவ்வர் ஓட்டல் கதை கேட்டா இன்னும் தமாசா இருக்கும் நாயனே. தேங்காப்பட்டணம் சாயுப்புமாரு வந்து இந்த ஓட்டலத் தொறந்ததும் மக்களுட்ட பெரிய வரவேற்பு. பஸ்கள முன்னாலக் கொண்டு நிறுத்தீட்டு டிரைவரும், கண்டக்டரும் உள்ள சாப்பிடப் போவினும். நானும், செல்லத்தொரையும் கையில ஒரு பிளேடு கொண்டு போய் சீட்டைக் கிழிச்சி உள்ள இருக்கிய ஸ்பாஞ்சை அறுத்தெடுப்போம். பள்ளீல வாத்தியாம்மாருக்குப் போர்டு அழிக்க வசதியா இருக்கும். மத்தியான நேரங்களில இது நடக்கும்.''

''செல்லத்துரை எதுக்கு இதைச் செய்யணும்.?''

''அவன்தான் கிளாஸ் மானிட்டர். ஒரு எழவும் படிச்சாத்த பயல எதுக்கு ஆக்கிச்சினும்ணா, அவன் தான் வகுப்பில ஒயரங்கொறஞ்சாலும் தடியனாட்டு இருப்பான். எங்கள அடிக்கியதுக்கு வீட்டில இருந்து புளியங்கம்புகளக் கொண்டுவந்து கொடுப்பான். இதத் தட்டிக் கேட்ட என்னச் செவுட்டில அடிச்சிப் போட்டான். அவனுட்ட கைகுடுத்து மீள முடியாதுண்ணு கருதி மிண்டாத இருந்தேன். ஆனா சும்மா இருக்கேல.''

"ஆங்..."

"பள்ளியில பெரிய பரிச்ச முடிய கடேசி நாள். அதுக்குப் பெறவு லீவு காலம். நாளக்கி நாம ரெண்டு பேரும் டவ்வர் ஓட்டல்ல தோச தின்னப் போவுலாம்ணு பதுக்க முந்தின நாளே அவனுட்டெ சட்டங்கெட்டி வச்சேன். பயலுக்கு சந்தோளம்ணா வலிய சந்தோளம்."

"ஒன்ன அடிச்சவனையா?"

"கேளுங்க நாயனே, தோசையில பத்துப் பன்னிரெண்டு அவனுக்கு வைக்கச் சொன்னேன். சாம்பார் வாளியத் தூக்கி தோசைக்க மின்ன அப்பிடியே எடுத்து வச்சேன். அஞ்செண்ணம் தின்ன பெறவு தலைநிமிர்ந்து, 'நீ தின்னல்லியா டேய்?'ண்ணு ஒரு வாக்கு மட்டும் கேட்டான். 'எனக்கு ஒரே வயிற்றெளச்சல் அண்ணா, ஒரு கிளாஸ் தேயில மட்டும் குடிச்சியேன்'ணு சொன்னேன். திரும்பவும் அவனுக்கு அஞ்சி தோச வைக்கச் சொல்லி இறைச்சிக்கறிக்கும் ஆர்டர் செஞ்சேன். ஆளு தலை நிமிராம வெட்டி விழுங்கினான்."

"பிறகு?"

"அண்ணே நீ மெள்ள தின்னுட்டு வா. நான் காசு குடுக்கிய இடத்திலெ நிக்கியேன்ணு சொல்லீட்டு முன்னால வந்தேன். மேசையில இருந்தவனுட்டெ நான் குடிச்ச ஒரு தேயிலைக்குள்ள பைசா மட்டும் குடுத்துட்டு வெளிய இறங்கி ஒரு ஓட்டம் பிடிச்சேன் பாருங்க, எனக்க வீட்டிலெ வந்து தான் நிண்ணேன்."

"ஓ... அப்புறம் என்னாச்சி?"

"அதுக்குப் பெறவா? செல்லத்தொரைக்க சட்டையைக் கழற்றி ரெண்டு கைகளையும் சேத்து பின்னால கட்டி டவ்வர் ஓட்டலுக்க முன்ன ரோட்டிலெ வெயில்ல நிறுத்தினானுவளாம். 'இப்ப அந்தக் கேசவன் எனக்க கையில கெடச்சான்ணா கடிச்சி குதறிப்போடுவேன்'ணு சத்தம் போட்டதா கூடப் படிச்சிய பயக்க வந்து சொல்லிச்சினும்."

"அப்புறம் அவன் உன்னக் காணல்லியா?"

"ரொம்பக் காலம் ஒளிச்சி திரிஞ்சேன். கையில கிட்டினா கொன்னு போடுவான்ணு தெரியும். அவன் வலிய ஆனையா இருக்கலாம். ஆனையும் கட்டெறும்புக்கு அடிபணிஞ்சி தானே ஆவணும் நாயனே."

"சரி, இப்ப உனக்க சாம்பார் எப்படி?"

"இப்பவா? ஆளு நல்ல திருத்தமாக்கும், கேட்டியளா! நான் வாழ்க்கையில தொலஞ்சி ஒண்ணும் இல்லாமப் போனவன்.

ஆனா, எனக்க கூடப்படிச்ச செல்லத்தொரை இண்ணு வலிய ஏமானாக்கும். பழசையெல்லாம் எண்ணைக்கோ அவன் மறந்திருப்பான். அதையெல்லாம் வகைவைக்க இண்ணைக்கும் நாங்க சின்னப்பிள்ளைகளா என்ன?"

"அப்படி நீ நினைக்கிறே, ஆனா அவன் மனசில வேறெயாக்கும் எண்ணம்."

"செல்லத்தொரைக்க மனசா?"

"ஆமா, நாளை கோர்ட்டுக்குப் போனபிறகு தான் உனக்கு அது தெரியும். நீ காலம் முழுக்க சிறையில இருக்கிறதுக்கான எல்லா ஏற்பாடுகளையும் அவன் செய்து முடிச்சாச்சி."

"அப்பிடி அவனுக்கு நான் என்ன பாவம் செஞ்சேன் தொரையே?"

"ஒருவாளி சாம்பாரை நினைவுபடுத்தினாயே, போதாதா?"

"அது சும்மா தமாசுக்கு நான் சொன்னதாக்கும்."

"விளையாட்டுதான் வினையா மாறும்ணு தெரியாதா? நான் ஒண்ணு சொல்லித்தருவேன், நாளை கோர்ட்டில அதை நீ சொல்லுவியா? சொன்னா அவன் மாட்டுவான்."

"சொல்லுலாம் தொரையே."

அவனிடம் மெதுவாக எல்லாவற்றையும் சொல்லிக்கொடுத்து விட்டு சட்டையை மாட்டியவாறு வெளியே இறங்கி நடந்தார் இன்ஸ்பெக்டர்.

மறுநாள் கொசுவை ஜீப்பில் ஏற்றும் நேரம். தனக்கருகில் நெருக்கமாக நின்ற தவளையிடம் கேட்டது,

"கோர்ட்டில என்ன விட்டிருவினுமா?"

"செக்சன் செவன்டிபைவ் தான். ஒரு சின்ன அபராதம்."

"இண்ணு நீ டவ்வர் ஓட்டலை விட அதிகமா சாம்பார் குடிச்சப் போறவிலே!"

கொசுவின் மைன்ட் வாய்ஸைக் கேட்டுச் சிரித்தார் சார்லஸ் டார்வின்.

மணல்வீடு, ஆகஸ்ட் : 2021

02

அரசவம்சம்

சூக்கிராண்டி என்று எல்லோராலும் அழைக்கப்படும், யாருக்கும் தெரியாத இயற்பெயர் கொண்ட, ஏழெட்டு ஊர்களின் ஒரே நிரந்தர தெங்கேறி, பனையிலிருந்து விழுந்து மரித்துப்போனான். அந்தச் செய்தி, மகன் கொச்சப்பியைச் சென்று அடைவதற்குள் மங்காடு மா.உண்ணி அங்கு ஆஜரானார். அவர் வந்ததென்னவோ புல்லட் பைக்கில்தான் என்றாலும், ககனமார்க்கமாக வந்திருக்க வேண்டும் என்று ஊரார் கருதினர். அத்தனை விரைவு.

மா.உண்ணி பிரசித்தி பெற்ற வரலாற்றாசிரியர் இல்லை என்றாலும் அப்படி சொல்லிக்கொள்பவர் மட்டுமல்ல, பிறரையும் சொல்ல வைப்பவர். சுற்றி நாலுபேரை நிறுத்தி சிந்தாபாத் போட வைத்தால் ஒருவன் தலைவனாவதில்லையா? அந்த மாதிரி. மாங்காய் உண்ணி என்பது அவருக்கு வேண்டாதவர்கள் சூட்டிய வட்டப்பெயர் என்று தயவுசெய்து யாரும் கருத வேண்டாம். மாங்காயைக் கண்டுபிடித்தவன் தனது சாதிக்காரன் என்றொரு ஆய்வுக்கட்டுரை எழுதியதற்காகக் கிடைத்த சிறப்புப்பட்டம் அது. அமேசான் காடுகளில் மட்டுமே வளர்ந்து நின்ற மாங்காய்மரத்தைத் தனது முன்னோர்கள் எங்ஙனம் கால்நடையாகக் கடந்து சென்று சொந்த ஊரான மங்காட்டுக்குக் கொண்டுவந்து விவசாயம் செய்தார்கள் என்றும், அவ்வாறு செல்லும்போது குறுக்கிட்ட மக்கள் சமூகங்களுடன் நிகழ்ந்த மாபெரும் படையெடுப்புகள் குறித்தும், நாடுகளைக் கைப்பற்றி அரசாண்ட

பேரரசுகள் குறித்தும், அவர்களுக்கிடையே நிகழ்ந்த இனக்கலப்புகள் குறித்தும், அதன் வாயிலாகக் குமரிக்கண்டத்தினர் சூட்டிய செந்தமிழ்ச் சொல்லான மாங்காய் ஆங்கிலத்தில் எங்ஙனம் மேங்கோ ஆனது என்றும் மிக விரிவாகவே சான்றாதாரங்களுடன் தனது கட்டுரையை அமைத்திருந்தார். இறுதியில் மாங்காய்க்காடு தான் மங்காடு ஆனது என்ற முடிபை எட்டியது ஆய்வு. அதற்காக இரண்டாயிரம் ரூபாய் செலவழித்து இலங்கையிலிருந்து ஒரு டாக்டர் பட்டம் வாங்கினார் என்பது வேறு விஷயம். எனவேதான் அதுவரை இரு கனியாக இருந்த பழவரிசைப் பட்டியலில் மாவும் முதற்கனியாக இடம்பிடித்து முக்கனி ஆனது.

உண்ணியின் உடல் அங்கங்களைக் காட்டிலும் ஆத்மார்த்தமான இஷ்டசினேகிதன் ஒருவனை இந்த உலகத்தில் காட்ட வேண்டுமென்றால் அது தக்கலை மனுவேல் மட்டும்தான். மத்தியஅரசில் பணிநிறைவு பெற்றபிறகு அவருக்கு எப்போதும் உண்ணியுடன் தான் சகவாசம். ஒருநாள் காணவில்லை என்றாலும் இருவரும் பரபரத்துவிடுவார்கள். உண்ணி எழுதும் ஆய்வுக்கட்டுரைகளைத் தனது அபரிமிதமான ஆங்கில அறிவால் மொழிபெயர்ப்பது மனுவேலின் லட்சியபணி. எவ்வளவுதான் மெருகேற்றிப் பார்த்தாலும் ஒரு வெள்ளைக்காரனைக் கூட அது ஈர்க்கவில்லை என்பதில் மகாவருத்தம். ஆனாலும் மொழிபெயர்த்துக்கொண்டே இருந்தார். அதிலும் குறிப்பாக மாங்காய் குறித்து உண்ணி எழுதிய ஆய்வை உலகம் கண்டுகொள்ளாததில் இருவரும் கலங்கிப் போனார்கள். அதென்ன 'ஹவுஸ் ஆப் புளூமேங்கோஸ்' சாதனமா வெள்ளைக்காரன் கண்டுகொள்ள?

இவ்வாறான சொந்தம் சாதியின் வரலாற்றைக் கண்டறியும் ஆய்வின் உச்சகட்டத்தில் இருவராலும் பெருங்கனவாய் உயர்த்தி எடுக்கப்பட்ட செயல்பாட்டிற்கான தளம் தான் 'நாடாண்டவர் மகாசபை' என்னும் அமைப்பு. உண்ணி அதன் செயலாளர், மனுவேல் தலைவர். அதுமுதற்கொண்டு அவர்களது வம்சத்தில் நடக்கும் நல்லது கெட்டதுகளில் முதல் ஆளாக இருவரும் ஆஜராகி விடுவார்கள். மகாசபையின் செயற்குழு உறுப்பினர்களும் இதில் அடக்கம்.

அந்தச் சுற்றுவட்டாரப் பகுதிகளில் தேங்காய்ப்பறிக்க மரமேறத் தெரிந்தவர்கள் யாரும் கிடையாது. ஒரு மரம் ஏற சாதாரணமாக முப்பதுரூபாய் கூலி என்றால் மக்கள் அம்பது கொடுக்கவும் தயாராக இருந்தார்கள். என்றாலும் ஆள் கிட்டாததால் குறைவாகத் தென்னைமரம் உடையவர்கள் தொளிந்து பொறுக்கத் தொடங்கினார்கள். அனேகமும்

வீட்டடியைச் சுற்றி ஐந்தோ, பத்தோ மரம் நிற்பவர்களுக்கு அது வசதியாக இருந்தது. ஆனாலும் சமயங்களில் விவரமற்ற தேங்காய்கள் ஆட்களின் தலையைப் பதம்பார்க்கத் தொடங்கவே அவர்களுக்கும் தெங்கேறியின் அவசியம் ஏற்பட்டது. சுற்றியுள்ள ஏழெட்டு ஊர்களுக்கு இதனால் சூக்கிராண்டி நட்சத்திர அந்தஸ்து கொண்ட கதாநாயகனாக மாறினான். சூர்யோதயம் தொட்டு அஸ்தமனத்துக்கப்பாலும் ஆட்காரர்கள் அவனைத் தென்னை மரத்தில் அறைந்துகொண்டே இருந்தார்கள். அவனுக்குத் தாகமோ, பசியோ, நோயோ, வேதனையோ எதுவும் இல்லாத வெறுந்தவளையாகவும், ஓணானாகவும் கருதினார்கள். அவன் மரத்தின் உச்சியில் பல நேரங்களிலும் அவ்வாறாகத் தவழ்ந்தான்.

விண்ணுக்கும், மண்ணுக்குமாக வாழகிடைத்த இந்த வெளியில் பூமியில் கிடைமட்டமாகத் தனது வீட்டைத்தவிர சூக்கிராண்டிக்குப் பிடித்தமான இடம் சங்கரபிள்ளையின் சாயைக்கடை. அதிகமும் மதியம் தாண்டிய வேளைகளில் அவன் கால்கள் அங்கு இடம்பெயரும். கண்ணாடிப்பெட்டியில் சூடாகக் கண்ணுருட்டிக்கொண்டிருக்கும் உண்ணியப்பங்களைப் பீரங்கியில் வைக்கும் குண்டுகளைப்போல வாயில் தூக்கிப்போடுவான். வடை வகையறாக்கள் இருந்தால் அவற்றிற்கும் இதே கதிதான். ஒரேசமயம் அம்பது அறுபது எண்ணங்கள் காலியான பிறகு அவனிடமிருந்து பெரியதொரு ஏப்பம் வரும்.

அவன் செய்யும் இதுபோன்ற விகடத்தனங்களில் ஒன்றே எய்திய மரணமும் என்று ஊரார் நினைத்தார்கள். அல்லாமல் தெங்கேறி, எதற்குப் பனையேறப் போனான் என்ற கேள்வியை எல்லோரும் எழுப்பியது போலவே மகாசபை தலைவரும் கொச்சப்பியிடம் கேட்டார்.

''அப்பன் ஒரு பனையில மட்டும் கள்ளுவச்சி அவரு மட்டும் குடிப்பாரு. பனையில் இருந்தே குடிச்சிற்று இறங்குவாரு. வாழ்நாள்ல ஒருநாளு கூட கள்ள, பனையில இருந்து தாழஇறக்கி அவரு கொண்டுவந்திட்டு இல்ல.''

''கொப்பனுக்கு ஷாப்பில இருந்து வல்லதும் விஸ்கியோ, பிராண்டியோ வேண்டி குடுக்கப்பிடாதா டேய்? இப்பிடி எதுக்கு பனையில ஏறி குடிச்ச விட்ட?''

''இண்ணு நேத்தா குடிச்சியாரு? நாம் பெறக்கியதுக்கு மின்னெயே அவரு பனையில ஏறித்தான் குடிச்சாரு. ஆகாசத்த தவிர பூமாதேவிக்க மடியில சவுட்டி குடிச்சமாட்டேன்ணு சத்தியம் செஞ்ச மனுஷன் ஷாப்பில விக்கிய வகையள கையால கூட தொட்டிற்று இல்ல.''

''காலத்துக்கேற்றவாறு மாறத்தெரியாத ஜனங்க...''

எகத்தாளமாக எட்வின் சொல்லி முடிப்பதற்குள் இன்னொரு செயற்குழு உறுப்பினரான புலவர் சிவலிங்கம் அவனை முறைத்துப் பார்த்தார்.

''பனைமரம்ணா என்னாண்ணு தெரியுமாடா ஒனக்கு? தெய்வங்களுக்கெல்லாம் அதிபதியான இந்திரனுக்க வகையாக்கும். அரசவம்சம் சோமபானம் அருந்துவதில் கூட இயற்கையாகக் கிடைக்கும் பதநீரை நாடி இருப்பதிலிருந்து அதன் சிறப்பு தெரியவில்லையா?''

''பதநீரா? சுண்ணாம்பு போட்டு பதப்படுத்தப்பட்ட அக்கானி இல்லியா அது?''

''ஒனக்குத் தெரிஞ்சது அம்பிடு தான். 'பதம்' என்பது சங்க காலத்தில் கள்ளைக் குறிக்கும் சொல்லாகும். பொருநராற்றுப்படை படிச்சிருக்கியா நீ? போர்க்களம் பாடும் பொருநர்களுக்கு கரிகாற்சோழன் மகிழ்ப்பதம் வழங்கி மகிழ்வித்தான் என்று அதில் சொல்லப்பட்டிருக்கிறது. பதமான நீர்தான் கள்ளாயிற்று. அரசபரம்பரை அருந்திய கள்ளை நம்மாள் குடித்ததில் ஒன்றும் தவறில்லையே''

''அப்ப அக்கானியப் பதநீர் என்பதோ?''

''அது பிற்காலப் பொருளாயிற்று. அக்கானிக்குப் பழைய பெயர் வேள்நீர்!''

''பாட்ட ஒண்ணு நிறுத்தணும் பொலவரே! அங்க சூக்கிராண்டி நொறுங்க விழுந்து சிதறி சின்னாபின்னமாட்டு சீரழிஞ்சி கெடக்கியான். போலீச செணம்ணு வரச்சொல்லி ஆசுத்திரிக்கு அனுப்பிய வழிய செய்யுங்கா தொரைமாரே!''

நிற்க முடியாமல் நாலுகாலில் கைகள் இரண்டையும் உயரத்தூக்கிக் கும்பிட்டவாறு குழறிய மகாஜனங்களில் ஒன்று தன்னை நோக்கி வார்த்தைகளை எறிய, அதனால் உண்டான அதிர்ச்சியைப் பொறுக்க முடியாத சிவலிங்கம் அவனைக் கேலியாக நோக்கினார்.

''என்ன எழவையாக்கும் உள்ள தள்ளினே? இப்பிடி கீலு போல நாறுது.''

''குண்ண!''

கூட்டம் குபீரென சிரித்தது. எட்வினுக்கு அது மிகுந்த ஆசுவாசத்தையும், சுவாரசியத்தையும் தந்தது.

''வரலாறு தெரியாத பயக்க. அதிலும் காசுக்காக மதம் மாறின பயக்க இருக்கானுவளே, அவனுவளுக்கு ஒரு எழவும் தெரியாது. பெரிய லெச்சரா இருப்பான், எஞ்சினியரா இருப்பான், டாக்டரா இருப்பான், வக்கீலா இருப்பான், ஒரு மண்ணும் அறிய மாட்டான். வேள்நீர்ணா என்னதுண்ணு எட்வினுக்குத் தெரியுமா?''

''அதுதான் அக்கானீண்ணு சொல்லிட்டீரே, பெறவு என்ன?''

''நான் சொல்லித்தானே தெரியும். அதாக்கும் படிக்கணும்ணு சொல்லியது. இதுக்கெல்லாம் வரலாறெ படிச்சே ஆகணும்.''

எட்வின் இழுத்து ஒரு கொட்டாவி விட்டான்.

''வேளிர் அருந்துவதால்தான் வேள்நீர் ஆயிற்று. வேள்நாடு தான் வேணாடு. வேணாட்டை ஆண்டவர்கள் நமது மூதாதையர்கள். அய்யன் திருவடிகள் வேணாட்டின் முதல் அரசன். இரண்டாவது அரசன் இராமர் திருவடி. இவர் 'பனங்காவினன்' என்று அழைக்கப்பட்டார். வேணாட்டரசர்களின் பனங்காவு கொட்டாரம் பற்றிய செய்திகள் கேரளக்கல்வெட்டுக்களிலும், ஓலைச்சுவடிகளிலும், செம்புப்பட்டயங்களிலும் காணக்கிடைக்கின்றன. நம்ம உண்ணிசாரைப் போல, மனுவேல் சாரைப் போல உள்ள பல சரித்திர ஆசிரியர்கள் கேரளத்தில் உண்டு. அவர்களில் சிரித்தமேனன், சிரிக்காத மேனன் என இருவர் இதுகுறித்துப் பெரிய ஆராய்ச்சி எல்லாம் நடத்தி இருக்கிறார்கள். உண்ணி சாரின் மாங்காய் ஆராய்ச்சிக்கு அவைகள் இணையாகாவிட்டாலும், தேங்காய் ஆராய்ச்சிக்கு நிகரானவை என்பதில் எள்ளளவும் சந்தேகமில்லை. வேணாட்டுக் குடும்பத்திற்கு உட்பட்டவர்கள் திருப்பாப்பூர் திருவடிகள். திருவனந்தபுரத்திலிருந்து வடக்கு நோக்கிச் சென்றால் பத்து மைல் தொலைவிற்கு அப்பால் உள்ள இடம்தான் திருப்பாப்பூர். வேணாட்டின் எல்லை வடக்கே கொல்லம் வரையிலும், தெற்கே குமரியிலும் பரவிக்கிடந்தது. இப்படி அரசர்களாக இருந்து நாடாண்ட நம் இனம் பனையேற வந்ததெல்லாம் ரொம்பவும் பிந்தி தான். சூழ்ச்சியால் நம்மை அடிமைப்படுத்தி நாடுபிடித்து, கோட்டைக்கட்டி ஆண்ட மக்களைக் காட்டிலும், மேட்டிலுமாகச் சிதறடித்து சின்னாபின்னமாக்கிய வந்தேறிக்கூட்டம் வரவுக்குப் பின்னர் தான் போர்வீரர்களாகிய நாம் யாராலும் சுலபமாக ஏறமுடியாத ஓங்கி உயர்ந்த பனைகளில் ஏறிப் பிழைக்கத் தொடங்கினோம். எதிரிகளின் தலைகளைச் சீவிப் பழக்கப்பட்ட நமது வீரக்கரங்கள் அதற்குப்பிறகே பனம்பாளைகளைச் சீவின. பீறிட்டெழுந்த வெள்ளை இரத்தம்,

அது பத்திரகாளி அம்மையின் பாலாக்கும். அந்த வரலாறு அறிய வேண்டுமென்றால் நாம் புட்டாபுரம் நோக்கிச் செல்ல வேண்டும்.''

''புட்டாபுரமென்ன உமக்கு பட்டாநிலமா? அங்கெல்லாம் பெறவு போகலாம். உண்ணிசார் மாங்காயைப் பற்றித்தானே ஆய்வுக்கட்டுரை சமர்ப்பித்திருக்கிறார். தேங்காயைப் பற்றி எப்போது ஆராய்ந்திருக்கிறார்?''

''அவரது தேங்காய் ஆராய்ச்சி குறித்து அறியாதது காலத்திற்கும், நமது சமூகத்திற்கும், சமூகத்தின் மக்களுக்கும் நீ செய்யக்கூடிய மாபெரும் துரோகமாகும். எப்படி நமது மகாசபையில் உறுப்பினராக இருக்கிறாயோ, தெரியவில்லை. கேரா என்ற தென்னைமரத்தின் அடியாகப் பிறந்த சொல்லானது எவ்வாறு கேரளம் ஆனது என்று கண்டறிந்த அந்த மாபெரும் ஆய்வை நாம் அறியாமல் இருக்கக்கூடாது. கேராவின் மக்களாகிய சேரவம்சம் எவ்வாறு நமது குலம் என்றும், நமது பாரம்பரியம் மூவேந்தர்களின் தொடர்ச்சி என்றும் அதில் பொருத்தமான சான்றாதாரங்களுடன் நிறுவி இருப்பார்.''

''கேரளம் தோன்றியது ரொம்பப் பிந்திதானே? தென்னைமரம் இலங்கையிலிருந்து வந்திருக்க வேண்டும் என்று கூறப்படுகிறது. சங்ககாலத்தில் பனைகுறித்து எழுபதுக்கும் மேற்பட்ட இடங்களில் வருகிறது. தென்னைமரத்தை எங்கும் காண முடியவில்லையே. இதிலிருந்து மூவேந்தர் காலத்துடன் தென்னைமரத்தை இணைத்து வரலாறு எழுதுவது மொட்டைத்தலைக்கும், முழங்காலுக்கும் முடிச்சுபோடும் முயற்சி போன்றதாகும்.''

''இருட்டுகொண்டு ஓட்டை அடைக்காதே எட்வின்! புறநானூற்றில் 'தெங்குபடு வியன்பழம்' என்று வருகிறது. படித்துவிட்டுப் பேசு. அதே நூலில் 'தெங்கின் இளநீர் உதிர்க்கும் வளம்மிகும் நல்நாடு' என்று கூறப்படுவதுதான் கேரளம் என்றும், அதனை ஆண்டவர்கள் சேரர்கள் என்றும், அந்த சேரவம்சத்தில் தோன்றியது தான் நம் இனம் என்பதும் தான் உண்ணிசாரின் பிரசித்தி பெற்ற தேங்காய் ஆராய்ச்சி.''

''என்ன கதையாக்கும் நடக்குது இங்க?''

பேசிக்கொண்டிருந்த சிவலிங்கத்திடம் கேட்டவாறு மரியதாஸ் வந்தார். அவருடன் மகாசபையின் மற்ற செயற்குழு உறுப்பினர்களான நாராயணதாசும், தோமசும் இருந்தார்கள்.

''நம்ம சாதிவரலாறு பற்றிப் பேசீட்டு இருக்கோம். அதில பாருங்க, அந்த புட்டாபுரம் ஆர்ஜின் இருக்கே, அதுதான் நம்ம இனவரலாற்றின்

அடிப்படை. இதை எல்லோரும் ஒத்துக்கொண்டே ஆக வேண்டும். அப்படி செய்தால் மட்டும்தான் நமக்கு வரலாறு உண்டு. இல்லாட்டு கிடையாது.''

சிவலிங்கம் தீர்க்கமாக உரைத்தார்.

''அதைப் புட்டு வையும்!'' என்றபடி ஒரு கல்லில் உட்கார்ந்தார் மரியதாஸ்.

''தேவர்களும், அசுரர்களும் அன்று பாற்கடலைக் கடைந்தபோது அமுதம் உண்டானது. அதோடு சேர்ந்து நச்சும் தோன்றியது. நஞ்சு வெளிப்பட்டபோது தேவர்கள் பயந்து சிவபெருமானிடத்தில் போய் முறையிட்டு அடைக்கலம் புகுந்தார்கள். அடைக்கலம் புகுந்தவரைக் காப்பது கடமையல்லவா என்று அந்த நஞ்சை எடுத்துத் தனது வாயில் போட்டார் சிவபெருமான். நஞ்சு வயிற்றுக்குள் போனால் சிவன் அழிந்து போவார் என்று பயந்த சிவகாமி அம்மையார், தனது இருகைகளாலும் சிவனின் கழுத்தை இறுக்கிப் பிடித்துக்கொண்டார். ''

''அல்லேலூயா!'' என்றார் தோமஸ்.

அவரது உரத்த சத்தத்தால் பயந்து போன இதர உறுப்பினர்கள் பெரிதாக ஒன்றும் இல்லையென்பதை அறிந்து கொண்டனர்.

''அதோட அந்தப் பிசாசு செத்துதா?''

தொடர்ந்து கேட்டார்.

அவரை முறைத்துப் பார்த்துக்கொண்டு சிவலிங்கம் தனது உரையைத் தொடர்ந்தார்.

''சிவகாமி அம்மையார் பற்றிப்பிடித்த கழுத்தைச் சுற்றி கறுத்தநிறமாக நின்ற நஞ்சு கண், மூக்கு, வாய், செவி வழியே புகையாக மாறி வெளிப்பட்டது. அவை எல்லாம் ஒன்றுதிரண்டு பெண்ரூபம் கொண்டது. சிவன் அந்தப் பெண்ணைப் பார்த்தார். தனது தேகத்தில் அமைந்திருப்பது போலவே சடை, பிறை, கங்கை,உத்திராட்சம், பாம்பு என்ற ஆபரணங்களோடும், உடுக்கை, பறை, மான், மழு போன்ற பொருட்களோடும் அந்தப்பெண் விளங்குவதைக் கண்டார். எனவே காளகூட விஷத்தினால் பிறந்து உருவாகி நின்ற அவளுக்கு 'காளி' என்று பெயர் வைத்தார்.''

''அப்பாலே போ சாத்தானே!'' என்றார் தோமஸ்.

''காளி சிவனைப் பார்த்து தனக்கு வேண்டிய வரங்களெல்லாம் தரும்படியாகக் கேட்டாள். தனக்கொரு இருப்பிடம் தந்து உதவ

வேண்டினாள். உடனே சிவபெருமான், எனக்குள்ளது போல எல்லாவற்றையும் உனக்கு நான் தந்தருளினேன். நான் சிவன், நீ சக்தி என்று சொல்லி புட்டாபுரம் சென்று கோட்டைக் கட்டி வாழ்ந்திருக்கும் படி அனுப்பினார். அந்தப்படியே காளியும் பூத வேதாள கணங்களுடன் புட்டாபுரம் சென்று கோட்டைக்கட்டி வாழ்ந்து வந்தாள்.''

''நிறுத்தும் ஓய்! நீரு சொல்லியது எல்லாமே அய்யாவால் ஒன்றுதிரட்டப்பட்ட பதினெட்டு சாதிகளை ஒடுக்கிய, மேற்சாதி என்று தங்களைக் கருதிக்கொண்ட மக்களின் தெய்வத்தோடு ஒண்ணாக்கிய வரலாறு. இதுக்கெதிராக அய்யா, வைகுண்ட அவதாரமெடுத்து அந்த மக்களைக் காத்த வரலாறு தான் நம்ம சாதி வரலாறு. அதப்பேசாம வேற என்னென்னமோ பேசுகிறீரே..?''

நாராயணதாஸ் கோபப்பட்டார்.

''அய்யா சிவனப்பற்றி பேசவில்லை என்கிறீரா? 'சிவ..சிவ.. அரகரா...'ண்ணு ரெண்டையும் அவருதானே ஒண்ணாக்கினாரு.''

''அப்பிடி எங்களத் தின்னு விழுங்கலாம்ணு பாக்காதேயும். எங்க வழிபாடு வேற, வரலாறும் வேற.''

''கெடையாது, இரண்டும் ஒண்ணுதான். அந்த வரலாறுக்கு உள்ள நான் வரும்போது இப்பிடி இடைஞ்சல் செய்தா எப்படி என்னால சொல்ல முடியும்? கேளும், புட்டாபுரத்தில் காளி வசித்து வருகிற சமயத்துல மகாவிஷ்ணு தனது வல்லமையால் ஏழு கன்னிமாரின் வயிற்றில் ஏழு பிள்ளைகளைப் பெற்றெடுத்து காளிதேவியிடம் அவர்களை வளர்க்கும்படியாகக் கொடுத்தார். ஆதிபராபர வஸ்துவாகிய அந்த நாராயணமூர்த்தி இந்தப் பிள்ளைகளுக்குப் பெயரிட்டு மஞ்சள்பால் தொட்டுக் கொடுத்தார். அன்று முதல் அந்தப் பிள்ளைகளின் இனத்தவரை மற்ற சாதியிலுள்ளவர்கள் பத்திரகாளி மக்கள் என்றார்கள்.''

''இதெல்லாம் கெட்டுக்கதைகளாக்கும்'' என்றார் தோமஸ்.

''ஓம்ம பைபிள்தான் கெட்டுக்கதை. அதுக்கெல்லாம் பல்லாயிரம் வருடங்களுக்கு முந்தி நடந்ததுதான் நான் சொல்லியது'' என்றார் சிவலிங்கம்.

''அப்ப புட்டாபுரத்துக்க பஸ்ரூட்டைச் சொல்லும்''

தோமஸ் கேட்டார். சிவலிங்கம் எதையோ பேச வாயெடுத்தார்.

''அதையெல்லாம் ஓம்மால சொல்ல முடியாது. பைபிள்ல ஏசு பாலஸ்தீனா நாட்டிலுள்ள பெத்லகேமில் பிறந்ததா சரித்திரம் இருக்கு. உலகவரைபடத்தில் புட்டாபுரத்தை ஓம்மால காட்ட முடியுமா?''

''முடியும். அமானுஷ்ய சக்தியாக்கும் அது. அதுனால மட்டும் தான் காணப்பற்றும். அந்த புட்டாபுரத்தில் ஏழுபிள்ளைகளும் வளர்ந்து வாலிபப்பருவம் அடைந்ததும் காளி எல்லாவிதமான தொழில்களையும், போர்க்கலைகளையும் பயிற்றுவித்து ஆளாக்கினாள். அவர்கள் பெரிய வீரர்களாக மாறினார்கள். பிறகு அவர்கள் ஏழுபேருக்கும் திருமணம் செய்து வைத்தார்.''

''அந்த ஏழுபேரின் மனைவிகளும் தெய்வீகப் பிறவிகளா? மானிடப் பிறவிகளா?''

மரியதாஸ் கேட்டார்.

''வானத்துக்க வயறு கிழிஞ்சு பொத்து விழுந்ததுக.''

தாமஸ் கிண்டல் செய்தார்.

''தெய்வீகம் கலந்த மானிடப்பிறவிகள். வேற எந்தச் சாதியின் வரலாறும் இப்படி அமைஞ்சது கிடையாது. இந்தப் பிள்ளைகளின் பிள்ளைகள் குடும்பத்துக்கு காளியால் கொடுக்கப்பட்ட தேவலோகக் கற்பக விருட்சம் தான் பனைமரம். அதைச்சீவி பதநீர் எடுக்கும் பக்குவத்தைச் சொல்லிக்கொடுத்த காளி அம்மை, அந்த அமிழ்தால் பிழைக்கும்படியாகக் கூறினார். மட்டுமல்ல, அதைப் பனையிலிருந்து இறக்குவதே உங்கள் சாதித் தொழில் என்றும் கற்பித்தாள். அதனாலதான் பதநீரைப் பத்திரகாளி அம்மையின் பாலென்று சொல்கிறார்கள்.''

''புலவரே! நீரு வரலாறு பேசுகிறீரா? புராணக்கதை அளக்கிறீரா? இரண்டையும் கலந்து உங்களுக்கு வசதியான புனைவாக மாற்றுகிறீரே, இங்கதான் ஒம்ம மோசமான இன்னும் சொல்லப்போனால் மோசடியான அரசியல் இருக்கிறது.''

எட்வின் எதிர்வினையாற்றினான்.

''ஏன், புராணத்தில் வரலாறு இல்லியா?''

தலைநிறைய மூளைக்குப் பதிலாகக் காடுபோல முடி வளர்த்துக்கொண்டு பாகவதர் தோற்றத்தில் அறிவுஜீவித் தோரணையில் நாடியில் முறுக்கிய கையை அடைவைத்துக் கொண்டும், பனை உச்சியை வெறித்துக்கொண்டும், அரைமயக்கத்தில் ஆழ்ந்தவாறு நடித்துக்கொண்டும், அதுவரை எதுவும் பேசாமல் இருந்த மாங்காய் உண்ணி முத்துபோல ஒரு வாக்கியத்தை உமிழ்ந்துவிட்டு மேலும் தொடர்ந்தார்.

''இலக்கியத்தில், நாட்டுப்புறப் பாடலில், மக்கள் வழக்கில், வாழ்வின் நடைமுறைகளில், வேடிக்கைக் கதைகளில் எங்கும் இருக்கும்போது ஏன் புராணத்தில் மட்டும் வரலாறு இருக்கக்கூடாது என்று நினைக்கிறாய்?''

''சம்பந்தமில்லாத தெய்வங்களோடும், விஞ்ஞானத்துக்குத் தொடர்பில்லாத கற்பனைகளோடும் சொந்த சாதி வரலாற்றைப் புலவர் பொருத்துவதால் தான் பிரச்சினை வருது.''

''தெங்வங்களுக்கு வரலாறு கிடையாதா?''

''வெள்ளைக்காரன் தந்த புத்தியில் எட்வின் யோசிக்கிறான். விஞ்ஞானம், விளக்கெண்ணெய் என்பதெல்லாம் அவன் உருவாக்கிக்கொடுத்த தந்திரமாக்கும்.''

சிவலிங்கம் சுயபுத்தியை வலியுறுத்தினார்.

''இதுபற்றி 'மித் அன்ட் ரியாலிட்டி' நூலில் டாக்டர் டி.டி. கோசாம்பி என்ன கூறுகிறார் என்றால்...''

தக்கலை மனுவேலின் விளக்கத்தை இடைமறித்துக்கொண்டு கல் விழுந்தது போல ஒரு கெட்டவார்த்தை வந்து தெறித்தது. தொடர்ந்து நாலுகாலில் மகாஜனத்தின் உருவம் அவர்களை நோக்கி நகர்ந்து வந்தது.

''கொச்சப்பிக்க அப்பன் தறையில கெடந்து தீட்டம் போல நாறியான். அதுக்கொரு வழியைக் காண ஒங்களால பற்றேல. விடிஞ்சதுல இருந்து பாக்கியேன். அது யாருவிலே கோச்சாம்பி, கொம்மையக் கடந்த பய?''

''கிட்ட வராத லேய், போவுல அங்கெ.''

புலவரின் அதட்டலை மீறி அவரது அருகில் வந்தவன் தனது மடிச்சிக்கெட்டை அவிழ்த்துக் கீழே போட்டுக்கொண்டு முதுகைக் குன்னியது போல நடித்து ஒரு சலாம் வைத்து நின்றான். அதைக்கண்ட கூட்டம் சிரித்தது.

''பள்ளையில குத்தினேண்ணு வச்சிக்க, பதினாறுக்கு செத்துப்போவ.''

புலவர் கையை ஓங்கினார்.

''பொலவரே, நீரு வர்மாணியாட்டோ, வலிய பிரமாணியாட்டோ இரும். இந்த மயிருக்கு நோ பிராப்ளம்.''

தனது தாடியைச் சிறங்கையால் வழிப்பது போலொரு பாவனை செய்தான்.

''ஆனா, பாவப்பட்ட கொச்சப்பிக்க அப்பன் சூக்கிராண்டிக்கு ஒடனே நீரு ஒரு பதில் செய்யாட்டா, ஒம்மள நான் சும்மா விடப் போறதில்ல, சொல்லீட்டேன். ஐ யாம் ரைட்!''

''நீ யாருவிலே எனக்கு உத்தரவு போட?''

''பின்ன என்ன மயிருக்கு ஓய் சொசேட்டி வச்சிருக்கீரு? பத்து பாவங்களுக்கு பசுமாடு வேண்டிக்குடுக்கவோ, லோணு ஏற்பாடு செய்யவோ ஒம்மக் கொண்டு கழியுமா? எங்கி நீரு சொல்லியத நான் கேக்கியேன். இல்லாட்டா நான் சொல்லியத நீரு கேக்கணும், தெரியுதா?''

யாரையும் விடமாட்டேன் என்ற பாவனையில் தரையில் ஒருக்களித்தவாறு படுத்துக் கொண்டது மகாஜனம். மகாசபை பொறுப்பாளர்களுக்குத் திகில் மூண்டது.

மனுவேல் கொச்சப்பியை அழைத்தார்.

''நமக்கு எல்லாம் செரியாக்கலாம். இவனெ ஒண்ணு எழுப்பி கொஞ்சம் அப்பறம் எங்கெயாவது கொண்டு விட்டுட்டு வா. இப்பிடி குறுக்கே ஏறி கெடக்கியது பார்க்கிறதுக்கு நல்லாவா இருக்கு?''

''நான் சொன்னா அவன் கேக்கமாட்டான், என்ன அடிச்ச வருவான்''

மனுவேல் துணிந்து மகாஜனத்தின் தோளில் கைவைத்தார்.

'தம்பி...' என்று அழைத்ததில் உருகிப்போன அவன் எழும்பி நின்றான். மனுவேல் காட்டிய இணக்கத்தில் அவரைக் கட்டித்தழுவும் பாசாங்கில் அவரது சட்டைப்பையில் கையை விட்டு நூறு ரூபாயை உருவிக் கொண்டு விழுந்தும் எழுந்தும் ஓட்டம் பிடித்தது அந்த உருவம்.

''இனி நடக்கப்போற காரியத்தக் குறித்து ஆலோசிப்போம்.''

உண்ணி கூறியதை மனுவேல் ஆதரித்தார்.

''கொச்சப்பி, இங்கவச்சு நாங்க பேசினதை எல்லாம் கேட்டுட்டு தானே இருந்தே? நாம அரசவம்சமாக்கும். சாதாரணப்பட்டவங்களுக்கு அதக் காட்டணும், தெரியுதா? அதுனால ஒடனே நீ போய் அலங்கார ரதத்துக்கு ஒண்ணு ஏற்பாடு செய். அப்பனுக்க சடங்க மோடியா நமக்கு நடத்தணும்.''

''ரதம் மட்டும் போதுமா மனுவேல்? எங்க இருந்தாவது ஒரு ராஜகிரிடமும், செங்கோலும் ஒப்புவிக்க வேண்டாமா?''

''கட்டாயம் வேணும்''

''இதெல்லாம் எங்க கிட்டும்?''

கொச்சப்பி அப்பாவித்தனமாகக் கேட்டான்.

''புலவரே, ஒமக்குத் தெரியுமா?''

கேட்டது மாங்காய்.

''காப்பிக்காட்டில நாடகம் நடத்தியவியளுக்குத் துணிமணித் தொட்டு வேடத்துக்குரிய எல்லா பொருட்களையும் வாடகை விடுகிற 'வேலன் சீனறீஸ்'ண்ணு ஒரு கடை பண்டு உண்டாயிருந்தது. இப்ப காணுமோ என்னவோ?''

''பாறச்சாலை போனா வாடகைக்கு எல்லாங் கிட்டும். கிறிஸ்மஸ் சமயத்தில சர்ச்சில் நடக்கும் பரிபாடிகளுக்கு நாங்க அங்க பெய்தான் எடுப்போம்.''

மரியதாஸ் கூறினார்.

''நீ எங்க பெய் எடுப்பியோ, இல்ல சொந்தமா உண்டாக்குவியோ தெரியாது, நம்ம மகாசபை உறுப்பினர்களில் நூறுபேருக்கும் மேல வருவினும். எல்லாம் பெரிய பெரிய ஆட்கள். அதுனால கிரிடமும், செங்கோலும் கண்டிப்பா வந்தே ஆகணும்.''

''நமக்குப் பெர்மனென்டா வெண்கலத்தில ஒரு செங்கோலும், கிரிடமும் தயார் பண்ணி வச்சா தான் என்ன?''

மனுவேல் ஆலோசித்தார்.

''வெண்கலத்தில் என்ன? நம்ம மகாஜனங்கள் மனசு வச்சா தங்கத்தில நல்லாக்கலாம். அடுத்த கமிற்றி கூட்டத்தில இதை நாம் அஜெண்டாவில வைப்போம்.''

புலவர் கருத்து தெரிவித்தார்.

''இதெல்லாம் வெறும் வேடமும், நாடகமும், கூத்தாட்டமும் தான். நீங்கள் பிரபஞ்சத்துக்குரிய வேடம் தரியாதீர்கள் என்று அருமை ரட்சகர் ஏசு சொல்கிறார்.''

தாமசை இடைமறித்த புலவர் அவர் கையில் திறந்து வைத்திருந்த பைபிளை வெடுக்கென பிடுங்கி கீழே வைத்தார்.

''ஓம்மிட்ட எத்தன தடவை ஓய் சொல்லி இருக்கோம், மகாசபை நிகழ்ச்சிகளுக்கு பைபிளோட வரப்பிடாதுண்ணு. அதெல்லாம் ஒம்ம ஜெபப்புரையில வச்சிக்கிடும். மொதல்ல வெள்ளை நிற கைநீளச் சட்டையையும், பேண்டையும் மாற்றீட்டு வெளிய இறங்கப் பழகும். பொதுக்காரியங்களில நீரு பெரசங்கியாருண்ணு காட்டி மதப்பிரச்சாரம் செய்யலாம்ணு பாக்காதேயும். அதுக்கு நாங்க அனுமதிக்க மாட்டோம்.''

''நீ அனுமதிச்சாலும், அனுமதிக்காட்டாலும் பரலோகத்துக்கும், பூலோகத்துக்கும் ஏசு ஒருவரே ராஜா! எங்க தலைநகரம் புட்டாபுரத்தில் அல்ல, அந்தப் பரலோகத்தில் இருக்கிறது.''

கைகள் இரண்டையும் வானத்துக்கு நேராக உயர்த்திப் பேசிக்கொண்டிருந்த தோமசை அமைதிப்படுத்திய உண்ணி பைபிளை அவர் கையில் எடுத்துக்கொடுத்து உட்கார வைத்தார்.

''இப்பொ நாம மகாசபை பேரில சுவரொட்டி ஒட்டப்போறோம். செய்யலாமா?''

''நான் அதை வழிமொழிகிறேன்.''

''சுவரொட்டியில் தலைவர்களின் படங்கள் இடம் பெறணும்.''

மரியதாஸ் வலியுறுத்தினார்.

''கட்டாயம்! ஆனா பிறகு அதைப்பற்றிப் பேசுவோம். மொதல்ல வாசகங்கள் எழுதணும். புலவருட்ட அந்தப் பொறுப்ப ஒப்படைக்கலாம்ணு நினைக்கிறேன்.''

உண்ணி எல்லாருடைய முகங்களையும் பார்த்தார். பதில் வரும் முன்பே புலவர் தனது கையில் வைத்திருந்த நோட்டுப்புத்தகத்திலிருந்து தாளைக் கிழித்து கடகடவென்று சிலவற்றை எழுதித் தொண்டையைக் கனைத்துக் கூரேற்றிவிட்டுப் படித்தார்.

''பனையின் மேல் துஞ்சிய நம் சங்க உறுப்பினர் சூக்கிராண்டிக்கு வீர வணக்கம்.! இவண் நாடாண்டவர் மகாசபை. போதுமா?''

''கச்சிதமா இருக்கு. ஒரு வார்த்தை கூட நீக்கவோ, சேர்க்கவோ முடியாத அளவுக்குச் சுருக்கமும், பெருக்கமும் நிறைந்த வாசகம். அப்படியே பிரஸ்சுக்கு அனுப்பலாமா?''

''கீழ போன் நம்பரக் கூட எழுதுங்க. புதுசா நம்மளத் தொடர்பு கொள்ள நினைக்கிறவங்களுக்கு வசதியா இருக்கும்.''

மனுவேல் உண்ணியிடம் ஆலோசனை தெரிவித்தார்.

''பனையின் மேல் துஞ்சிய என்கிறத அகால மரணமடைந்த என்று மாற்றினால் நல்லா இருக்கும்ணு எனக்குத் தோணுது. மக்களுக்கும் தெளிவா புரியவேணும் இல்லியா?''

''என்ன சொல்லிய எட்வின்? யானைமேல் துஞ்சினார் என்பது போல பாரம்பரிய பின்னணி கொண்ட வார்த்தைச் சேர்க்கை அல்லவா பனை மேல் துஞ்சினார் என்பது. அதுவொரு அந்தஸ்து வாய்ந்த சொற்றொடராக்கும். கிறித்தவர்களுக்குக் கவித்துவம் வராதா டேய்?''

''கவித்துவம் எனற பெயரில நீரு கருத்தை மறைக்கப் பாக்குதீரு. சூக்கிராண்டி கீழ விழுந்த பெறவுதானே மரிச்சான். பெறகு எப்படியாக்கும் பனைக்க மேல இருந்து எறந்து போனான்ணு சொல்லுவீரு. கதை விடுகிறதா ஊர் ஜனங்க நெனச்ச மாட்டினும்?''

''புலவர் பழம்பெரும் சங்ககால வரலாற்றிலிருந்தே சொற்களை எடுத்து நல்லதொரு வாசகம் நமக்குத் தந்திருக்கிறார். அதை ஆதரிப்பது நம் எல்லோருடைய கடமை.''

மனுவேல் முற்றுப்புள்ளி வைத்தார்.

''அப்ப கட்டில்ல கெடந்து மரிச்சா கட்டிலில் துஞ்சினார்ணு போஸ்டர் அடிப்பியளா?''

பாஸ்டர் தோமஸ் எழுப்பிய கேள்வியை யாரும் பொருட்படுத்தவில்லை. எனவே அவர் மன பாரத்தோடு பைபிளைத் தனது நெஞ்சுடன் அணைத்து வைத்துக்கொண்டு மவுனமாக ஜெபித்தார்.

''இனிமே சுவரொட்டியில யாருக்க படமெல்லாம் போடலாம்ணு ஆலோசிக்கலாம்.''

உண்ணி கூறி முடிப்பதற்குள் சிவலிங்கம் உரத்த குரலில் காமராஜ் பெயரைச் சொல்ல, அது முடிவதற்குள் அவரையும் முந்திக்கொண்டு எட்வின் நேசமணி பெயரைச் சொன்னான்.

''தாணுலிங்கனார்''

சிவலிங்கம் மேலும் ஒரு பெயரைச் சொல்லவே எட்வின் கடுப்படைந்தான். அவனுக்கும் இன்னொரு பெயரைச் சொல்ல வேண்டும் என்றொரு ஆவேசம் கிளர்ந்தது.

''றிங்கல் தௌபே!''

''அது வெண்ணீசன் ஆச்சே? நம்ம நாட்டில உள்ள ஆளுகளுக்கப் பேர மட்டும் சொல்லுங்க.''

நாராயணன் குறுக்கிட்டார்.

''யாரு, நம்மளப் படிக்க வைக்க பள்ளிக்கூடம் திறந்த மிஷனெறியா வெண்ணீசன்? இப்பிடி சொல்லிச் சொல்லியே வெளங்காமப் போன ஒரு இளந்தலைமுறைய நம்ம மண்ணில் உருவாக்கி வச்சிய. அதுதான் கண்ட பலன்.''

''யாரு உருவாக்கினது?''

''வேற யாரு, நம்ம அய்யா தான்.''

''பழிபேசாத, பாவமாக்கும் அது.''

''மதம் எதுவா இருந்தாலும் மனிதன் நன்றாக இருக்க வேண்டும்ணு சொன்ன நாராயணகுரு தனக்க ஆட்கள கிறித்தவ மிஷனெறிகள் தொடங்கின பள்ளிக்கூடங்களில பெய் படிச்ச சொன்னாரு. டாக்டர் பல்பு பொன்ற பெரிய ஆளுகளெல்லாம் உருவாகி அந்த சமுதாயத்த இந்தியாவிலேயே வேகமா வளர்ந்த நிலைக்கு உயர்த்தினாங்க. இண்ணு கேரளத்தில அவிய துணை இல்லாம ஒருத்தர் மந்திரிசபை அமைக்க முடியாதுண்ணுள்ள நிலை வரைக்கும் வந்தாச்சு. இங்க என்னெண்ணா, வெண்ணீசனுக்க பள்ளியில பெய் படிச்சாதீங்கண்ணு சொல்ல ஒரு ஆளு.''

"இன் நைன்டீன் டொன்டீஸ்ல பட்டிவீரன்பட்டி சவுந்தரபாண்டியனார் இந்த ரெண்டு சமுதாயத்தையும் சேத்து ஒரே சாதியாக்கினா மொத்த ஆட்சியையே கைக்குள்ள கொண்டு வரலாம்ணு சொன்னபோது, நாங்க ஷத்திரிய குலமாக்கும், தீயரோடு இனம் சேரமாட்டோம்ணு சொல்லி வாய்ப்ப நழுவ விட்டவங்களாக்கும் நம்ம ஆட்கள். இந்த வரலாற்றையும் எல்லாரும் அறியணும்.''

சந்தர்ப்பம் பார்த்து வார்த்தைகளைச் சரியாக ஊன்றிய தாமஸ், அதுவரையிலும் இருந்த மனப்பாரம் நீங்கப்பெற்றவராய் சந்தோஷத்துடன் அமர்ந்தார்.

''நாராயணன் யாருக்கப் படத்தப் போடலாம்ணு சொல்லுதீரு?''

''நம்ம அய்யா வைகுண்டர்தான்''

''வைகுண்டருக்கு யாது உருவம்? அதுனால எப்பிடிப் படம் போட முடியும்?''

தோமஸ் கேட்டார்.

"இப்படியெல்லாம் லூசுத்தனமா பேசக்கூடாது. அய்யாவழியில உருவ வழிபாடுதான் இல்லையே தவிர அய்யாவுக்கு உருவம் இல்லேண்ணு ஆராக்கும் சொன்னது?"

"ரொம்பவும் ஒசராதியும். இந்த உலகத்தில அய்யாவழிய விட அதிகமா அம்மாவழி என்கிற அம்மன் வழிபாடுகள் தான் இருக்கு. அதயும் நீரு ஒண்ணு மனசிலாக்கணும்.

புலவர் லழிமறித்தார்.

"நானே வழியும், சத்தியமும், ஜீவனுமாய் இருக்கிறேன் என்ற இயேசு வழியே உண்மையான வழி, அல்லேலூயா!"

தோமசை உட்காரச் சொன்ன மாங்காய் நாராயணதாசைப் பார்த்துத் திரும்பவும் கேட்டார்.

"ஒம்மிட்ட வைகுண்டர் படம் இருக்குதா?"

"கேரளத்தில வைகுண்டர் தர்மபரிபாலன சங்கத்தலைவர்கள் பயன்படுத்திய படத்த நாமளும் உபயோகிக்கலாம்"

"அது கிறித்தவ சாது சுந்தர்சிங் படத்தப் பார்த்து வரைஞ்சது போல இல்லியா தெரியிது."

எட்வின் உரைத்தான்.

"அய்யாவும் கிறித்தவ கோயில்ல மணி அடிச்சவரு தானே? தாமரைக்குளம் சபை ரெஜிஸ்டர்ல இப்பளும் அவருக்க பெயர் இருக்குதில்லியா?"

தோமஸ் கூறினார்.

"குன்னத்தூர் சபை ரெஜிஸ்டர்ல இப்பளும் ஒம்ம பெயர் இருக்கியதா சொல்லுனுமே, அதுக்கென்ன சொல்லப் போறீரு?"

புலவர் கேட்டார்.

"அவிய வச்சிருக்கினும், அதுக்கு நான் என்ன சொல்லியதுக்கும், பறையியதுக்கும் இருக்கு?"

"அப்ப தலையில வெள்ளம் தெளிச்சியத ஆதரிக்கிறீரா?"

"இல்லவே இல்ல. யோவான், ஏசுவுக்கு யோர்தான் நதியில கொடுத்த ஞானஸ்நானம் தான் எங்க ஞானஸ்நானம்."

"அப்ப சபையில பேரை வெட்டச் சொல்லும்."

"அட்மிஷன் வேண்டண்டாமா? பெந்தேக்கோஸ்துகாரனுக்கு யாது பள்ளியும் காலேஜூம்?"

"கொஞ்சம் நிறுத்துங்க! மரியதாஸ், யாருக்க படம் போட நினைக்கிறீரு?"

"புனித சவேரியார்."

"சவேரியார் வெண்ணீசனா? கரும்நீசனா?"

எட்வின் சமயம் பார்த்து நாராயணதாசைக் குத்தினான். ஆனால் அந்த அம்பு திசைமாறிச் சென்று உண்ணியின் நெஞ்சில் தைத்தது.

"இப்பிடியெல்லாம் பேசப்புடாது எட்வின். அதுக்கு நான் ஒருக்காலும் சம்மதிக்க மாட்டேன். சவேரியாருக்க வரலாறு ஒனக்குத் தெரியுமா?"

"சொல்லுங்க."

"ஸ்பெயின் நாட்டில் அரச குடும்பத்தில ஜெனிச்ச இளவரசராக்கும் புனித சவேரியார். வந்தேறி வடுகப்படைக்கு எதிராகக் குமரிமண்ணில் சிலுவையை உயத்திக் காட்டி புறமுதுகிட்டு ஓடச்செய்த பெரிய பாதிரியாக்கும் அவரு."

"ஜெயம், அல்லேலூயா!" என்றார் தோமஸ். உண்ணி பதிலுக்கு மென்மையான புன்னகையைப் பரிசளித்தார்.

"கடைசியா பாஸ்டர் தோமஸ், நீங்க யாரை பிரதிநிதியாகச் சொல்லப்போகிறீர்கள்?"

"அல்லேலூயா! ஏசுநாதர் அல்லாமல் வேறு யார்?"

"மதப்பாகுபாட்டை நேரடியா வெளிப்படுத்தக்கூடாது. பொதுப்பெயரா ஒருத்தரச் சொல்லும்."

புலவர் கூறினார்.

"அப்படீண்ணா வைகுண்டர் பெயரையும் போடப்பிடாது. அவரும் ஒரு வழிபாட்டுமுறையை ஸ்தாபித்தவர் தான்."

"வைகுண்டர் சீர்திருத்தவாதி."

நாராயணதாஸ் பதிலுரைத்தார்.

"ஏசுகிறிஸ்து புரட்சியாளர்."

எட்வின் எடுத்துரைத்தான்.

''நிறுத்துங்க! இதில சண்டை போடக்கூடாது. நம்ம மகாசபை மதங்களுக்கு அப்பாற்பட்டது. அதுனால யாருமே கடவுளுக்கப் பேரை தயவு செய்து சொல்ல வேண்டாம்.''

மனுவேல் கைகளைக் கூப்பியவாறு பேசியதை எல்லோரும் ஒருமனதாக ஏற்றுக்கொண்டனர்.

''அப்ப பாஸ்டர் யாருக்க பெயரைச் சொல்லப்போறிய?''

''தியோடர் சேம்.''

''ரொம்ப நல்லது.''

''பாஸ்டர் தேவசுந்தரம் படம் கூடப் போடமுடியுமா?''

''ஒராளுக்கு ஒண்ணு தான்.''

''போதும். கொச்சப்பி இங்க வா!''

''அப்பனுக்குக் காரியங்கள் செய்யண்டாமா சாரம்மாரே?''

''அதத்தானடா செய்திட்டிருக்கோம். மொதல்ல ஆயிரம் வால்போஸ்டர் அடிக்கணும். பணம் வச்சிருக்கியா?''

''எம்புடு பைசா ஆவும்?''

''பைசாவா? பணம் செலவாகும் டேய்!''

''எங்களுட்டெ அதெல்லாம் இல்ல.''

''தொங்கச்சியளக் கெட்டிக்குடுக்க கொம்ம சேத்தெடுத்து வச்சிருப்பா, பெய்க் கேட்டுப்பாரு.''

''அதுகளுக்க கம்மலக் கழற்றி விற்றுத்தான் மேக்கோடு ஆசானுட்ட மருந்து குடிச்சு பத்தியம் காத்து உயிரு பெழச்சி எழும்பித் திரியா அம்மே. இல்லாட்டு அப்பனுக்கு மின்ன மரிச்சிருப்பா.''

''அவளுக்கென்ன தீனம்?''

''தெகமுட்டு.''

''ஆசாரிப்பள்ளம் போக வேண்டியது தானே?''

''பெய்யெடுத்துப் பாத்தோம், தீரேல.''

''செரி, இப்ப ஒனக்க கையில எம்பிடு பணம் தேறும்?''

''முந்தாநேத்து அப்பன் தங்கநாடான் ஏட்டுக்க வெளையில தெங்கேறீட்டு அரைக்கிலோ புண்ணாக்கு மட்டும் வேண்டீற்று வந்தாரு. கேட்டாக்கில ஒருவாரம் கழிச்சி தான் பணம் கிட்டும்ணு ஏட்டு சொன்னதா சொன்னாரு.''

''மாடு நிக்குதோ?''

''இல்ல.''

''புண்ணாக்கு?''

''நாங்க அதெத்தான் தின்னுவோம், பசி தீரண்டாமா?''

''தொங்கச்சிமாரு அண்டியாபீஸ் போறதோ?''

''அவளுவளுக்கு வாரக்கடைசியில தான் சம்பளம் போடுவினும். கிட்டியதெல்லாம் வட்டி தின்னு போவுது.''

''வட்டியா?''

''வோ. இந்திரா குடியிருப்பு வீடு கிட்டம்ப நாங்களும் இருவத்தையாயிரம் செலவழிச்சோம். இல்லாட்டா ஆறுவேரு எப்பிடி ஒரு வீட்டில காலு நீட்டிக் கெடக்க முடியும்?''

''நீ வேலை செய்யத எல்லாம் பட்டணம் கடல்லெயா கொண்டு தட்டுவே? சொல்லு டேய்.''

''கெடையில கைகால் வெளங்காம கெடக்கிய தங்கச்சிக்கு ஒருவாடு ரூவா செலவு செஞ்சிதான் உயிரப் பிடிச்சுப் போட்டிருக்கியோம். நான் வேலை செய்து கொண்டு வாற பணம் முழுசும் அவளுக்குத் தான் போவுது.''

''சொக்கார அருவக்காரளுட்ட கடன் கேட்க முடியாதா டேய்?''

''அப்பன் எங்களுக்குத் தெரியாம பலபேரிடத்தில கடன் வாங்கி கடைப்பண்டம் தின்னாச்சி. அதினால நாங்க பெய்க் கேட்டா யாரும் தரமாட்டினும்.''

''ரேஷன் கார்ட அடகு வச்சி ரெண்டாயிரம் ரூவா தேத்த முடியாதாக்கும்?''

''அப்பன் மின்ன ஒருக்கா தெங்கில இருந்து விழுந்தாக்கில ஓலக்கோடு வைத்தியசாலையில பெய்க்கிடந்த செலவுகளுக்காக அண்ணு அடவு வச்சத இன்னும் திருப்ப முடியல்ல. ரேஷன்காடு இருந்திருந்தா நாங்க இப்பிடி புண்ணாக்கும், புளியமுத்தும் தின்னு ஜீவிச்சண்டாமே, கஞ்சி காச்சி குடிச்சாவது பெழைச்சிருப்பம் இல்லியா?''

''ஒனக்கிட்டெ இப்பம் ஒண்ணுக்கும் வழி இல்லாம இல்லியா போச்சுது.''

உண்ணி ஆதங்கப்பட்டார்.

''கடைசியா ஒருவழிதான் இருக்கு. நீ அதைக் கேட்டே ஆகணும். எண்ணா நமக்கு எல்லாம் நல்லபடியா நடக்கும்.''

''என்னது?''

உண்ணி சொல்லப்போவதை ஆவலுடன் கேட்கும் முயற்சியில் ஈடுபட்டுக்கொண்டிருக்கும் போது புதிதாக ஒருவன் அவர்களை நோக்கி வந்தான். ஆள் நல்ல உயரமும், வெளுத்த நிறமும், வளர்த்தியான தோற்றமும் கொண்டு திகழ்ந்தான். ஆனாலும் முகத்தில் படர்ந்த தாடியும், இடையில் வரியிட்ட நரையும், அவற்றிற்கும் மேலாகப் படிந்த சோகமும்அவன் நிலையிலிருந்து வேறொரு தோற்றத்தை வித்தியாசப்படுத்திக் காட்டியது.

அவனைக் கண்டதும் கொச்சப்பி உணர்ச்சிவசப்பட்டான். அவன் கைகள் நடுக்கம் கொண்டன. உதடுகள் துடித்தன. அதுவரை கட்டுப்பாட்டிலிருந்த அணை, கரைஉடைந்தது போல சொந்தக்குரலிலிருந்தும் வேறுபட்ட, ஏதோவொரு பிராணியின் அலறலை ஞாபகப்படுத்தும் தொனியில் கதறி அழுதான்.

''எக்க பொன்னு அண்ணா, அப்பன் எங்களெ எல்லாம் பாங்கெணத்துல தள்ளீட்டு பெய்ற்றாரு. தின்னெயும் குடிச்செயும் இல்லாட்டாலும் அப்பனுக்க சவுட்டையும் அடியையும் தாங்க அம்மெக்கு குடுத்துவச்சிருந்து. அந்த மனியனுக்க தானகெடு விளியெ நான் காதுகுளிரக் கேட்டுக்கிட்டிருப்பனே... இனி எங்களுக்கு ஆரு உண்டு அண்ணா... நாங்களும் அனாதப் பெணமாத்தானே கெடந்து நாறுவம்...''

''கொச்சப்பி அடங்கு! சமானப்படு டேய்...''

''ஒரு இடி விழுந்து நாங்க எல்லாரும் செத்திருந்தா இப்பிடி துயரப்பட மாட்டமே அண்ணா...''

கொச்சப்பியோடு ஊர்க்காரர்களும் சேர்ந்து கோரஸ் பாடுவதைக் கண்டவன், அவனைத் தனியே இழுத்துக்கொண்டு போய்க் கண்டிப்பாகப் பேசினான்.

''இங்க பாரு, இப்பிடிக் கெடந்து நீ ஒப்பாரி வச்சா ஒனக்க அம்மையும், சகோதரிகளையுமாக்கும் அது பாதிக்கும். நீ ஒன்னத் தேத்திக்கணும்.''

கொச்சப்பியைத் தனது நெஞ்சுக்கூட்டில் அணைத்து ஆறுதல் கூறி தலையைத் தடவிக் கொடுத்தான். உண்ணி அருகில் சென்று அவன் பிடியிலிருந்து கொச்சப்பியை விடுவித்து அழைத்து வந்தார்.

அப்போது அவர்கள் மத்தியில் பென்ஸ் கார் ஒன்று வந்து நின்றது. அதிலிருந்து இறங்கிய மனிதர் ஒருவரைக் கொச்சப்பிக்கு உண்ணி காட்டிக்கொடுத்தார்.

''இங்கபாரு, இவர் உங்க ஊர்க்காரர், தெரியுமில்லியா?''

''தெரியும். பத்துவட்டி அருள்தாஸ்''

''அப்பிடியெல்லாம் மரியாதைக்குறைவாகப் பேசக்கூடாது. பெரிய தொழிலதிபராக்கும்.''

''என்ன தொழில் செய்யாரு?''

''பைனான்ஸ் கம்பெனி நடத்துகாரு.''

''அப்படீண்ணா.''

''நகைக்கடன், தொழில் முன்னேற்றத்துக்கான நிதிஉதவி இதெல்லாம் செய்யிறாரு.''

''நமக்குச் செய்வாரா?''

''ஆமா, அதுக்குத்தானே அவரை வருத்தி இருக்கேன்.''

''என்ன உதவி செய்வாரு?''

''அதாவது உனக்க அப்பனுக்க இறுதிச்சடங்க வலிய மேளமா நடததப் பணம் தருவாரு. அதுக்கு ஈடாக ஒங்க வீட்டுப்பத்திரத்தை அவருட்ட தரணும். தினந்தோறும் நீ வேலைமுடிச்சிற்று வரும்ப இவரு வந்து வசூல்செய்திட்டுப் போயிடுவாரு. மற்றவியளுக்குப் பத்துப்பைசாயில இருந்து எறங்கி கொறஞ்ச ரேட்டுக்கு வட்டி விடமாட்டாரு. நான் சொன்னதினால ஒனக்குக் கொஞ்சம் கொறச்செடுத்துத் தருவாரு. டைம்ம வேஸ்ட் பண்ணாம வேண்டியதுக்குள்ள வழியப்பாரு.

அவர்களின் ஆட்ட ஓட்டங்களைத் தூரத்திலிருந்தவாறு நோட்டம் விட்டுக்கொண்டிருந்த புதியவன் கொச்சப்பி நிற்கும் இடத்திற்கு வந்தான். மகாசபையினருக்கு அவனது அருகாமை விரும்பத்தகாததாக இருந்தது. குறிப்பாக வட்டி அருள்தாசுக்கு அவனைக் கொஞ்சமும் பிடிக்கவில்லை.

''இது யாரு டேய்?''

''வேணு. திருநந்திக்கரையில இருந்து.''

''கூட்டுக்காரனா?''

''வோ.''

''எப்பிடிப் பழக்கம்?''

''குலேரத்துல பாலுவெட்டப் போவம்ப கூட வேல செஞ்சதில உள்ள பழக்கம்.''

''நீ அறிவிச்சியா?''

''இல்லெ.''

''பின்ன எப்பிடி வந்தான்?''

''தெரியாது.''

இதற்குப் புதியவனே பதில் சொல்லத் தொடங்கினான்.

''இப்ப கொச்சப்பியும், நானும் நாலஞ்சி பேரா சேந்து பெயின்ட் அடிச்சப் போறம். திருவெட்டாறில பணி. இவனக் காணாத்தது கொண்டு அன்னளிச்சம்ப தந்தை மரிச்ச காரியம் அறிஞ்சேன். ஜோலிய நிறுத்தீட்டு வந்தேன்.''

''திருநந்திக்கரையில எங்கெயாக்கும் வீடு.''

''சானலுக்க மறுவசம்.''

''எனக்குத் தெரிஞ்ச இடம்தான்.''

''தெரியுமா?''

''நல்லாத் தெரியும். அப்பா பேரு?''

''மணிகண்டன்.''

''சாதிப்பேர சொல்ல மாட்டியளோ?''

''நாங்க தொழிலாளிக.''

''இஸமா?''

''அப்பிடீண்ணா?''

''ஹேமச்சந்திரனுக்கு ஓட்டுப் போடிய ஆட்களா?''

''ஜி.எஸ்.மணி நிண்ணாக்கில அவருக்கும் போட்டிருக்கோம்.''

''யாமான் வீட்டுப் பிள்ளைகளெல்லாம் இப்ப ரப்பர் பாலுவெட்டப் போகத் தொடங்கியாச்சா டேய்?''

''நாங்க தொழிலாளிக.''

''ஒங்க மகாராணிக வீட்டுவேலைக்குக் கூடப் போறாங்களாமே?''

''தொழில் செஞ்சா தான் பிழைக்க முடியும்ணு ஆனதினால போறாங்க. எல்லாருக்கும் அப்பிடித்தான்.''

''ஆனாலும் துணிதுவைக்க மாட்டோம், கக்கூஸ் கழுவ மாட்டோம், வீட்டைப் பெருக்கமாட்டோம், கஞ்சியும், கறியும் மட்டும்தான் வைப்போம்ணு சொன்னா எப்பிடிடேய்?''

''சாரே! பிச்சையெடுக்க வலதுகை இல்லாத்தவன் வேற எதையாக்கும் நீட்டுவான்? இருக்கியதத்தானே நீட்ட முடியும்? அது எடக்கையா இருந்தா என்ன, ரெண்டு கையுமே இல்லாம இருந்தாத்தான் என்ன?''

''நல்லா பேசத் தெரியுது.''

அவனும் கொச்சப்பியும் அவர்களிடமிருந்து நீங்கி வீட்டுக்கருகில் வந்தார்கள். வேணு படிக்கட்டில் ஏறி அவனது தாய், சகோதரிகளின் முன்பு நின்று பேசினான்.

''கொச்சப்பி, இவம்மாருக்க யோசனைகளெல்லாம் வேற மாதிரியாக்கும் போவுது. அதினால நீ கொஞ்சம் ஜாக்கிரதையா இருக்கணும்''

''ஏன்?''

''வட்டிக்குப் பணம் ஒண்ணும் எடுக்காதே''

''பெறவு அப்பனுக்க காரியங்கள எப்பிடி நடத்தியது?''

''எல்லாம் நடக்கும். வெப்றாளப்படாத.''

''கண்டிறாக்கிட்டெ சொன்னியா?''

''எல்லாரும் வேல முடிஞ்சு வருவினும். வீட்டிலெ நம்மாட்டி, பிக்காசு, பாரைக்கோல் காணுமா?''

''அன்னா பாரு, வாழைக்காவல் மாடத்தில எல்லாம் இருக்கு.''

''பின்ன, வீட்டுப்பத்திரம், அடமானம்ணு என்னதெங்கிலும் யாராவது கேட்டா, எடுத்துக் குடுத்திராதெ கேட்டியா, இது இங்க இருக்கட்டு.''

''கையில் வைத்திருந்த பொதியை வீட்டின் மூலையில் வைத்து விட்டு விளைகளின் வழியாகச் சென்றான் வேணு. அவன் தலை மறைந்ததும் பொதியைத் திறந்த கொச்சப்பி, அதிலொரு புதிய வேட்டியும் சட்டையும், பத்தடி நீள வெள்ளைத் துணியும், களபம், சென்ட் முதலிய பொருட்களும் இருப்பதைக் கண்டான். கொச்சப்பியின் தாயார், சகோதரிகளின் கண்கள் பெருக்கெடுத்தன. அவர்களிடம் ஏதோவொரு சக்தி பிறந்து நம்பிக்கை தோன்றியது.

கடைசியில் பொதுமக்களிடம் பணம் திரட்டுவது என்ற முடிவை மகாசபை எடுத்தபோது கொச்சப்பியும் அங்கு வந்து சேர்ந்தான். உண்ணி அங்குக் கூடியிருந்த மக்களைப் பார்த்துப் பேசினார்.

''மகாஜனங்களே! நமக்குத் தெங்கேறுவதைத் தனது கடமையாகக் காலம் முழுவதும் செய்து வந்த கொச்சப்பியின் இறுதிச் சடங்கிற்கானச் செலவை ஊர்பிரித்துச் செய்வதென்று நாங்கள் தீர்மானித்திருக்கிறோம். எனவே நீங்கள் உதாரத்துவமாக நிதியளித்து இறுதிச்சடங்கு சிறப்பாய் நடந்தேற மகாசபை சார்பில் இருகரங்கூப்பி உங்களைக் கேட்டுக் கொள்கிறேன்.

ஊர் சலசலத்தது.

''இப்பிடி பிரிவெடுத்து நடத்தியதுண்ணா நாங்களே நடத்துவோமே. மகாசபை எதுக்கு?''

''அப்பிடியெல்லாம் சொல்லப்பிடாது. மகாசபை என்பது நமது மகாஜனங்களுக்கான அமைப்பு.''

''அப்ப மகாசபையே செலவு செய்ய வேண்டியது தானே?''

''செய்யலாம். மக்களோடு மக்களா செய்ய நினைக்கிறோம்.''

''நாங்களே எரப்போடு. எங்களுட்டெ எரக்க வாறியளே, இது நியாயந்தானா?''

''ஏட்டி, என்ன பேச்சு பேசுகா? அதுவும் எங்களப் பாத்து. நாங்க போக்கத்தா இப்படி பொதுப்பணியில எறங்கி இருக்கிறோம்? மரியாதையா பேசு!''

புலவர் அதட்டினார்.

''அய்யா! நீங்க எல்லாம் பெரிய மனுஷம்மாருவ. நாங்க எங்க வேதனையில பேசியோம். சுனாமி அடிச்சாக்கில காற்று வீசி எங்க வாழை மரங்களெல்லாம் முறிஞ்சி போச்சி. எல்லா வீடுகளிலும் வறுமை. எங்களுக்குத் தின்னெயும், குடிச்செயும் இல்ல. ஏண்ணு கேக்க நாதியற்ற ஜனங்களுட்டெ யாதையா காசு பணம்?''

குழந்தை குட்டிகளுடன் அங்கு கூடியிருந்த ஊர்மக்கள் ஒவ்வொருவராகக் கலைந்து வெளியேறத் தொடங்கினர்.

உண்ணிக்கு ஒரே சமயத்தில் கோபமும் வேதனையும் உடன் தோன்றி எழுந்தன.

''எல்லாம் ஒண்ணோட சேத்து அரிச்சி வாரிக்கொண்டு போச்சி. கொள்ளையில பெறந்ததுக.''

''போவட்டுமே, அதுக்கென்ன இப்பம்? நம்மளுக்குள்ள இருக்கியத ஓரோருத்தரும் பங்கு போட்டுச் செய்ய வேண்டியது தான்''

தோமஸ் உரைத்ததும் அவரைச் செறஞ்சி பார்த்த உண்ணிக்குக் கடித்துக் குதறலாம் போல ஆத்திரம் வந்தது.

''வாயை மூடும் ஓய்!, எப்பப் பாத்தாலும் சும்மா நய்நய்ணு சத்தம் போடத்தான் நீரு லாயக்கு. தேவை இல்லாம பேசாதியும்.''

''நான் என்ன அப்பிடி தேவை இல்லாமப் பேசிப்புட்டேன்?''

''புட்டாபுரம் எங்க இருக்குண்ணு தெரியுமா உமக்கு?''

''தெரியாது, அதுனாலத் தான் பஸ் ரூட்ட சொல்ல முடியுமாண்ணு கேட்டேன், அது தப்பா?''

''ஆந்திர மாநிலம் கிழக்கு கோதாவரி மாவட்டத்தில் தஷாராமம், ராஜமுந்திரி என்கிற வரலாற்றுச் சிறப்புமிக்க ஊர்களுக்கு வடக்கில் ஏலாறு என்னும் நதி ஓடிக் கொண்டிருக்கிறது.. அந்த நதியின் வடகரையில் பிட்டாபுரம் உள்ளது. போதுமா? இன்னும் என்ன வேண்டும் உமக்கு?

''ஒண்ணும் வேண்டாம்.''

''குப்தர்களின் கல்வெட்டில் பிட்டாபுரம் பற்றிக் குறிப்பிடப்பட்டிருப்பது தெரியுமா உமக்கு?''

''தெரியாது அய்யா!''

''பிட்டாவரத்தாள், பிட்டாரம்மன் என்ற பெயரால் காளி தமிழகத்தில் வழிபடப்படும் செய்தியாவது தெரியுமா?''

''தெரியவே தெரியாது''

''அப்ப வாயை மூடிக்கொண்டு சும்மா இருக்கத் தெரியணும். பஸ்ரூட், ரெயில்வே மார்க்கம் பற்றியெல்லாம் விசாரிக்கக் கூடாது.''

பாறைக்கல்லில் உண்ணி வந்து உட்கார்ந்திருக்க மாட்டார். அதற்குள் யானை வரும் பின்னே மணியோசை வரும் முன்னே என்பது போல அகராதியில் இல்லாத வார்த்தைகள் ஒலிக்க மீண்டும் மகாஜனம் வந்துகொண்டிருந்தது. இந்தத்தடவை செம்மண் குளித்த கோலத்தில் தலைமயிர் தொடங்கிப் பாதம்வரைக்கும் புரண்டெழுந்த நிலையில் வந்துநின்றான். வியர்வையின் ரேகைகள் உடம்பில் நதியின் கோடுகளை வரைந்துகொண்டிருந்தன.

அவனைக் கண்டதும் மனுவேல் தனது பாக்கெட்டிலிருந்த ரூபாய் நோட்டுக்களை அவசரமாகக் கையில் எடுத்து உள்சட்டைப் பைக்குள் திணித்தார். பிறகு என்ன நினைத்தாரோ தெரியாது, கையிலுள்ள மோதிரத்தையும் கழுத்தில் கிடந்த செயினையும் கழற்றி அதுபோலச் செய்தார்.

மகாஜனம் யானை கண்வைப்பது போல அவரை ஒண்ணரைக் கண்ணால் பார்த்துவிட்டு பனையின் மூட்டில் போய் உட்கார்ந்தது. பிறகு வழக்கத்துக்கு மாறான தன்மையில் அவர்களுடன் பேசத்தொடங்கியது.

''நாயனே, டெல்லி பட்டணத்துல வேல பாத்தது நீங்கதானே?''

''ஆமா, ஒனக்கெப்பிடித் தெரியும்?''

மனுவேல் கேட்டார்.

''ஊரில அப்பிடி சொல்லுவினும்.''

''இப்ப பெனுசன் ஒருவாடு கிட்டுமா?''

'' ....''

''ஒரு லச்சம் மறியக் கிட்டுமா?''

''அதெல்லாம் ஆண்டவருக்க ஆசீர்வாதம்.''

தோமஸ் கூறினார்.

''பாஸ்டரே, ஒம்ம ஜெபப்புரையில தசமபாகம் மாசம் ஒரு லச்சத்துக்கு மறியுமா?''

''அதெல்லாம் கர்த்தர் கொடுக்கிறார், கர்த்தர் தனது ஊழியத்துக்கு எடுக்கிறார் அப்பா!''

''இங்கெ காலேஸ் வாத்தியான் யாரு?''

நான்தான் என்பது போல எட்வின் நெஞ்சில் கையை வைத்தான்.

''ஓமக்கு மாசசம்பளம் ரெண்டு லெச்சம் மறியுமா?''

''இதெல்லாம் அந்த திருநந்திக்கரைக்காரன் தானே சொல்லித் தந்து ஒன்ன இப்ப எளக்கி விட்டான்? அதியான் ஒனக்க பேச்சு ஒருமாதிரிப் போவுது. அவன் நம்மளை அடக்கியாண்ட பரம்பரை. பாத்தெடுத்துப் பெருமாறு.''

''யாரை யாராக்கும் அடக்கி ஆண்டது?''

புலவர் அடக்கமுடியாமல் குமுறினார்.

''அப்பிடி ஒருபயலும் நம்மள அடக்கினதும் இல்ல, அப்பிடி யாராலெயும் நம்மள அடக்கவும் முடியாது.''

''ஒம்மள நான் சொல்லல்ல புலவரே! ஒம்ம அப்பன் காலத்தில பனம்பட்டையில சாம்பார் கஞ்சி குடிச்ச கதையையாக்கும் சொன்னேன்.''

''அதெல்லாம் வெள்ளக்கார மிஷனெறி பயக்க எழுதி வச்ச கெட்டுக்கதைகளாக்கும்.''

''இரணியலில் அடிமைசந்தை இருந்த வரலாறு தெரியுமா?''

''அதெல்லாம் வெள்ளக்காரன் விட்ட கப்ஸா.''

''அங்கு நம்ம ஆட்கள் விலையோலை எழுதி விற்கப்பட்டதும், வம்சாவழி அடிமைச்சட்டம் திருவிதாங்கூரில் நிலவில் இருந்ததும் தெரியுமா உமக்கு?''

''அபாண்டம்!''

''எனது வீட்டிலுள்ள கொச்சு என்னும் அடிமையெப் பணயமாக வைத்து வாங்கிய பத்துப்பறை நெல்லுக்கு இரண்டுபறை பலிசை வீதம் தராமலிருந்தால் அவனைக் கூட்டிச்சென்று என்ன செய்தாலும் சம்மதம் என்று கச்சாத்து நம்பர் போட்டு எழுதிக்கொடுத்தப் பத்திரம் குறித்து குசுமன் எழுதிய 'சிலேவரி இன் டிரவாங்கூர்' நூலை வாசித்திருக்கிறீரா?''

''அவன் குசும்பன்''

''மிகவும் பலமான வற்புறுத்தல்களுக்கு மத்தியில் 1853ஆம் ஆண்டு செப்டம்பர் 15-ஆம் நாள் உத்திரம் திருநாள் மகாராஜா ஆணை பிறப்பித்த 'அடிமை ஒழிப்புச் சட்டம்' குறித்தாவது தெரியுமா புலவரே?''

''எதுவும் எனக்குத் தெரிய வேண்டிய அவசியமில்லை. எமது பரம்பரை எப்போதும் யாரிடத்தும் அடிமைப்பட்டது இல்லை. அப்படி அடிமைப்பட்டது உண்டானால், அந்த வரலாறு எழுதின வெள்ளைக்காரனிடம் பால்பவுடரும், மாவும் வாங்கித்தின்ன மதம்மாறிய அடிமைகளாக இருக்கலாம்.''

''நம்ம பாட்டிகளுக்கும் பாட்டிகளால மானமா சீலை உடுத்து வாழ்வதற்கு நடத்தின தோள் சீலைப்போர் குறித்து அறிவீரா?''

''அப்பிடி ஒண்ணு நடக்கவே இல்ல.''

''என்னது, நடக்கல்லியா?''

நாராயணதாஸ் கோபத்துடன் எழுந்தார்.

''பொலவரே, ஒமக்கு வரலாறு தெரியல்ல, 'பூமக்கள் நீதமுடன் போட்ட தோள்சீலை தன்னைப் போடாதே என்றடித்தானே சிவனே அய்யா!' என்று அகிலத்திரட்டில் அய்யா சொன்னதெல்லாம் பொய்யா?''

''அதெல்லாம் இடைச்செருகல்! நாம் சங்க காலத்திலேயே ஆடையணிந்த தமிழர்கள்.''

''ஒம்ம வரலாற்று அறிவை ஒடப்புல போடும். எங்களுட்ட கோர்ட் ஆர்டர் இருக்கு. 1859-ல் கவர்னர் சார்லஸ் டிரவலியன் போட்ட உத்தரவெல்லாம் கோலுபோல இருக்கு. ஒம்மால முழுப்பூசணிக்காயைச் சோற்றில மறைக்க முடியாது. அம்சி மணியாரங்குன்று தான் இளங்கோ அரசுரிமை துறந்த இடம்ணு சொன்ன உலகமகா வரலாற்றாசிரியன் அல்லவா நீரு.''

"ஏன் இல்லியா?"

"அய்யா புராண இதிகாசக் காப்பியக் கதைகள அப்படியே காப்பி பண்ணி தனக்கப் பகுதிக்கு மக்கள் பெயர் வைக்கிறது தொன்றுதொட்டுள்ள வழக்கம் தான். இது எல்லா ஊர்ப்பெயர்களிலும் உண்டு. லட்சுமணன் கோடு கீறின கதை வில்லுக்கீறி, ஊரம்பு, அம்பூரி இப்பிடி எத்தனையோ ஊர்களின் பெயரா மாறி இருக்கு. மாரிசன் மானாக நின்று கரைந்த மாங்கரை, இராவணன் சீதையை அசோகவனம் கொண்டு செல்லும் முன்பு சிறை வைத்த முன்சிறை, ஜடாயு தீர்த்தம், தாடகைமலை இதெல்லாம் கதைகளின் பாதிப்பினால் தோன்றிய இடங்களே தவிர, வரலாறு இல்லை. உண்ணிசார் கூறிய ஆந்திரமாநில புட்டாபுரமும் அதுபோலத்தான்."

"சபாஷ்! தேவனுக்கு மகிமையுண்டாவதாக!"

தோமஸ் கூறினார்.

"இதெல்லாம் கதைகள் என்பது இருக்கட்டும், கதைகளிலிருந்து வரலாற்றாதாரங்கள் பெறமுடியாதா என்பது தான் கேள்வி."

உண்ணி தனது சந்தேகத்தை முன்வைத்தார்.

"பெறலாம். சங்ககாலத்தில் பனைநாரினால் கட்டில் கட்டியவன் இழிசினன் என்று பாடலில் வருது. தோல்கருவிகளைப் பயன்படுத்தியவன் இழிபிறப்பாளன். இவற்றிலிருந்து சங்ககால சமுதாயத்தையும், வரலாற்றையும் அறிய முற்படலாம். நம்ம சாதி ஆடை அணிஞ்ச வரலாறு சங்க இலக்கியத்தில எங்க இருக்குது புலவரே?"

"சொல்றேன், அதுக்கு முன்னால அந்த இழிசினன் என்பது யார் என்பதை நான் சொல்லியே ஆகணும். இவர்கள் அனைவருமே கீழோர்கள். கலப்பு இனத்தவர். பிழைப்புக்காக தமிழகம் வந்த இரவலர். அரசனுக்குத் துரோகமிழைத்ததால் ஒதுக்கி வைக்கப்பட்டவர்கள். இது வரலாறு."

"ஆதாரம்?"

"கி.மு. 150-ஆம் ஆண்டு காரவேலன் கல்வெட்டு. இதில் தமிழர்களின் ஒற்றுமை உடைக்கப்பட்ட செய்தி உள்ளது. இதனால் நம் அரசகுலத்தால் ஒரு பிரிவினர் சாணிகள் என்று ஒதுக்கி வைக்கப்பட்டனர். இவர்கள் தான் இழிசினர். பாரததேச நாடுகளில் குடியேறிய பிறதேச கூத்தர், பாணர், கோடியர் தமிழ்மொழி கற்று

ஆடல்பாடல் மூலம் பிழைப்பு நடத்திய நாடோடிகள். அவர்களுடன் கலந்து உருவானவர்கள் தான் நம்மில் ஒரு பிரிவினரான சாணிகள்.

"சங்க ஆற்றுப்படை நூல்களில் வரும் பாணர்களெல்லாம் நம்ம ஆட்கள் தானா?"

"நம்ம அரசவம்சத்தினரின் வைப்பாட்டி மக்கள்!"

"ஓகோ...அந்த அரசர்கள்?"

"அதுதான் நம்ம நாடாண்ட குலம்"

"எல்லாருமா?"

"ஆமா! ஒனக்கு வரலாறு இன்னமும் புரியவில்லை போலத் தெரியுது. தமிழர்களால், அதாவது எங்க நாடாண்ட குலத்தவரால் துரோகிகள் என்று துரத்தப்பட்டவர்கள் நடத்தியதே களப்பிரர் ஆட்சி. அவர்கள் வலையர் சாணிகள். பல்லவர்களும் இதுபோலத் தான். அவர்கள் இடைச்சாணிகள். திருவிதாங்கூரில் களக்காடு சோழர்கள். கிழக்கத்தியான்கள். சங்க இலக்கியம் இழிசினன் என்று கூறுவது துரோகிகளை. நாங்க நாடாண்டவர்கள்."

"அப்ப தமிழர்கள் என்று நீங்க சொல்வது நம்ம சாதிக்காரங்கள மட்டும்தான், சரியா?"

"அப்படியெல்லாம் எங்க சாதி வரலாறை தமிழ்நாடு அளவில் குறுக்கிவிட முடியுமா என்ன? இந்தியா முழுவதும் இருக்கிற எமது நாடாண்ட குலத்தை எப்படித் தள்ளி வைக்க முடியும்?"

"அது யாரு?"

"இராசபுத்திரர்கள்!"

"அவர்களும் நம்மாட்களா?"

"சந்தேகமென்ன? கண்ணகிக்குக் கோட்டம் அமைக்க இமயமலைக்குக் கல்லெடுக்கச் சென்ற எமது ஆட்களில் சிலர் திரும்பிவராமல் அங்கு தங்கி விட்டனர். அவர்களின் வம்சமே இராசபுத்திரர்கள்."

"ஆதாரம்?"

"எங்க ஆட்கள் மடியில் கடாரி வைத்துக்கொண்டு திரிவது போலத்தான் இராசபுத்திரர்கள் இடுப்பில் வாளுடன் இருக்கிறார்கள்."

கைகள் இரண்டையும் உயர்த்திக்கொண்டு கிறுக்குப்பிடித்தவன் போல உரத்த குரலில் சிரித்தவாறு துள்ளி ஒருமுறை சுழன்ற எட்வின் மறுபடியும் அதே இடத்தில் வந்து அமர்ந்து கொண்டான்.

''செரி, சங்க இலக்கியத்தில நம்ம ஆட்கள் சீலை உடுத்த பாடலைச் சொல்லும்.''

புலவருக்கு எட்வின் தன்னைக் கேலி செய்வது போலத் தோன்றவே ஒன்றிரண்டு நிமிடங்கள் மௌனமானார். இந்த இடைவெளியில் அவர்களுடன் அமர்ந்திருந்த மகாஜனம் பனையின் மூட்டிலிருந்து எழுந்து மெல்ல நழுவிச் சென்றது.

''அவ்வையார் எழுதிய 311-வது புறநானூற்றுப்பாடலில் அதற்கான குறிப்பு இருக்கு.''

''என்ன குறிப்பு?''

''போரில் இறந்த வீரன் ஒருவனுக்குப் பாணர் சாப்பண் பாடி கடன்கழிப்பது தான் பாடல். அதாவது நாடாண்ட குலத்தைச் சேர்ந்த எங்க ஆளு ஒருத்தன் போரில் இறக்கும்போது சாணிகளில் ஒருத்தனான பாணன் அந்தப் பிணத்திற்குப் பாட்டுப்பாடி சடங்கு கழிக்கிறான்....''

''இறந்த வீரன் எப்பிடி நம்மாளுண்ணு சொல்லுதீரு?''

''நல்ல கேள்வி. களர் நிலத்திலுள்ள கூவல், அதாவது கிணற்றில் அவன் புதைக்கப்பட்டிருக்கிறான். சாணிகள் இறந்த உடலை எரிக்கும் போது இவனைப் புதைத்திருப்பதால் எங்க ஆளு.''

''நம்ம ஆளு மட்டும்தான் புதைக்கிறார்களா? எம்.ஜி.ஆர். நாயரு. அவரைப் புதைக்கவில்லையா? சி.என். அண்ணாதுரைய புதைக்கவில்லையா? உயிரோடு இருக்கும்போதே மெரினாவில் புதைக்க வழிதேடும் தலைவர்களின் பின்னணியப் பாத்தா, அவங்க பாரம்பரியமா எரிக்கிற வழக்கம் கொண்டவர்கள். இதை எப்படி ஒரு சாதிக்கு மட்டுமான வழக்கமா பொதுமைப்படுத்த இயலும்?''

''இப்பிடி குதர்க்கமா பேசினா என்னால பதில் சொல்ல எல்லாம் முடியாது. நாங்கள் சேரர்குலம் என்பது குறித்துப் பொதுமேடையில் என்னோடு விவாதிக்க நீ தயாரா?''

''இந்த வண்டு முருகேசன் டயலாக்க தூரப் போட்டுட்டு நான் கேட்டதுக்குப் பதில் சொல்லும்.''

''என்னா திமிரு ஒனக்கு? நீ ஓசியில ஒனக்க மதக்காரனுவளுக்க காலேஜில வேலை வாங்கினவன். நான் போட்டித்தேர்வு எழுதி பாசாகி அரசாங்க வேலை பார்த்தவன். அதனால நாக்கை அடக்கிப்பேசு!''

''நேரம் போவுது. சீலை உடுத்த கதையயைச் சொல்லும்.''

புலவர் மேல்மூச்சு கீழ்மூச்சு வாங்க கோபத்தில் கொந்தளித்தார். அவர் கண்கள் இரண்டும் சிவந்து காணப்பட்டன. அதற்குள் நழுவிச் சென்ற மகாஜனம் ஊர் மக்களையெல்லாம் திரட்டிக் கொண்டு அங்கு நடப்பதை வேடிக்கை பார்க்க வந்து நின்றான்.

''அதாவது களர்நிலத்தில் அடக்கம் செய்யப்பட்ட அந்த வீரனுக்குப் புலைத்தி வெண்ணிற ஆடை அணிவிக்கும் குறிப்பு பாடலில் உள்ளது. அதில் வரும் 'மலர்தார் அண்ணல்' நம்ம சாதிக்காரன்ணு எப்பிடி சொல்வீரு?''

எட்வின் துளைத்தான்.

''முதல்ல அந்த புலைத்தி யாருண்ணு சொல்லு.''

''யாரு?''

''வண்ணாத்தியாக்கும்.''

''செரி ஒத்துக் கொள்கிறேன்.''

''எங்க குடும்பத்தில நடக்கும் எல்லா விசேஷங்களிலும் ஐம்பட்டர்களுக்கு ஐந்துவிதக் கடமைகள் உண்டு. காவிதி, நாவிதர், இசைக்கலை, மருத்துவம், அழகுக்கலை இவற்றை எங்க அரசகுலத்துக்கு மட்டுமே செய்வர். இந்தப் பாடலில் இறப்பின் போது வண்ணாத்தி மாத்து விரிக்கும் காரியத்தைச் செய்வதிலிருந்து இறந்துபட்ட வீரன் நாடாண்ட என்குலம் சார்ந்தவன் என்று நான் உறுதி செய்கிறேன். இது எனக்க வரலாறு. சாணிகளுக்கெல்லாம் வண்ணாத்தி சடங்கு செய்யமாட்டாள். அவங்க எரிக்கிற வழக்கம் கொண்டவர்கள்.''

''அய்யா, அஞ்சிபேரத் தாழ்த்தித் தான் நீங்க ஒசந்தவியண்ணு காட்டணுமா? இவ்வளவு படிச்சிருந்தும். இப்பிடி செய்யதில வெக்கம் இல்லியா ஒமக்கு?''

''இது எங்க அரசவம்சத்துக்கே உரிய வழக்கம் என்பதால் பெருமைப்படுகிறேன். ஒங்களுக்கெல்லாம் அந்தப் பாக்கியம் கெடையாது. ''

''எனக்க அப்பா இறந்தாக்கில பெரிய மனுசங்க சிலபேரு குழிவெட்ட நாவிதரையும், மாத்து விரிக்க வண்ணாத்தியையும் எங்கிருந்தோ தேடிப்பிடிச்சி கொண்டு வந்தாங்க. நான் சொன்னேன், வந்ததுக்குரிய காசுபணம் தாறேன். ஆனா ஒங்க தன்மானத்த யாருக்கும் அடகு வைக்காதீங்கண்ணு பேசி திரும்பிப்போக வச்சேன்.''

''நீ ஒரு போலி சமதர்மவாதி.''

"மாத்துத்துணி விரிக்கிற வழக்கம் எப்பிடி உண்டானது தெரியுமா?"

"எப்பிடி?"

"நீர் சொல்வது போல அது அரசகுலத்துக்குச் செய்யிற சடங்கெல்லாம் கிடையாது. பண்டு மரண வீட்டில ரொம்பதூரம் நடந்து வந்த சொந்தக்காரங்க மாற்றி உடுக்கத் துணியில்லாமத் தங்குவினும். அண்ணு வண்ணாத்தி வீட்டிலெ நிறைய துணி வெள்ளைக்கு வந்திருக்குமா, அதைக் கொண்டு வந்து கொடுப்பதற்கு உண்டாக்கப் பட்டதுதான் இப்பிடியொரு சடங்குமுறை."

"நீ தாய்வழி சமூகம்ணு இதிலெ இருந்தே தெரியுது. எங்கள் அரசவம்சம் தந்தைவழி சமூகமாக்கும்."

"தாய்வழி சமூகம் தான் உலகத்தில ஆரம்பத்தில இருந்தது. எல்லா இடத்திலெயும் இதுதான் நிலைமை. அதுல என்னவாக்கும் பிரச்சினை ஒமக்கு?"

"தாயைக் கூட்டிக்கொடுக்கிற ஒன்னப்போல உள்ளவனின் வம்சம் தான் சாணிகளுடையது."

"மரியாதையா பேசும், ஆமா சொல்லீட்டேன்."

எட்வின் கையை அடிக்க ஓங்கியவாறு எழுந்தான். அவனைத் தோமஸ் அடக்கிப் பிடித்து வைத்துக் கொண்டார்.

"முந்நூற்றிப் பதினொண்ணாவது புறநானூற்றுப் பாடலின் பொருள் அறியாத நீ குமரியில் இறக்குமதி செய்யப்பட்டவர்களின் வாரிசு. எங்கள் மக்களிடம் கேட்டால் அதற்குப் பொருள் சொல்வார்களே...."

"எப்பிடி? குழிக்குள் இருக்கியவன் நம்ம ஆளுண்ணா சொல்லுவினும்? வண்ணாத்திக்க மாத்துத்துணி வழக்கம் நம்ம ஆளுகளுட்டெ மட்டும் இல்ல, வெள்ளாளர்களுட்டெ இருக்கு. செட்டிமாருட்டெ இருக்கு, முதலியாருட்டெ இருக்கு, வாணியம்மாருட்டெ இருக்கு. இப்பிடி ஒரோராளும் செத்துப்போன வீரன் எங்க ஆளாக்கும்ணு சொன்னா ஒத்துக்கிடுவீரா?"

"நீ வெள்ளக்காரன் கூட எங்களுக்கு எதிராகத் திருவிதாங்கூர் ஆட்சியாளருக்குக் காவலுக்கு வந்த கிழக்கத்தியான்களின் வழித்தோன்றலாக்கும். அதியான் இப்பிடி பேசுக."

"எல்லாரும் நல்லா கேளுங்க, இனிமே கல்லூரி மாணவர்களுக்கு சங்க இலக்கியம் படித்துத்தர கோனார் தமிழ் உரைபோல நாடார்

தமிழ் உரை, பிள்ளைமார் தமிழ் உரை, செட்டியார் தமிழ் உரை என விளக்கவுரைகள் வரப்போவுது. வெவரங் கெட்ட புலவர்களுக்கக் கையில செய்யுள் உலகம் அகப்பட்டு சின்னாபின்னமாகுது.''

''யாரபிலே வெவரங்கெட்டவன்ணு சொன்ன?''

கேட்டுக்கொண்டே எழுந்த புலவர் எட்வினின் செவுட்டில் கையால் இழுத்தார். பொறிபறந்து கீழே சரிந்தவன் எழும்பி புலவர் மீது பாய்ந்தான். புலவரும் விடாமல் எட்வினின் பள்ளைக்கு ஒன்று கொடுத்தார். ஆனாலும் புலவரால் தாக்குப்பிடிக்க இயலாமல் கீழே விழுந்தார். புலவர் மீது எட்வின் தனது கால்களால் கோரத்தாண்டவம் ஆடினான்.

''அய்யோ ... என்ன மடிக்குழியில சவுட்டிப் போட்டான். யாராவது மணலி குமார் ஆஸ்பத்திரிக்கு உடனே கொண்டு போங்க.''

புலவரின் குரல் பரிதாபமாக ஒலித்தது.

திணை, செப் : 2020

03

நார்க்கட்டில்

வீட்டுக்குள்ளே சுவரில் தொங்கிய ஓவியத்தை ஜன்னல் வழியாகப் பார்த்தான் திருப்பதி. அப்படி என்னதான் கண்டானோ தெரியவில்லை, பார்த்தான்; பார்த்துக்கொண்டே இருந்தான். வெளிமுற்றத்து மாமர நிழலில் குத்தவைத்திருந்தவாறு கைகள் பனைநாரை ஊசியில் கொருத்து இழுத்தன. திருவிழா காணப்போகிறவனின் வேகம் போலவும், மகப்பேறுற்ற மனைவிக்கு உதவுபவனின் அவசரம் போலவும் அது இருந்தது. தேக்கில் வழவழக்கும் தலைவாசலில் கொடிகள் சுற்றிய திராட்சைக்குலைக்கு நடுவில் சிலுவை பதிக்கப்பட்டு மேலே இரண்டு புறாக்கள் சிறகடித்தபடி நிற்கும் கைவேலைப்பாடுகளுடன் கூடிய, நவீன வெண்கலத் தாழ்ப்பாளால் இறுக்கி அடைக்கப்பட்ட கதவுக்கு வெளியே அவனொரு இழிசினனைப் போல அமர்ந்து கட்டில் கட்டிக்கொண்டிருந்தான்.

அந்தப் பார்வை அவன் ஒருவனாக அங்கு இருந்த போதிலும் தனியனாக இல்லை என்பதைப் பறைசாற்றியது. இதற்கு முன்பும் அந்தப் படத்தை பலதடவை பார்த்திருக்கிறான். இதுபோல கட்டில் கட்டச் சென்ற வீடுகளில் மட்டுமல்ல, கடைகள், அலுவலகங்கள், கல்வி நிலையங்கள், தேவாலயங்கள் போன்ற பல இடங்களில் கவனித்திருக்கிறான். கேரளத்தில் கள்ளுக்கடையில் கூடக் கண்ட ஓர்மையுண்டு. மேகங்களுக்கிடையே புரளும் முழுநிலவுக்கு மேலாக விண்ணை நோக்கி இறைஞ்சும் அந்த மனிதஉருவத்தின் கண்களில்தான்

எத்தனை சாந்தமும், அருளும். இடதுகண்ணை மட்டும் வரைந்து வலதுபுறத்தை அறியக்காட்டும் ஓவியனின் திறமை, அதே தூரிகையால் இன்னதென்று உணர்த்த கண்ணின் பார்வையைத் திறந்தபோது அடிபட்டுப் போனது. தன்னைத் தானே மீறி, தன்னைத் தானே அழித்து முன்னேறுகிறவன் கர்த்தன் மட்டுமல்ல, கலைஞனும் தான் என்பதைத் தனது தொழில்வாழ்க்கையில் உணர்ந்த திருப்பதியை, யாரையோ பார்த்து எதையோ கேட்கும் முகபாவனைதான் மிகவும் பாதித்தது. என்னவொரு ஆழமான அர்த்தம் தொனிக்கிறது அந்தப் பார்வையில்.

நேற்று காலையில் இதேநேரம் திருப்பதி இங்கு வந்தபோது தலைவாசல் முழுமையாகத் திறந்திருந்தது. பக்கவாதத்தின் உபாதை வருத்த முன்னறையில் ஞானம்மை ஆசிரியை மரக்கட்டிலில் படுத்திருந்தார். அவனுக்கும், அவன் சகோதரி லெச்சுமி என்ற ஹெலன் ஷீபாவுக்கும் அவர்கள் ஐந்தாம் வகுப்பு வரை பாடம் நடத்தி இருக்கிறார்கள். அந்த அருகாமை இந்த வயதிலும் சிறுபயத்தை மனதில் ஏற்படுத்தியது. ஞானம்மை ஆசிரியைத் தனது கையால் பிரம்பை ஒருநாள் கூடத் தொட்டவர் இல்லை. மாணாக்கரின் பிரமிப்பு அந்தப் பொம்பிள. முதுகுக்குக் காற்றோட்டமாகப் புண்களிலிருந்து காப்பாற்ற அவர்களுக்காகத் தான் அந்தக் கட்டிலை அவன் அதிகம் சிரத்தை எடுத்துப் பின்னுகிறான்.

திருப்பதிக்கு ஏனோ மனம் நிலைகொள்ளவில்லை. பேசும் போதும், மற்ற நேரங்களிலும் சுவருக்கு நேரே உயரத்தில் பார்த்துக் கொண்டிருந்தான். அதனைக் கவனித்த ஆசிரியைக்குச் சற்று வேறுபாடாகத் தோன்றியது. ஒரு கட்டத்தில் அது குறித்துக் கேட்கவும் செய்தார்கள்.

''எதுக்கு சும்மா மேலப் பாத்துட்டே இருக்கிய?"

''அந்தப் படத்தப் பாத்தேன்."

''இதுக்கு மின்ன பாத்ததில்லியா?"

''பாத்திருக்கேன், ஆனா நெருக்கமா இப்பத்தான் பாக்கியேன்."

''இண்ணு மட்டும் என்ன வித்தியாசம்?''

''தெரியேல."

''ஒனக்குத் தெரியாத காரியங்களில தான் நிறைய விஷயங்கள் இருக்கு."

''வாஸ்தவம் தான். நீங்க சொன்னா தப்பாகுமா? நாடுகளும், நகரங்களும் ஒதுங்கின காட்டுப்பகுதியில ஒண்ணு மேல ஒண்ணு தூக்கி வச்சது போல இரண்டடுக்குப் பாறை. அதுக்குப் பக்கத்தில வெள்ளை

அங்கியும், நீலநிற மேல்வஸ்திரமும் அணிந்து முழங்காலிட்டு மண்தரையில் அமர்ந்து, கைகளை ஒன்றோடொன்று சாய்வாகக் கூப்பியவாறு இரங்கத்தக்க நிலையில் நீண்ட தலைமயிரும், தாடி வைத்த முகமுமாக யாரையோ தேடுவது மாதிரியான அந்த மனுஷனிடம் என்னதோ ஒரு விஷயம் இருக்கியதுபோலத் தெரியுது. பெறவு என்னத்துக்கு ஒருத்தன் இத்தனை தூரம் மெனக்கெட்டிருந்து இப்பிடிப் படம் வரையணும்?"

''அது எந்த இடம் தெரியுமா?"

''சிதறால் பவுதியம்மன் பொற்றை தானே?"

''ஹ... ஹ... ஹ..., கொள்ளாம்! கெத்சமனே பூந்தோட்டமாக்கும்."

''அதெங்க இருக்கு?"

''பாலஸ்தீனா தேசத்தில்"

''கள்ளம்! நான் நம்ப மாட்டேன்."

''ஏன் நம்ப மாட்டே?"

''கள்ளியோ, கற்றாளையோ போல மூணு செத்தைய. பக்கத்தில கல்லறத் தோட்டத்தில முளைக்கிய பீநாறிச் செடி! இதுக்க பேரா தோட்டம்?"

''பீநாறியா? பெண்ணுவள இல்லாத்த வேளம் செல்லியது போலப் பேசப்புடாது, எனக்குக் கோவம் வரும். அது நித்தியகல்யாணி செடியாக்கும். எத்தனையோ நோய் நொடிகளைத் தீர்க்கும் மாமருந்து."

''நித்திய கல்யாணி ஒங்களப் போல ஒரு பெண்ணுண்ணே வச்சிருவோம். அது எப்பிடியாக்கும் வெளிநாட்டில பெய் பூத்துது? சொல்லுங்க தாயே..."

''சொல்லட்டா? 'ஆறு வயதினில் ஆரம்பப் பள்ளியில் கல்வி பயின்றாரே...'ண்ணு ஒரு பாட்டு பாடுமே, கேட்டிருக்கியா நீ?"

''கேட்டிருக்கேனே, 'கேளுங்கள் தரப்படும், தட்டுங்கள் திறக்கப்படும்'ண்ணு தொடங்கிய பாட்டு"

''ஏசுநாதர் அப்ப ஆரம்பப் பள்ளியில படிச்சாரா?"

''இல்ல."

''அது புலவன் கற்பனை, புரியுதா? இண்ணைக்கு அவன் பாட்டு எழுதுனா, 'ரெண்டு வயசில புத்தக மூட்டையுடன் பிறீகேஜி போனாரே...'ண்ணு பாடி இருப்பான். சரியா?"

''செரி தான்."

"அதுபோலத்தான் இந்தப் படத்த வரைஞ்சவன் நம்மநாட்டு சாயல்ல வறண்ட பூமியையும், இங்குள்ள செடிகளையும், ஏசுவுக்க உருவத்தையும் உண்டாக்கி இருக்கான்."

"அப்படா!"

"ஆனா பைபிள்ல கெத்சமனே பூந்தோட்டம் செழிப்பான இடமாக்கும். அது கெத்ரோன் என்னும் ஆற்றுக்கு அப்பால் உள்ளதாகக் குறிப்பிடப்படுகிறது. இப்ப புதுசா மொழிபெயர்க்கப்பட்ட திருவிவிலியம் பொதுமொழிபெயர்ப்பு நூல் கெத்ரோன் என்பதை நீரோடை என்று சொல்கிறது. எப்பிடீண்ணாலும் வளமான பூமி என்பதற்குச் சந்தேகம் வேண்டாம். ஏசுவும், சீடர்களும் அங்கபெய் அடிக்கடி தங்கி இருப்பதாக பைபிள் சொல்லுது."

"சீடர்கள் எங்க? படத்தில ஒருத்தரையும் காணல்லியே?"

"அவங்க அவரு கூடத்தான் வந்தினும். சிலுவையில கொல்லப் போறத முன்கூட்டியே அறிஞ்சதினால ஏசுவுக்குக் கொஞ்சம் மனகலக்கம். என் ஆத்மா மரணத்துக்கேதுவான துக்கம் கொண்டிருப்பதால் என்னோடு தங்கி விழித்திருங்கள்ணு சொல்லிப்பார்த்தார். அவங்க எல்லாருமே தூக்கக்கலக்கத்தில இருந்தாங்க. தனக்க நேரம் வந்ததும் தன்னுடன் அழைத்துக் கொண்டு வந்தவர் சீடர்களக் கல்லெறி தூரத்தில இருத்தீட்டு ஏசு மட்டும் தனியா இங்க வந்தாரு."

"கடவுளுக்கும் துக்கமா?"

"இருக்காதா பின்ன? நம்மள விட அவருக்குத்தான் பாரம் அதிகம்."

"பாரமா?"

"பெறவு? அவரக் கொல்லப்போவது நிச்சயமாச்சி. யாருக்குத்தான் பயம் வராது? ஒன்ன யாராவது கொல்ல வந்தா ஒனக்குப் பயம் தோணாதா?"

"தோணும்! சுண்டோதரனுக்குப் பயந்து சிவனும் ஓடினாரே..."

"அதுபோலத்தான் அவரும் திகிலுடன் வானத்தைப் பார்த்து, 'அப்பா! இந்தப் பாத்திரம் என்னை விட்டு நீங்க உமக்குச் சித்தமானால் நீக்குமே...'ண்ணு ஜெபம் பண்ணினாரு. அந்தப் படமாக்கும் இது."

"பாத்திரம்ணா கதாபாத்திரமா? ஒருவேள இந்தப் பாத்திரத்தில நடிக்கியது அவருக்குப் பிடிக்கல்லியோ?"

"எந்தக் கதாபாத்திரம்?"

''ஏசுவா நடிச்சாஅடி, உதை விழுமேண்ணு பயந்து வேற பாத்திரம் கேட்டிருப்பாரோ?"

''ஒன்னச் சொல்லி குத்தமில்ல. அது மொழிபெயர்ப்புக்க தப்பு. திருவிவிலியம் தெளிவா சொல்லுது பாரு, 'இந்தத் துன்பக்கிண்ணம் நான் குடித்தாலன்றி என்னை விட்டு நீங்காது என ஏசு சொல்கிறார்'. இதுக்க அர்த்தம் என்ன?"

''இப்பிடி சொன்னாத் தானே புரியும். எனக்கத் துன்பத்த நான் தான் சுமக்கணும். அதில மனந்தளரப்புடாது. செரியா?"

''ரொம்ப செரி!"

அதற்கு மேல் திருப்பதிக்கு அந்தப் படத்தைப் பார்க்கத் தோன்றாமல் இல்லை. ஆனால் நேரில் பார்ப்பதை நிறுத்தி விட்டான். அவன் மனசில் பொருள் குடிகொண்ட பின்னால் உருவமும், பார்வையும் எதற்கு என்று தோன்றியிருக்கலாம். நீண்ட நேரம் எதுவும் பேசாமல் பணியைத் தொடர்ந்தான்.

திருப்பதி மூன்றாம் வகுப்பு படிக்கும் போது அவன் தகப்பனார் ஓலைவெட்ட ஏறிய வடலிமரத்திலிருந்து விழுந்து செத்துப்போனார். இத்தனை உயரங்குறைந்த மரத்திலிருந்து ஒருவன் விழுந்து இறக்க முடியுமா என்று ஊர் வேடிக்கை பேச, முடியும் என்று அடித்துக்கூறியது மரணம். முட்டளவு நீரில் மூழ்கிச் செத்த குஞ்சிராமனை உலகம் கண்டதில்லையா? அதுபோலத்தான் தனது தகப்பனாரின் இறப்பும் என்று திருப்பதி நினைத்துக் கொண்டான். இவ்வாறு தனது தகப்பனாரிடமிருந்து கற்ற தொழிலை பிழைப்பதற்கு ஏழாம் வயதிலிருந்தே செய்யத் தொடங்கினான். இன்றும் கூட அவனைப் போல ஒரு கட்டில் கட்டியைச் சுற்று வட்டாரத்தில் எங்கும் பார்க்க முடியாது. கண்ணிகளை ஒழுங்காக நாரில் இழைத்து வரிசையாக்கி அவன் கட்டி முடித்த கட்டில் புதுமணப்பெண்ணின் வாசத்தோடு கன்கண்டிஷனில் நிற்கும். அதன்மீது செறங்கை நிறைய சிறுபயிறை வாரி வீசி எறிவான். 'ஒரு பயறு கீழ விழுந்தா எனக்கு நயாபைசா தரண்டாம்' என்று கூலி மறுப்பான். குனிந்து பார்ப்பவர்களுக்கு வெறுந்தரைதான் மிஞ்சும்.

லெச்சுமி படிப்பில் கெட்டிக்காரி. வகுப்பில் முதல் மாணவியாக விளங்கினாள். ஞானம்மை ஆசிரியைக்கு அவளை மிகவும் பிடித்துப்போனது. அவர்கள் வீட்டிலிருந்து கொண்டுவரும் ஆகாரம்தான் பலநாட்கள் அவள் பசியை ஆற்றி இருக்கிறது. தள்ளியும்,

உந்தியும் ஐந்தாம் வகுப்பு வரை வந்த திருப்பதியால் பாதிக்கிணறைத் தாண்ட முடியவில்லை. இடையிலேயே படிப்பை நிறுத்தி விட்டான்.

படிப்பை நிறுத்தியது கூட அவனை வருத்தவில்லை. ஆசிரியையின் முகத்தை எதிர்கொள்வது தான் கஷ்டமாக இருந்தது. நாடகத்தில் நடிப்பதற்கு, பள்ளி வளாகத்தைப் பசுமையால் போர்த்துவதற்கு அவர்களின் முன்னணி தளபதியாய் இருந்தான். அவர்களிடம் அகப்படாமல் தலைமறைவாகத் திரிந்தவன் ஒருநாள் வசமாக வந்து மாட்டிக் கொண்டான். அந்திமழைக்கு ஒதுங்கிய சாயைக்கடையில் அவர்களை அவன் எதிர்பார்க்கவில்லை.

''அம்மையும் அப்பனும் இல்லாத்த வீட்டில நீ வேலை செய்துதான் ஜீவிச்ச முடியும்ணு உள்ளத நான் அறியாத்தவ இல்ல. ஆனா பலமுறை தங்கச்சிட்டெ செல்லி விட்டேன் இல்லியா, நீ ஒருதடவ கூட என்னை ஏன் வந்து பாக்கல்ல?"

''வெளுப்பாங்காலமே எழும்பி வேலைக்குப் போயிடுவேன், அதாக்கும் வரப்பற்றேல"

''சாக்குப்போக்கு செல்லாத டேய், நானும் இந்த ஊரிலதான் இருக்கியேன். வெளிநாட்டில ஒண்ணும் இல்லியே.''

''நீங்க அவளுட்டெ சி.எம்.எஸ்.சில கொண்டு விடுகேன், அங்கெ நிண்ணு படிக்கியா?ண்ணு கேட்டதா சென்னா. அது எனக்கு இஷ்டப்படல்ல.''

''ஏனாம்?"

''அவா அனாதசாலைல படிக்கண்டாம்''

''அவளப் படிக்கவச்சி உனக்க வாழ்க்கைய நீ இழந்து போவியேடா? அதாக்கும் அப்பிடி சென்னது, கேட்டியா?''

முப்பது ஆண்டுகளுக்கு முன்பு ஆசிரியை கூறியதன் பொருள் இப்போதுதான் அவனுக்குப் புரிந்தது. இன்னும் இருபது ஆண்டுகளுக்குப் பிறகு தனது அறுபது வயசுக்கு மேல், மேலும் விளங்குவதாக நினைத்துக் கொண்டான்.

கட்டிலை விட்டு எழும்பியவன் கால்அனுங்க வீட்டுவளாகம் விட்டு வெளியே ரோட்டுக்கு வந்து ஒரு பீடியைப் பற்றவைத்தான். நேற்று ஆசிரியை உடனிருந்ததால் அணைத்து வைக்கப்பட்டிருந்த உணர்வு இன்று தீயால் உயிர்ப்பிக்கப்பட்டது.

சைதாப்பேட்டை ஆசிரியர் பயிற்சிப்பள்ளியில் டி.டி.சி முடித்த கையோடு லெச்சுமியை அழைத்துக் கொண்டு இதே வாசலில் தான் திருப்பதி வந்து நின்றான். அவனது நெஞ்சு நிமிர்ந்தது போல ஞானம்மை ஆசிரியைக்குத் தெரிந்தது.

''நீ மிடுக்கன் தான் டேய், தொங்கச்சியப் படிச்சவச்சி முன்னுக்கு கொண்டு வந்திட்டே...''

''எல்லாம் ஒங்க தயவும், வழிகாட்டுதலுந்தான்.''

''இன்னும் வழி இருக்கு, சொன்னா கேப்பியா?''

''செல்லணும்.''

''எனக்கு மின்ன போல களியேல. இந்த வருசம் வி.ஆர்.எஸ். வாங்கப்போறேன்.''

''அப்பிடீண்ணா என்னா?''

''வேலைய விடப்போறேன். ஆனா ஆருட்டெயும் இதுவரைக்கும் ஒரு வார்த்தை போலும் சொல்லல. நீ ஒண்ணு பொற்றையில இருக்கிய வேதக்கோயிலுக்குப் பெய் பெரிய நாட்டையர ஒடனே பாக்கணும்.''

''எதுக்கு?''

''தொங்கச்சிக்கு வேல வேண்டியதுக்கு.''

''எங்களுக்கு எப்பிடி தருவினும்? நாங்க ஒண்ணும் ஒங்களப்போல வேதக்கார இல்லியே?''

''அதுக்குள்ள வழியத்தான் சொல்லியேன். கேக்க மாட்டியா?''

அவர்கள் சொன்ன வழியை அவன் அப்பிடியே கேட்டான். லெச்சுமி ஒரு வாரத்தில் ஹெலன் ஷீபா ஆனாள். திருப்பதி ஜோசப் ஆனான். ஹெலன் ஷீபா தொடக்கப்பள்ளி ஆசிரியை ஆனாள். ஆனால், திருப்பதி ஜோசப் ஆன பிறகும் பழைய கட்டில் கட்டியாகத் தான் இருந்தான்.

ஒருநாள் சந்தையிலிருந்து குறுக்குவழியாக வீட்டுக்குக் கடக்கையில் மரிச்சினிவிளையில் குத்தவைத்திருந்து வாற்றுச்சாராயம் குடிப்பவர் வரிசையில் திருப்பதியைக் கண்டார் ஆசிரியை. அவர்கள் தன்னைக் கண்டதை அவனும் கண்டான் என்பதைக் காணாதது போல அவர்கள் கடந்து சென்றார்கள்.

திருப்பதி மனசில் ஏதோவொன்று அவனைச் சும்மா இருக்க விடவில்லை. எழும்பி அவர்கள் பின்னால் ஓடி வந்தான். ஒன்றும்

தெரியாதது போன்ற சகஜபாவத்தில் அவனை ஏறெடுத்துப் பார்த்தார் ஆசிரியை.

''யாரு, திருப்பதியா?"

''ஆமா அம்மா, பைய இஞ்செ தாருங்க!"

இடுப்பிலும், இன்னொரு கையிலுமாக அவர்கள் சுமந்து சென்ற பைகளில் ஒன்றை வாங்கித் தனது தோளிலும், இன்னொன்றை மறுகையிலுமாக வைத்துக் கொண்டான் திருப்பதி. அவர்கள் ஒரு பையைத் தான் வைத்திருப்பதாகச் சொன்ன பிறகும் அவன் கொடுக்கவில்லை.

''என்னை மன்னிச்சிடுங்க."

''எதுக்கு மன்னிக்கணும்?"

''............"

''ஒனக்கிட்டெ நான் என்னதெங்கிலும் கேட்டனா? இப்பிடி சம்மன் வராம எங்கெயும் ஆஜராகப்பிடாது, தெரியுதா?"

''ம்..."

''ஆமா தொங்கச்சிக்கு நல்ல வேலையும் கெடச்சாச்சி, அவளெக் கெட்டி அனுப்பணும்ணு யோசனை ஒண்ணும் ஒனக்க மனசிலத் தோணல்லியா?"

''தோணினா மட்டும் போருமா? நாலுசென்ட் தறையும், ஒரு ஓலைச்சாய்ப்பும் தவிர வேற என்ன எங்களுட்டெ இருக்கு?"

''நகையும், பணமும் கொண்டுபோட்டு கெட்டக்கூடிய படிப்பும், வேலையும் உள்ள தகுதியான தங்கச்சி இருக்காடா ஒனக்கு! சங்கடப்படாதே, நீயும் செல்வந்தன் தான்."

''அன்றாடம் வேலைசெய்து வயிறுகழுவும் இந்தப் பிழைப்பில தங்கச்சி வேலைக்கு நீங்க குடுத்த அம்பதினாயிரம் ரூவா பணத்த மொதல்ல நாங்க தீக்கண்டாமா? செறிய வட்டி போட்டாலும் மாசம் ஆயிரத்தஞ்றூறு ரூவா வரும் இல்லா?''

நடையை நிறுத்தி விட்டு அப்படியே நின்ற ஞானம்மை ஆசிரியை திருப்பதியை நோக்கி முகத்தைத் திருப்பினார். அதில் இப்படியொரு அனல் பறந்த வெயிலை அவன் ஒருநாளும் பார்த்ததில்லை.

''பேச்சை நிறுத்துவிலே! பள்ளீல பாடம் நடத்திய நேரத்தில வட்டி பிரிச்சிட்டும், யாவாரம் செய்திட்டும் திரியிற அலவலாதி

வாத்தியானுவளப் போலயாடா என்னெயும் நெனச்சே? இல்லாட்டு இப்பிடி நீ வேளம் பறைய மாட்டே. எனக்க பெத்தமொவளப் போலக் கருதியாக்கும் லெச்சுமிக்கு நான் பைசா குடுத்தேன். இரக்கப்பட்டு ஒதவி செஞ்சா தொரை வட்டி இல்லா தருவாராம் வட்டி? ஒனக்க வட்டிப் பைசாயில தான் நான் கஞ்சி குடிச்சிக் கழியேனாக்கும்?''

அவன் கையிலிருந்து பைகளை வெடுக்கென பறித்து விட்டு வேகமாக நடந்தார் ஆசிரியை.

மறுநாள் ஆசிரியரைச் சமாதானப்படுத்த தங்கச்சியோடு அவர்கள் வீடுதேடிச் சென்றான் திருப்பதி. எதுவுமே நடக்காதது போல சிரித்துப் பேசி வரவேற்றதோடு மட்டுமல்லாமல் லெச்சுமியை வாஞ்சையோடு தடவிக்கொடுத்துத் தன்பக்கத்திலும் அமர்த்தினார்கள். அப்போதுதான் அந்த ஆலோசனையைத் திருப்பதியிடம் தெரிவித்தார்.

''எனக்க மூத்தமகன் விக்டருக்கு சம்மந்தம் பாக்கியோம். நெறைய ஆலோசனைகள் வருது. திருப்பதிக்கு அவனத் தெரியும் இல்லியா?''

''நல்லா தெரியும். நெல்சனுக்க அண்ணன் தானே?''

''நெல்சனப் போல யாருட்டெயும் முகங்குடுத்துப் பேச மாட்டானா, அதினால பல பேருக்கு எனக்க மோனாக்கும்ணு தெரியாது''

''எனக்கும் இடைக்காலம்வரை அவரைத் தெரியாது. ஒருக்கா நெல்சனுக்க ஒர்க்ஷாப்பில பேப்பர் படிச்சிட்டு இருந்தாக்கில இதாக்கும் எனக்க அண்ணன்ணு காட்டித் தந்தான்.''

''திருப்பதி! எனக்க மனசில விக்டருக்குப் பெரூசா கல்யாணம் எடுத்து ஊரக் கூட்டிப் பாக்கணும்ணு ஒரு வலிய ஆசை உண்டு டேய். அண்ணன் இருக்கும் போதே நெல்சன் கேரளத்தில இருந்து ஒருத்தியக் கொண்டு வந்து குடும்பம் நடத்தினானா, கல்யாணம் கங்காச்சயள ஒண்ணும் காண முடியல்ல.''

''அதுக்கென்ன, எல்லாம் நல்லபடியா நடக்கும்''

''விக்டர் பாக்கியம் செய்தவனாக்கும். பாலிடெக்னிக் தான் படிச்சான். இண்ணு பெரிய எஞ்சினியருக்க சம்பளம் வேண்டுதான். பெருஞ்சாணி அணையிலெயாக்கும் வேல.''

''நல்லா இருக்கட்டு.''

''இதையெல்லாம் ஏன் ஒனக்கிட்ட செல்லியேன்ணு தெரியுமா? எனக்க மனசில லெச்சுமிய அவனுக்குச் சம்மந்தம்

கேட்டுப்பாக்கலாமாண்ணு ஒரு ஆலோசன தோணிச்சி. அதுகொண்டாக்கும்.''

''ஆலோசன எல்லாம் செரிதான், எங்களுட்டெ அதுக்குள்ள எந்தச் சேச்சியும் இல்லெ. நாங்க கெட்டுப்போனோம்ணு சொந்தக்காரங்க யாருமே எங்களுட்டெ பேசியது கூட இல்லெ.''

''ஒங்களப் பற்றி புதுசா செல்லியா நாங்க தெரியணும்? எல்லாம் அறிஞ்சுவச்சிட்டுத் தானே பேசியோம். விக்டருட்டெ மெள்ள கேட்டுப் பாத்தேன், பய நலமோ, நட்டமோ பேசல்ல. ஒருக்கா கூட கேட்டுப் பாத்திட்டு ஒனக்கு ஆளுசொல்லி விடலாம்ணு நெனச்சா, நீங்க ரெண்டுவேரும் திடுதிப்புண்ணு வந்து நிக்கிதிய.''

''இதில எங்க தரப்பில என்ன செல்லியதுண்ணு எங்களுக்கே தெரியல்ல பாருங்க.''

''திருப்பதி! இங்கபாரு, ஒங்கள குறைவா நெனச்சி நான் இத பேசல்ல. எங்களுக்குப் பணமோ, நகையோ அவசியமில்ல. யோசிச்சி மெதுவா சொன்னா போதும்.''

வாசலுக்கு வெளியே காலெடுத்து வைத்திருக்க மாட்டார்கள், லெச்சுமி சாமி வந்தவளைப் போல ரோட்டில் நின்று ஆடத் தொடங்கினாள்.

''பணமும் வேண்டாமாம், நகையும் வேண்டாமாம். நாம பிச்சக்காரர்களாகிப் போனோம். வாத்திச்சிக்க கணக்குக்கூட்டல் நல்ல சேலாத்தான் இருக்கு. எனக்கு வேலைமட்டும் இல்லேண்ணு வச்சிக்க, திலிஞ்சி பாத்திருப்பினுமா? சதையுள்ள இடம் பாத்துதான் கத்தியும் எறங்குது.''

''அப்பிடி எல்லாம் பேசாத தங்கச்சி. ஒனக்க வேலைகூட அவங்க தந்தது தான். ஆசிரியை ஒருக்காலும் கேடுபாடு உண்டாக்கியவிய இல்ல. நமக்கொரு அம்மையப் போல. ஒருவாடு உதவி எல்லாம் செஞ்சிருக்கினும். அத மறக்கப்பிடாது. எனக்கிந்த ஆலோசனையில இஷ்டந்தான். நடந்தா நடக்கட்டும்.''

அடுத்த சில நாட்களில் விக்டரும் தனது சம்மதத்தைத் தெரிவித்தான். நாலுசென்ட் நிலத்தை லெச்சுமி பேரில் எழுதிவைக்க வேண்டும் என்றொரு நிபந்தனை மட்டும் விதித்தான்.

''அண்ணா இதுக்கு நீ ஒருநாளும் சம்மதிக்கப்பிடாது. இரைபோட்டு மீன்பிடிக்கும் வேலையாக்கும் செய்யினும். நாலு சென்டா இருந்தாலும்

ரோட்டங்கரை. அதுக்க மதிப்பு வேற. ஒனக்குப் பெறவு கெடந்துறங்க இடமில்லாமப் போயிடும்.''

தங்கையின் கண்ணீரைத் துடைத்தெறிந்தவன் அவர்கள் கூறிய எதற்கும் குறைவைக்காமல் விக்டரின் கரத்தோடு அவளைச் சேர்த்துவைத்தான்.

ஒரு வருடம் இன்னா என்று ஓடிப்போனது.

பிறந்த வீட்டுக்கு வந்த லெச்சுமி வழக்கத்திற்கு மாறாக அன்று அண்ணனுக்குப் பண்டம், பலகாரம், துணிமணிகளெல்லாம் வாங்கிக்கொண்டு அமர்க்களமாக வந்தாள்.

''உள்ள வா!''

''நீ கொஞ்சம் வெளிய வா அண்ணா, இன்னா பாரு நம்ம வீட்டடியச் சுற்றி மொத்தம் இருவது சென்ட் நிலம் நாங்க எடவாடு செய்தாச்சி''

''அது நடந்து ஆறு மாசம் கழியுமே?''

''ஓ... நீயும் அறிஞ்சியா?''

''நீ சொல்லாட்டாலும் நான் அறிஞ்சிட்டுத்தான் இருக்கியேன்.''

''செல்ல அண்ணா, டீச்சர் எனக்கு போட்டுக் கெட்டின நகையெல்லாம் அடவுல ஆச்சி.''

அவள் சிணுங்கினாள்.

''இனி வெக்கியதுக்கு பொடிப்பவுன் இல்லாமப் போச்சி. எனக்குத் தந்தது போல எளையமவன் பெண்டாட்டிக்கும் நல்லாக்கிப் போட்டினுமாம் டீச்சர். நான் பெய் அடவுவச்ச கேட்டாக்கில என்னா வித்தாரம் பேசியா அந்தக் கேரளத்துக்காரி!''

''வாழப்போன வீட்டில பெய் இருந்துட்டு நீ வழக்குண்டாக்கப் பிடாது, கேட்டியா?''

''நான் எங்கெ வழக்குண்டாக்கினேன்? வச்சிற்று இல்லேண்ணு சொல்லீட்டா பாரு.''

''நெல்சன் சின்னதா ஒர்க்ஷாப் நடத்தி ரெண்டு வண்டியள வேலப்பாத்து தொடச்சி பறக்கி பெழப்பு நடத்தியவன். ஒங்க ரெண்டுவேரையும் போல மாசச் சம்பளக்காரன் இல்ல, அத மொதல்ல அறியணும் நீ''

''நாங்க என்ன, திருப்பித்தரமாட்டோம்ணா கேட்டம்? கண்ண அடச்சி வச்சிற்றா எனக்க அனந்தரத்தி.''

''தர விருப்பம் இல்லாத எடத்தில பெய் பின்னெயும் பின்னெயும் கேக்கியது தப்பு. அத மறந்திடணும்.''

''எக்க பொன்னு அண்ணா, நீ தெற்று திலிச்சப்பிடாது. ஒனக்கிட்ட ஒரு காரியம் செல்லப் போறேன்.''

மகள் தகப்பனிடம் கேட்பதைப் போல நினைத்துக் கொண்டு அவள் என்ன கேட்கப் போகிறாள் என்பதை மனதில் அறிந்தவனாக மெலிதாய்ப் புன்னகையை முகத்தில் படர விட்டான் திருப்பதி.

''பேங்கில லோன் சேங்ஷன் ஆயிருக்கு. இதிலெ ஷாப்பிங் காம்ப்ளெக்ஸ் கெட்டப் போறோம்...''

''வீட்டை நான் ஒளிஞ்சு தரணும், அதானே கேக்கப்போறெ?''

உள்ளே சென்றவன் பூட்டையும், சாவியையும் எடுத்து அவள் கையில் ஒப்படைத்து விட்டு வெளியே இறங்கினான். அவன் முதுகுக்குப் பின்னால் நின்று ஏசுவின் வசனத்தைக் கூறி அவள் எதுவோ பேசுவதுபோலத் தெரிந்தது. அவன் காதில் எதையும் வாங்காமல் நடந்தான்.

அன்று மாலை நெல்சன் வந்து விக்டரைச் சந்தித்தான்.

''நீ செய்தது ஒனக்கே நல்லா இருக்குதா அண்ணா?''

''நீ குடிச்சிருக்கே, ஒனக்கிட்டெ நான் பேசத் தயாரில்ல.''

''சொந்த மச்சினனெ தெருவுந் திண்ணையுமா ஆக்கிப் போட்டியேடா!''

''அண்ணன் இஷ்டப்பட்டுத்தான் சாவிய கையில தந்தான். இவியளா எறங்கிப்போ எண்ணு வெரட்டிச்சினும்?''

''அண்ணி, ஒங்களுட்டெ நான் பேச வரல்ல. லேய் அண்ணா! தட்டுல இடம் காலியாத்தானே இருக்குது, ஒரு முறி ஒதுக்கிக்குடுத்து கெடந்துறங்கவாவது ஏற்பாடு செய்.''

''அண்ணனுக்கு எங்களோட வந்து தங்க விருப்பம் இருக்காது. அவனுக்கு வேற என்னெங்கிலும் செய்யிலாம்.''

''என்னெங்கிலும்ணா?''

''மாசம் அம்பதோ, நூறோ குடுக்கலாம்.''

''ஒங்க அம்பதிலும் நூறிலும் ஒண்ணும் அவன் வாழல்ல. தெனம் அஞ்றூறு ரூவா வேலசெய்து சம்பாதிக்கிய திராணி திருப்பதிக்கு உண்டு. எனக்க ஒர்க்ஷாப்பில கெடந்துறங்க எடம் கேட்டான். ஒங்க ஒடம்பில ஓடிய ரெத்தம் தான் அவனுக்கும் ஓடுதுண்ணு நீங்க நெனச்சிருந்தா சொந்த அண்ணன இப்பிடி கைவிட்டிருக்க மாட்டிய.''

கையில் சுட்ட பீடியைத் தூக்கி எறிந்துவிட்டுத் தொண்டையில் கசந்த காறலைத் துப்பினான் திருப்பதி. திரும்பவும் வந்தமர்ந்து கட்டில்கட்டத் தொடங்கினான்.

எஸ்தர் காம்ப்ளெக்ஸ்!

அவன் வீடு இருந்த இடம் தற்போது தூக்கம் கலைந்து எழுந்து நிற்கும் யானைபோல உயர்ந்து நின்றது. அதன் உச்சியில் ஒரு சிலுவை நாட்டப்பட்டிருந்தது. அது குன்றிலிட்ட விளக்காய்ப் பிரகாசித்தது.

கட்டில்கட்ட ஞானம்மை ஆசிரியை ஆள்சொல்லி விட்டபோது எல்லாவற்றையும் விட திருப்பதி மனதில் எஸ்தரைக் காணும் ஆவல்தான் மிகுந்திருந்தது. பிறந்தவீடு என ஒன்று இல்லாத நிலையில் லெச்சுமியை எப்படி பிரசவத்திற்கு அழைக்க முடியும்? வீடிருந்தாலும் திருப்பதியால் ஒற்றைக்கு என்ன செய்திருக்க இயலும்? என்றாலும் அவன்மனதில் ஏதோ குறையொன்று படர்வதை உணர்ந்தான். அவர்கள் அவனை எதற்கும் அணுகவில்லை என்பதில் அக்கறையை விட பொருட்படுத்தாமையே காரணமாக இருந்தது. தங்கைக்குக் குழந்தை பிறந்த தகவல் கூட அவனாய்க் கேட்டு அறிந்தது தான். நெய்யூர் ஆஸ்பத்திரி சென்று எஸ்தரைக் கைக்குழந்தையாகக் கண்டு வருடம் நான்கு அதற்குள் ஓடிவிட்டது.

திருப்பதியின் உணர்வைப் புரிந்துகொண்ட ஒரே ஜீவன் ஞானம்மை ஆசிரியை என்பதால் நேற்று மதியம் தாண்டியது முதல் அவர்களை நச்சரிக்கத் தொடங்கினான். அவன் ஆவல் அவர்களிடம் பரிதாபத்தை ஏற்படுத்தியது. இரத்தபாசத்தின் துடிப்பை உணர்ந்து நாலுமணிக்குப் போல எஸ்தர் படிக்கும் பள்ளி சென்று அவளை அழைத்து வருவதற்கு அனுமதித்தார்கள்.

பள்ளியில் அவன் தோற்றத்தைக் கண்டு முதலில் யாரும் நம்பவில்லை. லெச்சுமியுடன் படித்த ஆசிரியைக்குத் திருப்பதியைத் தெரிந்ததால் எஸ்தரை அவனுடன் அனுப்பிவைத்தார்கள்.

''அங்கிள்! ஒங்கள பூச்சாண்டிண்ணு என் பிரெண்ட்ஸ் எல்லாம் சொன்னாங்க. எனக்குப் பூச்சாண்டீண்ணா ரொம்...பப் பிடிக்கும்.''

அவள் கன்னத்தைக் கிள்ளியவன் ஸ்கூல்பேக்கை வலதுகையில் தூக்கியவாறு இடது கையால் வாரியெடுத்துக் கொண்டு நடந்தான்.

''மக்கா, நான் உனக்கு அங்கிள் இல்ல, மாமாவாக்கும்.''

''அங்கிள்ணு தானே மம்மி சொன்னாங்க?''

''அது கள்ளம் பாரு.''

''அங்கிளுக்கும், மாமாவுக்கும் என்ன வித்தியாசம்?''

''அம்மைக்கு அங்கிள், எஸ்தர்குட்டிக்கு மாமா!''

''நல்ல மாமா!''

அவன் அழுக்குத் தலைமயிரைப் பற்றிப்பிடித்த குழந்தை திருப்பதியின் கன்னத்தில் முத்தம் பதித்தது.

''மாமா எங்க பிரின்சிபல் ஆன்டிகிட்டெ நீங்க ஏன் திருப்பதிண்ணு சொன்னீங்க? அதனாலத்தானே ஒங்கள சந்தேகப்பட்டாங்க.''

''அப்ப எனக்க பேரு என்ன செல்லம்?''

''அய்யே, ஒங்க பேரு ஒங்களுக்குத் தெரியாதாக்கும்? எனக்குத் தெரியுமே...''

''சொல்லு.''

''ஜோசப்.''

அடக்கமான குரலில் சொல்லி விட்டுக் கைகொட்டிச் சிரித்தது குழந்தை.

''இப்ப ஏன் நீங்க கள்ளம்ணு சொல்லல்லே?''

''வாஸ்தவம் தான்.''

''ஜோசப்புக்கும், திருப்பதிக்கும் என்ன வித்தியாசம்?''

''ஆகா! இது லேசுப்பட்டதல்ல, ஹெலன் ஷீபா பொரிச்ச குஞ்சாக்கும்.''

''சொல்லுங்க மாமா.''

''திருப்பதிண்ணாலும் அடியோலப்பாடு தான், ஜோசப்புண்ணாலும் அடியோலப்பாடு தான் மக்கா.''

குழந்தை புரியாமல் விழித்தது.

வீட்டை அடைந்ததும் யாரையும் எதிர்பார்க்காத குழந்தை தானாகவே ஸ்கூல்பேக்கைத் திறந்து புத்தகங்களைப் பிரித்து அடுக்கியது. மதியம் சாப்பிட்ட பாத்திரங்களைக் கவனமாக அடுக்களையில் கொண்டுபோய் வைத்தது. துணிகளைக் கழற்றிக்

கூடையில் போட்டது. தானே மேல்குளித்து தானே புதியஉடை அணிந்து தொலைகாட்சிப் பெட்டியை உயிர்ப்பித்து அதன் முன்னால் வந்து உட்கார்ந்தது. அவளது ஒவ்வொரு அசைவுகளையும் திருப்பதி வியப்புடன் பார்த்து ரசித்துக்கொண்டே இருந்தான்.

''என்ன திருப்பதி, வச்ச கண்ணு மாறாம மருமகளப் பாத்துக்கிட்டே இருக்கிய?''

''இல்ல டீச்சர், அம்மைக்க சாயல் இவளுட்டெ அப்பிடியே தெரியுது''

''ஒனக்க அம்மைக்க பேரு என்ன டேய்?''

''சொனையப்பு!''

''அடப்பாவி! அழகான பெயரை மாங்காயிலிருந்து வழியும் சொனையா மாற்றிப்போட்டியே? அது சொனையப்பு இல்ல, சினேகப்பூ!''

குழந்தைக்குப் புரிந்ததோ இல்லையோ, கைக்கொட்டி அந்தச் சிரிப்பில் கலந்து கொண்டது.

''பண்டு இந்தப் பேரில நெறைய பொம்பிளைக இருப்பினும்.''

டி.வி.யில் சந்தோஷ் கோப்பைக்கான கால்பந்தாட்டப் போட்டி ஓடிக் கொண்டிருந்தது. குழந்தை அதனை வெகுவாக ரசித்துப் பார்த்தது.

''மாமா இந்த விளையாட்டு ஒங்களுக்குத் தெரியுமா?''

''நல்லா தெரியுமே, குட்பால் தானே?''

''குட்பால் இல்ல மாமா, அது ஃபுட்பால்!''

குழந்தை தனது காலைத் தொட்டுக் காட்டியவாறு பேசியது.

''ஒனக்கு இந்த விளையாட்டு பிடிக்குமா அம்மா?''

''நல்...லா பிடிக்கும் மாமா! ஆனா மம்மிதான் திட்டுவாங்க.''

''ஏன்?''

''பையங்களுக்க விளையாட்டாம் இது.''

''அப்பிடியெல்லாம் இல்ல மக்கா! அம்மா தெரியாமப் பேசியா. எந்த வெளயாட்டையும் யாரும் வெளையாடுலாம் பாரு.''

''மாமா தான் நல்லவரு''

''ஒனக்கு இஷ்டம்ணா நீயும் வெளயாட வேண்டியது தானே மக்கா? யாரு உன்னத் தடுக்கப் போறாங்கண்ணு நானும் பார்க்கிறேன்.''

குழந்தை நாற்காலியிலிருந்து இறங்கி வந்து திருப்பதியின் மடியில் ஏறி உட்கார்ந்தது. அவன் நாடியைத் தடவியவாறு பேசியது.

"அப்பாட்டெ பந்து வாங்கித்தர கேட்டேன் மாமா, அப்பிடியே என்னச் செறஞ்சிப் பாத்துட்டு, நீ செஸ் விளையாட்டோ, கேரம்போடோ விளையாட வேண்டியது தானேண்ணு திட்டிச்சி."

"அப்படியா தங்கம்? ஒனக்கு அம்மையும் சரியில்ல, அப்பனும் சரியில்ல."

ஞானம்மை ஆசிரியை சத்தம் போட்டு சிரித்தார்.

"அண்ணைக்கு நீ படிப்ப நெறுத்தாம இருந்தா, எங்கேயோ இருந்திருப்பே. தங்கச்சி நாலெழுத்துப் படிச்சாளே தவிர, அதுக்குள்ள மதி அவளுட்டெ இல்ல. அறிவுக்கும், வாழ்க்கைக்கும் எந்தச் சம்பந்தமும் இல்ல திருப்பதி."

ஸ்கூட்டரின் சத்தம் கேட்டதும் திருப்பதியின் மடியிலிருந்து எழுந்த குழந்தை வாசலுக்கு நேராக ஓடியது. கால்களை நெளித்தவாறு வந்து வளாகத்தில் ஊன்றி இறங்கிய லெச்சுமி ஹெல்மெட்டைக் கையிலெடுத்துக் கொண்டு வருவதை திருப்பதி ஆச்சரியத்துடன் பார்த்தான். முழுச்சேலையிலிருந்து அதிகம் கிழியாத பகுதியாகப் பார்த்துக் கிழித்தெடுத்த தாவணியில் விளைகளில் உதிர்ந்து கிடக்கும் பனம்பழம் பொறுக்கிச் சுட்டுத்தின்று வயிற்றுப் பசியாற்றிய லெச்சுமிதானா இவளென்று சிரமப்பட்டே நம்பினான்.

குழந்தை தாயின் கையில் பண்டம் பலகாரங்கள் எதாவது இருக்கிறதா என்று கண்களால் தேடியது. எதுவும் இல்லாத நிலையில் லெச்சுமி முகத்தில் ஒருநாளும் இல்லாத அளவுக்குக் கோபத்தைக் கண்டது.

"எஸ்தர் இங்க வா! நீ ஏன் இண்ணைக்கு ஸ்கூல் வேன்ல வரல்ல?"

"மாமா கூட வந்தேன்."

"ஒன்னக் காணாம அவங்க எங்க ஸ்கூலுக்குப் போன் பண்ணினாங்க. ஏன் இப்பிடி தொந்தரவு பண்றே?"

"பிரின்சிபல் ஆன்டிக்கிட்ட பர்மிஷன் வாங்கித் தானே மாமா கூட்டிக்கிட்டு வந்தார். அவங்களுக்குத் தெரியுமே."

"என்னத் திமிர் உனக்கு? அப்ப நானா பொய் சொல்றேன்? மம்மிக்குப் பொய் பேசுவது பிடிக்காதுண்ணு தெரியாதா உனக்கு?"

மிரட்சியுடன் நின்ற குழந்தையின் கையைப் பிடித்து இழுக்கவே திடுக்கிட்டது.

''திருப்பதிக்கிட்ட நான்தான் அவள நேரமே கூட்டீற்று வரச் சொல்லி விட்டேன் பாரு. அதுக்கு குழந்தையப் போட்டு இப்பிடியெல்லாம் மிரட்டாதே. அது பயந்து நடுங்குது.''

ஆசிரியை குறுக்கிட்டார்.

''எப்படியும் போங்க! அவா ஸ்கூல்ல எனக்க மானம்தான் போவுது. ஒங்களுக்கு அதில எந்தக் கவலையும் இல்லெ.''

அறைக்குள் சென்று கதவை அடைக்கும் சத்தமும் அதன் பிறகு பாத்ரூமில் நீர்விழும் ஓசையும் வழக்கத்துக்கு மாறாக சடசடவென்று ஒலித்தது.

''மானம் போவுதா ஒனக்கு? அண்ணனாரு தான்செத்து மீனுபிடிச்சியதில ஒனக்குப் போவாத மானமா அவன் ஒனக்க அண்ணன்ணு ஊருக்குத் தெரிஞ்சதில பெய்ற்றுது? கொஞ்சம் விட்டா இவன் எனக்க அண்ணன் இல்லேண்ணு கூட வாய்கூசாம சத்தியம் அடிச்சு சொல்லுவியேடி!''

லெச்சுமி அருகில் இல்லையென்ற தைரியத்தாலோ என்னவோ, ஆசிரியையின் குரல் வெளிப்படையாகவே வருத்தம் தோய்ந்து ஆதங்கப்பட்டது.

''லெச்சுமி இந்த நெல நிக்கியாளே, உங்களுட்டெயும் இப்பிடித்தான் பெருமாறுவாளா?''

''இங்கெ இப்ப நீ ஒங்கண்ணாலக் கண்ட இல்லியா? அதுபோலத்தான் எப்பளும். கல்யாணம் கழிஞ்ச ஆரம்பத்தில கொஞ்சநாளு என்னெ அம்மாண்ணு விளிச்சா பாரு. ஒருமாசம் கழியல்ல, எனக்க மகனுட்டெ கொம்மேண்ணு பேசி என்னப்பற்றிக் கோளு சொல்லத் தொடங்கினா. நான் பின்ன எதையும் வகை வைக்காததுனால சண்ட சச்சரவு இல்லாமக் கழியுது.''

''சாப்பாடாவது ஒங்களுக்குச் சமயத்துக்கு கெடைக்குதா?''

''அதிலயும் யாலிப்பு தான். நாளைக்கு முதல் ஒருவாரம் இனிநான் நெல்சனுக்க வீட்டிலெயாக்கும். எல்லாம் பங்குவச்சி தான் செய்யினும். நெல்சன் காலமே வண்டி கொண்டு வந்து ஏற்றீட்டுப் போவான். விக்டருட்டெ பணம் இருக்கு. அது இல்லாத்த நெல்சன் குடும்பத்தில பாசம் இருக்கு. அதுகளுக்க கூட கழியதில எனக்கு இன்னும் இஷ்டம். நான் இங்க இல்லாத்த நேரத்தில நாளை ஒருநாள நீ எப்பிடி கடத்தப் போறேண்ணு உள்ளது தான் எனக்கு இப்ப உள்ள வருத்தம்.''

ஆடை மாற்றி விட்டு வெளியே வந்த லெச்சுமி குழந்தையைப் பிடித்திருத்தி பாடம் சொல்லிக் கொடுத்தாள். இருள் பரவத் தொடங்கியதும் பாட்டுப்போட்டு கிறிஸ்தவமணம் பரப்பினாள். அந்த இடைவெளியில் அடுக்களைக்குச் சென்று எதையெல்லாமோ உருட்டினாள். ஆனாலும் சமையல்மணம் வராததால் உள்ளே நடப்பதை அறிய முடியாமல் கட்டில் வேலையில் கவனம் செலுத்தினான் திருப்பதி.

''எஸ்தர் பைபிள எடுத்திட்டு வா!''

''விக்டர் வர பிந்துமா?''

ஆசிரியை வினவினார்.

''இன்று வெள்ளிக்கிழமை இல்லியா?''

''ஓ...அத நான் மறந்துட்டேன், வீட்டுக்கூட்டம் உண்டே?''

''அது முடிஞ்சி மலைநாட்டு ஊழியம் பற்றி கமிற்றி ஏதோ அங்க உண்டு. வரக் கொஞ்சம் பிந்தும்.''

லெச்சுமி நைட்டியில் இருந்ததால் தலையில் முக்காடு போட சேலைத்தலைப்புக்குப் பதிலாக தொவர்த்து எடுத்து மறைத்தாள். அவளருகில் சென்று ஒட்டி அமர்ந்த எஸ்தர்குட்டி தொவர்த்தின் ஒருபக்க நுனியை இழுத்து தனது தலையையும் அதில் சேர்த்துக்கொண்டது. மாடு வியாபாரத்தில் கயிறு மாற்றிக்கொடுக்கும் போது தலையில் தொவர்த்து போடும் காட்சிபோல தாயையும் மகளையும் பார்த்த திருப்பதி, தனக்குள் பீறிட்டுக் கிளம்பிய சிரிப்பை சிரமப்பட்டு அடக்கினான். லெச்சுமி முதலில் பாடினாள்.

''ஏசு போதுமே... போதுமே.. எந்த நாளிலுமே, எந்நிலையிலுமே, எந்தன் வாழ்வினிலே...''

ஞானம்மை ஆசிரியை படுத்தநிலையில் கைகள் இரண்டையும் கூப்பினார்கள். அவர்களின் கண்கள் மூடியிருந்தன.

''துன்மார்க்கருடைய ஆலோசனையில் நடவாமலும், பாவிகளுடைய வழியில் நில்லாமலும், பரியாசக்காரர் உட்காரும் இடத்தில் உட்காராமலும்...''

வேதம் படித்தாள்.

தொடர்ந்து ஜெபிக்கத் தொடங்கியவள், ஆண்டவரே! சத்துருக்களின் கோட்டையை நிர்மூலமாக்கும் என்று உரத்த குரலில் சத்தம்

போட்டாள். அப்படி செய்ததற்காக ஏசுவுக்கு நன்றி சொன்னாள். திருப்பதியின் மனத்திரையில் நாலுசென்ட் பூமியில் இருந்த தங்கள் பழையவீடு கட்டமண் திட்டையாகிக் கிடந்த காட்சி விரிந்தது.

அவள் செய்வது ஜெபம் தானா என்ற சந்தேகம் ஏற்படவே கூர்ந்து கவனித்தான். ஒருவேளை சத்துரு என்று தன்னைக் குறிப்பிடுகிறாளோ என்றுகூட யோசித்தான். இருக்காது, கோட்டையை அல்லவா தகர்க்கச் சொல்கிறாள். ஜெபத்தின் இடையிலும் சில வரிகளை மீண்டும் அவள் பாடினாள்.

"எரிகோ மதிலுன் முன்னே வந்தாலும், ஏசு உந்தன் முன்னே செல்கிறார்...."

இப்போது எல்லாம் புரிந்து விட்டது அவனுக்கு. எஸ்தர் காம்ப்ளெக்ஸ் கட்டும்போது விக்டருக்குப் பக்கத்து கட்டிடக்காரருடன் மதில் பிரச்சினை ஏற்பட்டது. அதைத்தான் குறிப்பிடுகிறாள் என்று நினைத்துக்கொண்டான்.

திருப்பதியின் கைகள் கட்டிலில் ஓடிக் கொண்டிருந்தாலும் கண்களும், மனமும் அங்குள்ள சூழல் மீது தான் கவனம் கொண்டன. திடீரென எங்கிருந்தோ பாம்பு சீறுவது போல புஸ்!புஸ்! என்ற சத்தம் வந்தது. அவன் அங்குமிங்குமாகப் பார்வையைச் செலுத்தினான். எஸ்தர் ஜெபத்துக்கிடையே ஸ்தோத்திரம் சொல்வதுதான் அந்த சத்தம் என்பதைக் கண்டுகொண்டான். மனதில் கன்வென்ஷன் கூட்டம் ஒன்றில் கனத்த சரிரத்தைச் சுமக்க முடியாமல் நின்ற குண்டுபிரசங்கி, மைக்கில் ஸ்தோத்திரம் வாயில் எழவராமல் சோஸ்றாம்! சோஸ்றாம்! என சத்தம் போட்டது ஞாபகத்திற்கு வந்ததா, அவனையும் அறியாமல் பொட்டிச் சிரித்துவிட்டான்.

அந்தச் சிரிப்பைக் கேட்டு லெச்சுமியின் முகபாவனையில் மாற்றம் ஏற்பட்டது. வாய் வேகம் வேகமாக ஜெபத்தில் வார்த்தைகளைத் தள்ளிக் கொண்டே இருக்க, ஒரு கண்ணைத் திறந்து அவனைப் பார்த்துவிட்டு அடைத்தாள். அதன்பிறகு ஏனோ ஜெபத்தை அதிகமாக அவள் நீட்டவில்லை. ஆமென்! என்று முற்றுப்புள்ளி வைத்துவிட்டு அடங்கினாள்.

"நாங்க ஜெபிக்கும் போதுதான் ஒனக்கு தத்திரவேலை இல்லியா? அந்த நேரத்தில கட்டில் கட்டியத ஒண்ணு நெறுத்தி வச்சிட்டு எங்ககூட ஜெபத்துல கலந்து கொண்டா ஒனக்கு அது எவ்வளவு ஆசீர்வாதமா இருந்திருக்கும்? நீ ஆண்டவருக்கக் கூடயாக்கும் விளையாடுக. அது

ஒனக்குச் சாபக்கேடா மாறப்போகுது. விசுவாசிகள் உனக்காக ஜெபிக்க வந்தால் அவங்களக் கெட்டவார்த்தையாலத் திட்டுக. அதுனாலத்தான் இப்பிடி எழுந்தேற்றம் இல்லாமக் கெடக்கியெ.''

அவள் பொரிந்து தள்ளினாள். விசுவாசிகளை அவன் கெட்டவார்த்தைப் பேசியதான குற்றச்சாட்டை அவள் இரண்டாவது தடவையாகக் கூறுவதைக் கவனித்தவன் அதுகுறித்து ஏற்கெனவே தனது தரப்பிலான நியாயத்தை டீச்சரிடம் விளக்கியதாலும், ஜெபத்திற்கிடையில் தான் அப்படிச் சிரித்தது தவறு என்று உணர்ந்ததாலும் பதில்எதுவும் பேசாமல் அமைதியாக இருந்தான்.

மேசை மேலிருந்த கைப்பையைத் திறந்த லெச்சுமி, ஐம்பதுரூபாய் நோட்டை எடுத்து அவனிடம் நீட்டினாள்.

''இந்தா, வெளியப்போய் சாப்பிடு, மீதி ரூபாயை நாளத்தைக்கும் வச்சிக்க.''

நள்ளிரவு நெருங்கும் சமயத்தில் விக்டர் வீட்டுக்கு வந்தான். வரும்போதே திருப்பதி குறித்த புகார் மனுவையும் கூடவே கொண்டுவந்து சமர்ப்பித்தான்.

''கொண்ணனாரு கொஞ்சம் அலவலாதிகளுடன் சாராயக்கடை வாசல்ல நிக்கிறதப் பாத்தேன். என்னக் கண்டதும் ஓடி வந்து மடிச்சிக்கட்டையும் அவிழ்த்துப் போட்டுட்டு, 'மச்சான் இப்பளா போறீரு?'ண்ணு கேட்டான். எனக்கு ஆள்கூட்டத்தில ஒருமாதிரி வந்தது. ஒண்ணும் சொல்லாம வந்துட்டேன்.''

''நம்ம குடும்பமானத்தக் கெடுக்கத்தான் எனக்கு இப்பிடி ஒரு அண்ணன ஆண்டவர் தந்திருக்கிறார்.''

''வேற எங்கெயோ ஒரு வீட்டிலெயும் சாயங்காலம் பெய் கட்டில் கட்டியதாட்டு நெல்சன் வழியா அறிஞ்ச துரைராஜ் வாத்தியார் சொன்னார். அதுதான் ஆள நேத்து ராத்திரி காணல்ல. இண்ணைக்கும் வரமாட்டான்.''

''அவன் வராமப் போட்டு!''

மறுநாள் காலை ஒன்பது மணிக்குப் போல திருப்பதி அங்கு வந்தபோது விக்டரைத் தவிர வீட்டில் யாரும் இல்லை. சட்டைக்கு உள்ளே சாரத்திற்கு பெல்ட் போல கட்டிஇருந்த சிவப்புநிறக் குற்றாலம் தொவர்த்தை அவிழ்த்து மாமரத்தில் காயப் போட்டான். வீட்டுக்குள் நுழைந்து கட்டில்கட்டத் தொடங்கினான்.

அங்கு மரண பீதியைப் போன்றதொரு அமைதி நிலவியது. அது ஏற்படுத்திய தனிமையைக் கலைக்க விக்டருடன் பேச்சுக் கொடுத்தான்.

"டீச்சர் நெல்சனுக்க வீட்டுக்குப் போச்சினுமா?"

"ம்..."

"லெச்சுமிக்கு சனிக்கிழமையும் பள்ளி உண்டா?"

"உண்டு."

"எஸ்தர் குட்டி?"

பேசி முடிப்பதற்குள் வேகம் வேகமாக மாடிப்படியில் எத்திச்சாடி தட்டுக்குச் சென்ற விக்டர், அதே வேகத்தில் உடை மாற்றிக்கொண்டு தடதடவென கீழே இறங்கி வந்தான்.

ஆசிரியை படுத்துக்கிடக்கும் கட்டிலில் அமர்ந்தவன் தலைமாட்டுப் பக்கம் இருந்த பைபிளைக் கையில் எடுத்துக் கொஞ்சநேரம் படித்தான். பிறகு அந்த அறையில் குறுக்கும் நெடுக்குமாக குட்டிபோட்ட பூனை போல நடந்தான். எதையோ சொல்வதற்கோ, அல்லது செய்வதற்கோ உரிய ஆயத்தமாக அது இருந்தது.

"ஓய் இந்தக் கட்டிலெப் பிடியும்."

"எனக்கிட்டெயா?"

"பின்ன வேற யாரு இங்க இருக்கியா?"

"ஏன்?"

"தூக்கும், சொல்லியேன்."

அவன் கட்டிக்கொண்டிருந்த கட்டிலையும், நார் உட்பட எல்லா பொருட்களையும் தூக்கி வெளியே மாமர நிழலில் போட்டுவிட்டு மூலையிலிருந்த பைப்பில் போய் விக்டர் கையைக் கழுவினான்.

"ஒம்ம பொருட்கள் ஏதாவது உள்ள இருக்கா?"

"இல்ல."

தலைவாசற்கதவை இழுத்து இரண்டு கொழுத்துப்போட்டு இறுக்கிப் பூட்டியவன், சாவியைக் காற்சட்டைப்பையில் நுழைத்தவாறு காரில் ஏறி உட்கார்ந்து கொண்டு ஸ்டியறிங்கில் கையையும், தலையையும் சாய்த்து ஜெபம் செய்தான்.

✡

ஞானம்மை ஆசிரியையின் முகத்தைப் பார்க்க கூச்சப்பட்டு நின்ற தருணம் ஒன்றும் திருப்பதி வாழ்க்கையில் நிகழ்ந்தது. அவர்கள் தனக்கு உறவுமுறையில் என்னதான் சொந்தம் என்ற போதிலும் ஆசிரியநிலையைத் தாண்டிச்செல்ல ஒருநாளும் அவன் யோசித்தது இல்லை. தான் படிக்காதவனாக இருந்தாலும் தனக்குப் படிப்பித்த ஆசிரியை என்னும் பிம்பமே அவன் மனதில் முழுமுதற் தோற்றமாகப் பதிந்து நின்றது. லெச்சுமி தானொரு ஆசிரியையாக இருந்த போதிலும் என்றோ அதனை மீறியதால்தான் அவளுக்கு ஒருநாளும் அதனால் வருத்தம் ஏற்பட்டதில்லை என்றும் நினைத்தான்.

''சொல்லு திருப்பதி, நீ தானகெடு பேசினியா?''

''யாரை?''

''அதுதான் ஒனக்காக ஜெபிக்க வந்த விசுவாசிகளை நீ ஜெபிக்க விடாமல் கெட்டவார்த்தைகள் பேசி வெரட்டியதாக லெச்சுமி சொன்னாளே, உள்ளதா?''

''...........''

''சுவரைப் பாக்காம எனக்க மொகத்தப் பாரு.''

அவனுக்கு என்னவோ போல இருந்தது.

''இங்க பாரு, சந்தர்ப்பங்களில அப்பிடிப் பேசவாறது இயல்புதான். நான்கூட பேசி இருக்கேன். தைரியமா சொல்லு.''

''பேசினது உண்மைதான்.''

''காரணம்?''

''அப்ப எனக்கு உடம்பில சின்னதா ஒரு பிரச்சினை. டாக்டர் உடனே ஆப்ரேஷன் செய்யணும்ணு சொன்னதால பள்ளி விட்டு வரும்போது காத்து நிண்ணு லெச்சுமியக் கண்டேன். அண்ணன் தைரியமாப் போ, நான் எல்லா ஒதவியும் செய்யேண்ணு சொன்னா. மணலியில ஏழு நாளு தங்கி இருந்து ஆப்ரேஷன் முடிச்சேன்.''

''எனக்கிட்ட நீயோ, அவளோ இதுபற்றி ஒரு வார்த்தை சொன்னியளா?''

''அதுக்குள்ள நேரமும் இல்ல, சந்தர்ப்பமும் வாய்க்கல்ல. லெச்சுமிதான் டாக்டருக்குப் போன் பண்ணி எல்லா ஏற்பாடுகளையும் செய்திருந்தா. ஆஸ்பத்திரி ரெஜிஸ்டர்ல எனக்க பேரை அவா ஜோசப்புண்ணு பதிவு செஞ்சதினால பேரு விளிக்கம்ப எல்லாம்

எனக்குப் பெரிய குழப்பம். நான் இருந்த முறியில வில்லுக்குறி பக்கம் இருந்து ஒரு மனுஷன் இதுபோல ஆப்ரேஷன் செய்திட்டுக் கிடந்தான். அவன் பெண்டாட்டி எப்பயாவது வந்து கஞ்சி குடுப்பா. எனக்கிட்ட வந்து ஏன்னு கேக்கக் கூட யாரும் இல்ல, தனட்டம் தான்.''

''வில்லுக்குறிகாரன் பேசமாட்டானாக்கும்?''

''ரெண்டு நாளுவரெ அவன் எனக்க மொகத்தில பாக்கல்ல. நான் சிரிச்சா தூரப்பாக்கியதும், என்னதெங்கிலும் கேட்டா குண்டிமாறிக் கெடக்கியதுமா இருந்தான்.''

''ஏன் அப்பிடி?''

''தெரியேல. வில்லுக்குறி பக்கம் உள்ளவங்களுக்கும், நம்ம ஆட்களுக்கும் பாரம்பரியமா உள்ள சாதிப்பகை காரணமா இருக்கிலாம்னு நெனச்சேன்.''

''நோயிலெயும் பகையா?''

''பகை நோயையும் விட்டு வைக்கல்லெ.''

''கஷ்டம் தான்.''

''ஆனா அவன் பாவமாக்கும்னு கூடிய சீக்கிரத்தில கண்டுபிடிச்சேன். ராத்திரி நான் கண்ணடச்சதும் எழும்பி இருந்து குலுங்கிக் குலுங்கி அழுவான். இதை யாருட்டெ எனக்கு சொல்ல முடியும்? இப்பிடி இருக்கம்ப மூணாவது நாளு அவன் அழுதாக்கில வெட்டும், வெறயலும் வந்தது. நான் அவனுக்க கட்டில்ல பெய் இருந்து, 'எனக்க பொன்னு அண்ணா! ஒனக்கு ஒண்ணும் இல்ல, எதைக் கண்டும் பேடிச்சாத, நான் இருக்கியேன்'னு கெட்டிப்பிடிச்சி வச்சி அவன் தேகத்தில சூடுண்டாக்கினேன். பெறவு சத்தம்போட்டு நேள்ச விளிச்சேன். அவா வந்து ஊசி அறைஞ்ச பெறவுதான் அடங்கிக்கெடந்து உறங்கினான்.''

''நோயினாலெயா?''

''நோய்தான். ஒடம்பில இல்ல, மனசில. தோட்டியோடு பக்கம் கொஞ்சம் போல நிலத்தில வாழைக்கிருஷி செய்து பெழைப்பு. ரெண்டு கொமருக. கெட்டிக்குடுக்க வழியில்லெ. இந்தச் சீரிலெ நோயும் வந்து ஆசுத்திரியிலெயும் ஆப்பிட்டானா, இதுதான் சமயம்னு கருதிய அண்ணனாரு எல்லைக்கல்ல நவுட்டித் தள்ளீட்டு கொலச்சி நிண்ண வாழையளையும் வெட்டிசாய்ச்சி, அவனுக்க கண்டத்தோட ஒருவாடு பூமிய வெட்டிப்பிடிச்சிப் போட்டான். அதை அறிஞ்சதினால உண்டான வெப்புறாளமாக்கும் அது.''

''இந்தக் கொள்ள நம்ம ஆளுகளுட்டெதாண்ணு நெனச்சேன். மற்ற சாதிகளிலும் உண்டுமா?''

''அது உலகளாவியது தாயே... மறுநாளு பெஞ்சாதிக்காரி காலமெ பதினொருமணிக்குப் போல வந்தா. அவன் நல்ல ஒறக்கம். நான் அவளுட்டெ ராத்திரி நடந்ததை எல்லாம் சொல்லீட்டு வெளிய என்ன நடந்தாலும் சோக்கேடு தீரும் வரைக்கும் அவனுக்கு ஒண்ணும் தெரியண்டாம்ணு வெலக்கினேன்.''

''அது புத்தி.''

''அவனுக்கு கஞ்சி குடுத்தாக்கில நான் சும்மா இருக்கியதப் பாத்துட்டு, 'தோசை வேண்டித் தரட்டா'ண்ணு கேட்டா அந்தப் பொம்பிள. 'தோசை எல்லாம் வேண்டாம், அந்தக் கஞ்சியில சூடா கொஞ்சம் தெளுவு தருவியளா'ண்ணு கேட்டேன். ஒரு ஏனத்தில கஞ்சியும், பற்றுமா போட்டுக் கையில வச்சிட்டு, 'இது எங்க வீட்டில வச்ச கஞ்சியாக்கும்'ணு சொன்னா அந்தப் பாக்கியாட்டி. 'ஒங்க வீட்டில வச்சாலும், எங்க வீட்டில வச்சாலும் கஞ்சி, கஞ்சி தானே'ண்ணு சொல்லீட்டு சந்தோசமா வேண்டிக் குடிச்சேன்.''

சற்று நேரம் மௌனமாய் இருந்த திருப்பதி மீண்டும் தொடர்ந்தான்.

''அந்தப் பொம்பிள என்னப் பாத்து, 'ஒங்களுக்குக் கூடப் பெறந்தவங்க யாரும் கிடையாதா?'ண்ணு கேட்டா. 'யாரு சொன்னது கிடையாதுண்ணு? அதுதான் அண்ணனாகவும், தங்கச்சியாகவும் நீங்க ரெண்டு பேரும் இருக்கியளே, போராதா?' என்றேன். அதைக் கேட்டதும் அந்த மனிதனின் கண்களிலிருந்து கறகறவென கண்ணீர் பாய்ந்தது.''

திருப்பதியும் தனது கண்களைத் துடைத்துக்கொண்டான்.

''அண்ணு சாயந்தரமே ஒண்ணாய் வெளியவந்து சாயைக் குடிக்கிற அளவுக்கு நண்பர்கள் ஆயிட்டோம். அஞ்சாவது நாளு அப்பிடி வரும்ப திடீர்ணு அவன் பேயைக்கண்டது போல நடுங்கினான். நான் ரோடு கடந்து வந்தபிறகும் வராம தூரத்தில ஒரு மரத்துக்கப் பின்னால பதுங்கியதக் கண்டு கிட்டெ போனேன். சாயைக் கடையை கைசூண்டிக் காட்டி, 'அதோ நிக்கிறானே, அதுதான் எனக்க அண்ணன்'ணு சொன்னான். அவன எனக்கு நல்லா தெரியும்.''

''தெரிஞ்சவனா?''

''ஆமா, குமாரகோயில்ல அவன் பர்னிச்சர்கடை போட்டிருந்த சமயம் அங்கெ நான் கட்டில்கட்டப் போயிருக்கேன். சம்பளம்

எல்லாம் ஒழுங்கா தருவான். பேரு கிருஷ்ணன். ஆளுகளுட்டெ மரியாதியா பெருமாறுவான். தம்பியாருட்ட மட்டும் இவனுக்கு என்ன ராகாதி வந்துட்டுண்ணு யோசிச்சேன். இவனுட்ட ஆஸ்பத்திரி பெய் படுக்கச்சொல்லீட்டு கிருஷ்ணனுட்டெ நான்மட்டும் வந்தேன். 'மொதலாளி எப்படி இருக்கிய?'ண்ணு கேட்டனா, எனக்க இடதுகையப் பிடிச்சிற்று என்னவோ சொன்னான். எனக்கு அது ஒண்ணும் காதில விழல்ல.மொத்த பெலத்தையும் பிரயோகிச்சி அவனுக்க வலதுகையைப் பற்றி இழுத்து ஆசுபத்திரி முறிக்குள்ள கொண்டுவந்து தம்பியாருக்க மின்ன நிறுத்தீட்டு, அப்பிடியே அவன் கால்லெ விழுந்தேன்.''

''பெறவு?''

''மொத்த ஆசுத்திரியும் கூடி நிண்ணு வேடிக்கைப் பாக்குது. குடுக்கல் வாங்கல் தகராறிலெ பெரிய அடி நடக்கப்போவுதுண்ணு நெனச்சி எல்லாரும் முண்டியடிச்சி உள்ளவரப் பாக்கினும். நான் அவன் காலப்பிடிச்சி வச்சிட்டு, 'மொதலாளி! ஒங்க கூடப்பெறந்தவனுக்க மொகத்த ஒண்ணு பாருங்க. அதில ஒழுகிய கண்ணீரை ஒங்களால மட்டும்தான் நிறுத்த முடியும். அதச் செஞ்சிட்டு வெளியபோனா மதி. இல்லேண்ணா, ஒங்க காலெ இந்தக் கழுத்தில தூக்கி வச்சி என்ன நயக்கி கொன்னுட்டு பெறவு வெளிய போங்க'ண்ணு கதறி அழுதேன்.

''அய்யோ...''

''அவன் நல்லவனாக்கும் பாருங்க, குனிஞ்சி என்னத் தூக்கி நிறுத்தீட்டு தம்பியாருக்க கிட்டெ பெய் கட்டில்ல இருந்தான். யாரும் ஒண்ணும் பேசல்ல. திடீர்ணு எனக்க வயித்தில ஓங்கி குத்தியது போல நடிச்சிட்டு ஒரு சிரிசிரிச்சான். 'இவன் எமகாதகப் பயலாக்கும். கையில எடுத்த சாயையக் குடிச்சவிடாம இழுத்திட்டு வந்தான். புறத்தெ பெய் ஒரு சாயைக் குடிச்சிற்று வரலாம்'ணு தம்பியாரப் பிடிச்சி எழுப்பினான்.''

''கொள்ளாமே.''

''மூணுபேரும் சிரிச்சிப் பேசி தோளில கையும் போட்டுட்டுப் போறதப் பாத்து ஒண்ணுமே புரியாத ஜனங்க அப்பிடி அப்பிடியே நிண்ணினும். அண்ணைக்குச் சாயந்தரம் அண்ணனாரு வீட்டுக்குப்பெய் அவனுக்க மக்க ரெண்டு வளந்த பயலுவளெயும் கூட்டிக்கிட்டு அதுகளுக்க தள்ளையோட வந்து பாத்தினும். பெறவு என்ன, அவியளுக்குள்ள ஒரே கும்மாளமும், கொலவையும் தான்.''

''நான் கேட்டது என்ன, நீ பேசியது என்ன, விசுவாசியள எதுக்கு நீ அநாவசியம் பேசினே?''

''அதத்தானே சொல்லீட்டு இருக்கியேன், பொறுமையாக் கேளுங்க. நான் ஆசுத்திரியில பெய்க்கெடந்து அஞ்சிநாளாச்சி. லெச்சுமியோ, மாப்பிள்ளையோ ஒருநாளு கூட வந்து என்ன பாக்கல்ல. ஆறாவது நாளு உச்சைக்குப் போல ரெண்டு விசுவாசிய வந்து ஹெலன்டீச்சர் அனுப்பினதா சொல்லிச்சினும். நானும் எழும்பி நிண்ணு மரியாதை குடுத்தேன். என்ன, யாது, எப்பிடி இருக்கே, செத்தியா பெழச்சியாண்ணு ஒரு வார்த்தை எனக்கிட்டெ விசாரிச்சாம எடுத்த வாயுடன் ஒருத்தி, 'இப்ப குடிப்பீரா ஓய்?'ணு கேட்டாளா, எனக்கு அப்பிடியொரு பரிவேகம் வந்தது. எண்ணாலும் பல்லக் கடிச்சி, சுண்டக் கடிச்சி அடக்கி வச்சிட்டு நிண்ணேன். 'இது யாரு?'ண்ணு கூட இருந்த அந்த மனுஷனக் காட்டிக் கேட்டதும், 'நீங்க எனக்கு ஜெபிக்க வேண்டாம். இந்தப் பாவப்பட்ட எனக்க சகோதரனுக்காகவும், அவன் மனைவிக்காகவும், ரெண்டு பெண்மக்களுக்காகவும் ஜெபியுங்கள்'ணு சொல்லீட்டு ஒதுங்கி நிண்ணேன். இதக் கேட்டதும் அந்த மனுஷன் கைகள் ரெண்டையும் ஒண்ணோட சேத்து வச்சிட்டு நிண்ணான்.''

''கள்ளம் செல்லாதெ!''

''என்னாண, ஒங்களாண கள்ளம் இல்லியே. அந்த சகோதரன் அப்பிடிச் செஞ்சான். கிட்டெ போன விசுவாசி, 'ஒமக்க பேரு என்னா?'ண்ணு கேட்டாள். 'முருகன்'ணு அவன் சொன்னதும், 'இப்பிடி பிசாசுக்க பேரை வச்சா ஏன் ஒமக்கு சோக்கேடு வராது?'ண்ணு பேசினாளா, எனக்கு வந்த ஆவேசத்தில, 'எறங்கிப் போடி வெளியே'ண்ணு திட்டினேன். அவா இதை எதிர்பார்த்திருக்க மாட்டாள். 'இத இவன் பேசல்ல, இவனுக்குள்ள இருந்துட்டு பிசாசு பேசுது'ண்ணு சொன்னாளா, குடுத்தேன் தானகெடு. யாரெல்லாமோ வந்து என்னப் பிடிச்சி வாயப் பொத்தியும் நான் அடங்கல்ல. அந்தாக்கில ரெண்டு வேரும் போச்சினும். நான் செஞ்சது தப்பா, சொல்லுங்க.''

''தப்பு தான்!''

அவன் ஆச்சரியமாய்ப் பார்த்தான்.

''கால்ல கெடந்தத கழற்றி ரெண்டு சாத்து சாத்தி இருந்திருந்தா 'செரி'ண்ணு சொல்லி இருப்பேன்.''

''இதத்தான் திரும்பத்திரும்பச் சொல்லி லெச்சுமி என்ன சாபம் போடுகா.''

''நீ அதையெல்லாம் வகை வைக்காமத் தூரத்தள்ளுவியா? ஆனாலும் இந்த விசுவாசியளுக்கத் தொந்தரவு அதியழிஞ்சிட்டு தான் வருது. ஒருக்கா நான் திருவனந்தபுரத்திலிருந்து ரெயில்ல வரும்ப பய ஒருத்தன் கூடப் படிச்சியதோ என்னவோ, ஒரு பெண்ண ஒதுக்கி வச்சு பேசீட்டிருந்தான். நீ சொன்னது போல ஒரு விசுவாசி கிட்ட பெய் இருந்திட்டு ஏசுவப் பற்றி போதனை செய்யத் தொடங்கினா. பய வெளஞ்ச குருத்து, அவளுக்குக் குறுக்கு காட்டி மாறிஇருந்து பெண்ண பிடிச்சி மடியில கெடத்தினான். இவா அப்பமும் நிறுத்தாம பொழிஞ்சி தள்ளிட்டே இருந்தாளா, எனக்குப் பொறுக்க முடியாம அவள கிட்டெ விளிச்சி, 'சுவிசேஷ பிரசங்கம் செய்யும் இடமா இது?'ண்ணு கேட்டேன். என்ன நெனச்சாளோ, வேற இடத்தில பெய் ஒக்காந்துட்டா.''

''பெறவு ஆஸ்பத்திரி கதைய நீங்க எனக்கிட்டெ கேக்கலையே?''

''ஆமா, மறந்து போயிட்டேன். லெச்சுமி ஆபரேஷன் செலவுக்குள்ள பணம் கட்டினாளா?''

''பணமும் கட்டல்ல, பாக்கவும் வரல்ல. எனக்க மேல உள்ள தேச்சியத்தில பேசாம இருந்திட்டா. ஆசுத்திரியில ஒரு முறிக்குள்ள கட்டிலும், கசேரியுமா நெறைய மரச்சாமான்கள் கெடக்கியதக் கண்டேன். சொகமானதும் வந்து வயர் பின்னித் தரலாம்ணு சொன்னனா, டாக்டர் அந்தக் கணக்கில எல்லாத்தையும் கழிச்சிட்டாரு.''

''மிடுக்கன்.''

✡

ஜெபத்தை முடித்த விக்டர் ஸ்டியரிங்கிலிருந்து தலையை நிமிர்த்தினான். தொடர்ந்து வண்டியை இயக்கிக் கொண்டு வேகமாகப் புறப்பட்டான். கேட் சாத்தப்படாமல் அப்படியே திறந்து கிடந்தது.

வண்டியிலிருந்து புறப்பட்ட புகை முற்றத்திலிருந்த திருப்பதியையும், அவன் கட்டிக்கொண்டிருந்த கட்டிலையும் மூடி இரவாக்கியது. அஸ்தமனத்தின் ஓர்மையில் ஞானம்மை ஆசிரியை கூறிய வியாழக்கிழமை இரவின் நிகழ்வுகள் அவனுக்குள்ளாகப் படர்ந்தன. தொடர்ந்து வியாகுலப்பட்ட மனிதனின் சரிர மனப்பாடுகளும், வேதனைகளும் நினைவுக்கு வந்தன.

தலைவாசலை ஒருகணம் பார்த்தான் திருப்பதி. மூடப்பட்ட கல்லறையை அவனுக்கு நினைவூட்டியது. முதல்நாள் முழுவதுமாகத்

திறந்திருந்த நிலையிலிருந்து மாறுபட்ட தன்மைக்கு நகர்ந்த நிகழ்வை எண்ணினான். கொஞ்சநேரம் ஜன்னல் வழியாகத் தெரிந்த அந்த ஓவியத்தை வெறித்தான்.

அதிலிருக்கும் மனிதனும் திருடனைப் போல நடத்தப்பட்ட செய்தியை நேற்றுதான் ஆசிரியை அவனிடம் எடுத்துரைத்தார்கள். எத்தனைதான் அன்பு பாராட்டினாலும் உலகம் தன்னை நம்பாததன் காரணத்தை அந்த ஓவியத்தின் செய்தியிலிருந்து மனதில் உணர்ந்தான். எனவே தன்னையும் அவர்கள் ஒருவேளை திருடனாகக் கருதினாலும் அதற்காகத் தான் வருந்தக்கூடாது என்று மனஉறுதி கொண்டான்.

விக்டர் ஒருவேளை தனது வீட்டை இன்னொரு மனிதனிடம் ஒப்படைத்துச்செல்வதில் விருப்பம் கொள்ளாதவனாக இருக்கலாம். ஆனால் தனது உடைமைகளை மட்டுமல்ல, உடம்பிலிருந்த ஆடைகளைக் கூட கழற்றித் தனக்குமுன்னால் பிறர் பங்கிட்டபோது அமைதிகாத்ததையும், உடலைக்கூட உலகிற்காக அர்ப்பணித்ததையும் நினைத்து உத்வேகம் கொண்டான்.

அந்த வெறியில் ஒரே மூச்சில் கட்டிலைக் கட்டிமுடித்துவிட்டு எழுந்தான். இடையே ரோட்டில் காலாற நடந்து சற்றுநேரம் எங்கோ சென்று வந்தான். கட்டிலைத் துடைத்து முழுமையாக வைத்துவிட்டு வெளியேறினான்.

மதியம் தாண்டி குடும்பத்தோடு காரிலிருந்து இறங்கிய விக்டர்தான் கட்டிலை முதலில் பார்த்தான். பிறகு லெச்சுமி பார்த்தாள். குழந்தை எஸ்தரின் கண்கள் மட்டும் யாரையோ தேடிப்பார்த்து ஏமாந்தது.

கட்டிலில் அமர்ந்த குழந்தை அப்படியே படுத்தது. பின்னர் புரண்டது. அதிலிருந்து புறப்பட்ட வாசனை திருப்பதியின் உடலிலிருந்து வீசுவதாக உணர்ந்து கொண்டது. அந்த உணர்வில் கட்டிலுக்கு அடியில் கனமாக ஏதோ ஒரு பொருள் பொதிந்து வைக்கப்பட்டிருந்ததைக் கண்டது.

கீழே இறங்கிய குழந்தை அதனைத் தனது கையில் எடுத்துப் பார்த்தது. ‘ஐ... மாமா எனக்கு வாங்கித் தந்த குட்பால்!’ என்று காலால் உதைத்தது.

மேலே எழும்பிய பந்து படிப்படியாகக் கீழே விழுந்து அடங்குவதை லெச்சுமியும், விக்டரும் பார்த்துக் கொண்டு அப்படியே நின்றார்கள்.

காக்கைச்சிறகினிலே, செப் : 2020

04

அமரவிளை

குகைக்குள் ரெயில் நுழைந்ததும் பகல்வெளிச்சம் மீது இருள் படிந்தது. ஏதோவொரு கம்பார்ட்மெண்டிலிருந்து ஒற்றையாய் ஊளைசத்தம். வைகுண்டமணிக்கும் அதுபோல ஊளையிடத் தோன்றியது. அறுபது தாண்டிய வயசை நினைத்துப் பின்வாங்கினார். ரெயில் மூச்சுத்திணறி வெளியேறத் துடித்தது.

மறுவெளிச்சம் காணும் இடம் பாறசாலை ஸ்டேஷன் என்பதை நாற்பது வருடங்களுக்கும் மேலான அனிச்சையால் உணர்ந்து வெளியே பார்த்தார். அந்த மனிதர் இன்றும் அதே மரத்தடியில் நின்று ரெயிலேறினார். அவரை நன்கு தெரியும் என்பதையும் தாண்டிய இணக்கம் அவர்களுடையது. நடக்கும் வேகத்தில் சற்று மங்கல் இருப்பது தவிர அவரிடம் மாற்றம் எதுவும் இல்லை. நீளமாக வைத்திருக்கும் குடை இந்த இடைவெளியில் அரையடி மடக்குக்குடையாக மாறிப்போனது தவிர.

தன்னை அவர் எளிதல் அடையாளம் கண்டு கொண்டார் என்பதை வைகுண்டமணியின் முகபாவனையில் ஓடிய ரேகைகள் உணர்த்தின. வந்தவர் குரலை உயர்த்திப் பேசியது அதனை ஆமோதிப்பதாக இருந்தது.

''அய்யோ, இது யாராக்கும்? எத்தனையோ ஜென்மம் தாண்டி காண்பது போல அல்லவா இருக்கு.''

''ஒங்களக் கண்டதும் நானும் அதையே நெனச்சேன்.''

''எங்கெயாக்கும் யாத்திரை?''

''திருவனந்தபுரத்தில ஒரு கல்யாண வீடு. மகனுக்க கூடப்படிச்சவன். நான் போகவேண்டியதாப் போச்சி.''

''அடிக்கடி நம்ம ரெயில்சினேகிதத்தை நெனச்சிப் பார்ப்பேன், லேசில மறக்கக் கூடியதா அது?''

''சின்னப்பிள்ளை விளையாட்டு.''

''அப்ப என்ன எல்லாம் மறந்தாச்சா?''

''அதெப்படி சுகுமாரன் சேட்டனை மறக்கமுடியும்?''

இதைச் சொல்லும்போது வைகுண்டமணியின் குரல் சற்று தாழ்ந்து ஒலித்தது. நொடியில் இயல்புக்கு வந்து பேசினார்.

''சேட்டன் ரிட்டயர்ட் ஆகி ரொம்ப காலம் இருக்குமே?''

''நீ படிப்ப நிறுத்தின அடுத்த வருஷம் ஆயிரத்துத் தொள்ளாயிரத்து எம்பத்தெட்டில் 'பி அன்ட் டி'ய ரெண்டா பிரிச்சினும். போஸ்டல்ல இருந்து மாறி டெலிகிராப்புக்கு வந்திட்டேன்.''

''எமன் ஓலையா?''

''அதேதான். நாலுவருஷம் சைக்கிள் ஜீவிதம். வீடுகளில் போய் நிற்கும் போது எமனிட்ட இருந்து சம்மன் வந்த கணக்கில் ஓரோருத்தரும் பார்ப்பினும். இப்ப தந்திக்க காலமும் முடிஞ்சு போச்சே...''

''தந்தி முடிஞ்சுதா?''

வைகுண்டமணி பரபரப்புடன் கேட்டார்.

''நேற்று முதல் அரசாங்கம் தந்தியடிய நிறுத்தியாச்சு. இனிமே இந்தியாவுல தந்தி கிடையாது.''

ரெயில் வேகம் எடுத்தது.

''கட்... கட... கட்... கட... கட்....''

வைகுண்டமணி ரெயிலில் இருப்பதை மறந்தார். என்றோ தனக்கு உபத்திரவம் தந்த ஒன்றின் இழப்புமீது ஏற்படும் ஆசுவாசம் மனசில்

வீசியது. தன்னுடன் பேசிக்கொண்டிருந்தவர் புதிய ஸ்டேஷன் ஒன்றில் இறங்கிய போதுதான் அவருக்கு உணர்வு திரும்பியது. அமரவிளை ஸ்டேஷன்.

தான் ஐ.டி.ஐ. படித்த காலத்தில் அமரவிளை என்று தனியாக ரெயில் நிலையம் கிடையாது. தனுவச்சபுரத்தில் இறங்கித்தான் நடக்க வேண்டும். எவனோ ஊக்கமுள்ள அரசியல்வாதி இந்த ஊரில் இருக்கிறான் போல. அதனால் தான் நெய்யாற்றங்கரைக்கு இடையிலான சிறுதூரத்தில் தனி ஸ்டேஷன்.

அமரவிளை, வைகுண்டமணியின் அமரலோகமாக விளங்கிய காலம் ஒன்றிருந்தது. அவனது பெரியப்பா மகன் ரெத்தினமணியுடன் ஐ.டி.ஐ. படிக்க முதன்முதலாக ரெயில் நிலையத்தில் இறங்கிய போது இந்த ஊரிலும், வரும் மார்க்கமான ரெயிலிலும் ஆடுவதற்கான களங்கள் நிறைய இருப்பதாக அன்றே உணர்ந்தான். ஆளூரில் ரெயிலேறியதும் பயிற்சி, படிப்பு என்பதெல்லாம் மறந்து அன்றாடம் சுற்றுலா செல்லும் உணர்வே அவர்களிடம் நிறைந்திருந்தது.

ரெத்தினமணி தனக்கு அண்ணன் என்று சொன்னால் யாரும் நம்பமாட்டார்கள். அதுபோன்ற செயல்களை இருவரும் சேர்ந்து செய்வார்கள். அதில் எந்தக் கூச்சநாச்சமும் அவர்களிடையே ஏற்பட்டதில்லை. அதிலும் ரெத்தினமணி ஊமைக்குறும்பன். வெடித்தப்பிறகும் கொழுத்திப்போட்டவன் இவன்தானென்று யாராலும் ஊகிக்க முடியாத ரகம். தன்னைவிட இரண்டு வயது மூத்தவன் என்றாலும் இருவரும் ஒரே வகுப்பில் படிக்க காரணம் வைகுண்டமணியின் சாமர்த்தியம் அல்ல, ரெத்தினமணியின் உடல்உபாதை. ஆனாலும் அந்தக் குழுமத்தின் தலைவனாகி சீனியாரிட்டியைத் தக்கவைத்துக் கொண்டான்.

தமிழ்நாட்டிலிருந்து மாணவர்களாக ஆறுபேரின் வருகை அந்தத் தொழிற்பயிற்சி நிறுவனத்திற்கும், ஊருக்கும் தனியே தெரிந்தது. குளம், குட்டை, ஏரிகளுக்கும், நெல், வாழை, வயல்களுக்கும், வீட்டில் வளர்க்கும் கோழிகளுக்கும், பறக்கும் பறவைகளுக்கும் கூடத் தெரிந்தது. கூட்டில் கிடக்கும் முட்டைகளும் இதற்கு விதிவிலக்கல்ல. பிறகென்ன, வீட்டிலிருக்கும் பிராயமான பெண்கள் தெரியாமலா போவார்கள்? பின்மதிய வகுப்புகளை அவர்கள் ஒருநாள் கூட கண்டது இல்லை என்பது வரலாறு.

மதியம் ஒருமணிக்கு திருவனந்தபுரம் நோக்கிச் செல்லும் அரிவண்டியில் வைகுண்டமணியை ஏற்றி விடுவான் ரெத்தினமணி.

கோட்டாறு மார்க்கெட்டை மொத்தமாகக் கேரளத்துக்குச் சுமந்து செல்லும் அந்த இரும்புப்பிராணியின் வயிற்றில் மசாலைப் பொருள்களின் காரத்தைச் சுவாசித்தபடி நெய்யாற்றங்கரை வந்து இறங்குபவன், கிராசிங்கில் மூச்சிரைத்தபடி நிற்கும் ஜெயந்திஜனதாவின் ஏ.சி. கோச்சில் ஏறி கால்மேல் கால் போட்டுக் கொண்டு எம்.பி. கணக்கில் உட்காருவான். எம்.பி.க்குத் தான் ரெயிலில் டிக்கெட் அவசியம் இல்லையே.

தனுவச்சபுரம் வந்ததும் சுருதிசுத்தமாக ரெயில் நிற்கும். வெள்ளை யூனிபார்மில் கார்டும், வேறுசிலரும் வெளியே அங்குமிங்குமாக ஓடுவார்கள். சிலசமயம் அவர்களுடன் காக்கிச்சட்டைகளும் தெரிவதுண்டு. பயணிகளிடம் அபாயச்சங்கிலி இழுப்பு என்ற குரல் பரவலாக எதிரொலிக்கும். நிற்காத ஸ்டேஷனில் ரெயில்நிறுத்தும் இந்த வித்தை, வைகுண்டமணி ஒருநாள் தற்செயலாக அகப்பட்டபோதுதான் ரெயில்வேதுறைக்குத் தெரிய வந்தது.

பாறசாலையில் ஏறிய டி.டி.ஆர். அன்று ஏனோ மாணவர் கண்களுக்குத் தென்படவில்லை. ஆனால் அவர் கண்களில் கொத்தாகப்பட்டது அந்த ஆறுமாணவர்கள் தான். ஓரிடத்தில் இருக்காமல் அங்குமிங்குமாக நகர்ந்து கொண்டிருந்தவர்களை வாசலின் அருகே சுற்றி வளைத்தார். இரண்டுபேரிடம் டிக்கெட் எதுவும் இல்லை. அவர்களை ஓரமாக நிறுத்தி விட்டு கறுப்புக்கண்ணாடியைக் கழற்றியவாறு வைகுண்டமணியைப் பார்த்தார்.

அவன் எடுத்துக் கொடுத்த சீசன் டிக்கெட்டில் நாட்கள் திருத்தப்பட்டிருந்தன. டி.டி.ஆரின் கண்கள் அவனை ஊடுருவின.

''இதத் திருத்தினது நீ தானே?''

''இல்ல.''

''பிறகு?''

''ஆளூர் ஸ்டேஷன்ல இப்பிடித் தந்தினும்.''

''கறுப்புப் பேனா எழுதுனதுக்கு மேல நீலஇங்க் கொண்டு திருத்தி இருக்கியே, நீ ஸ்டுடன்டா? என்ன படிக்கிறே?''

''ஐ.டி.ஐ.''

''மற்றவங்களுக்கு எண்பத்தஞ்சு ரூபாய் வீதம் அபராதம். ஒனக்கு மட்டும் நூறுரூபாய்.''

கண்ணாடியை ஸ்டைலாக முகத்தில் மாட்டி பந்தா காட்டிய டி.டி.ஆர்.,ஓரத்திலிருந்த தனிஇருக்கையில் போய் அமர்ந்து கார்பன் ஷீட்டைச் சரிப்படுத்திக் கொண்டு எழுத முற்பட்டார். ரெயில் குழித்துறை மேற்கில் மெதுவாக ஓட்டத்தை நிறுத்திக்கொண்டிருந்த சமயம். வாசலை நோக்கி முண்டியடித்து வர முற்படும் பயணிகளைக் கவனித்த வைகுண்டமணி அவரது கறுப்புக் கண்ணாடியை உருவிக்கொண்டு பிளாட்பாரத்தில் குதித்து ஓட்டம் பிடித்தான். டி.டி.ஆர் சுதாகரிப்பதற்குள் இதர ஐவரும் திசைக்கொருவராகப் பறந்துவிட்டனர்.

கழுவன்திட்டையில் பெட்டிக்கடைக்குப் பின்புறமாக நின்று அசைவுகளைக் கவனித்த வைகுண்டமணி யோசித்துப் பார்த்தான். ரெத்தினமணிதான் தனக்கும், அவனுக்கும் சேர்த்து டிக்கெட்டைத் திருத்தியவன். தனக்கு மட்டும் நீலஇங்க் பேனாவை அவன் தெரிந்து பயன்படுத்தித் தானே இப்படி மாட்ட வைத்திருக்க வேண்டும்? அவனுக்கு எதுவெல்லாமோ பிடிபடுவது போலவும் இருந்தது, பிடிபடாதது போலவும் இருந்தது.

வீட்டுக்கு வந்தான். ரெத்தினமணி கிறிஸ்மஸ் ஸ்டார் செய்து கொண்டிருந்தான். தெங்கம்மட்டையைச் சீவி நட்சத்திரத்தின் எலும்புக்கூட்டை முதலில் உருவாக்கினான். பிறகு அதன்மேல் கண்ணாடி பேப்பர் ஒட்டி பல்ப் மாட்டி எரியவிடுவான். அந்த ஊரில் அவர்கள் வீட்டில் மட்டும்தான் கிறிஸ்மஸ் காலங்களில் ஸ்டார் எரியும். ரெத்தினமணியின் தகப்பன் முத்துசாமி வேதக்காரனாகி விட்டதால் கிறிஸ்மஸ் பண்டிகையைச் சிறப்பாகக் கொண்டாடுவார்கள். முத்துசாமி திருச்சபையில் டீக்கனாரும் கூட. ரெத்தினமணி ஐ.டி.ஐ. முடித்தபிறகு அவனுக்காக நாகர்கோயில் ஏசுதாசன் பாலிடெக்னிக்கில் ஒரு சீட் இப்போதே புக் பண்ணி வைத்திருக்கிறார்.

ஸ்டாருக்குப் பின்னணியாகப் போட அவன் செய்து வைத்திருந்த சீரியல் செட்டைக் கண்டதும் வைகுண்டமணிக்குத் திகைப்பாக இருந்தது, அத்தனை பல்புகளும் ரெயிலில் கழற்றியது. தினந்தோறும் தன்னைவிட்டுக் கழற்றச் சொல்லி வீட்டுக்கு வந்ததும் வாங்கிப் பத்திரப்படுத்துவதன் அவசியம் இப்போதுதான் தெரிந்தது. இவன் பெரிய ஆளு என்று மனதில் நினைத்தான்.

''என்னடே பாக்கிய? வெளக்கெல்லாம் எப்பிடி, கொள்ளாமா?''

''கொள்ளாம்! இந்தப் பல்ப கறண்டில மாட்டினா பீஸ் அடிச்சிற்றுப் போகாதா?''

"பதினஞ்சி பல்புக்க மேல சேத்துப் போட்டா, ஒண்ணும் செய்யாது."

"இது தெரியாம ஒரு பல்ப போட்டு பீஸ் அடிச்சிற்றுப் போச்சி, அதான் கேட்டேன்."

"செரி! ஸ்டார மொதல்ல போடலாம், நீ மேல ஏறு."

வைகுண்டன் ஓட்டுக்கூரை மீது ஏணியைச் சாற்றி வைத்தான். வீட்டுக் கழிக்கோலில் கட்டலாம் என்பது அவன் எண்ணம்.

"அங்கெ கெட்டப்பிடாது. புளியமரத்துல போட்டால் தான் ரொம்பதூரம் தெரியும்."

"அப்ப புளீல ஏறணுமா?"

"வேண்டாம். பல்ப எல்லாம் மாட்டின பிறகு ஏணீல ஏறி நிண்ணு தோட்டக்கம்பால குத்தி கிளைக்க மேல தொங்கப் போடலாம்."

ஏணியைத் தூக்கி புளியமரத்திற்கு மாற்றி வைத்து மேலே ஏறினான் வைகுண்டன். அவன் கையில் ஸ்டார் இருந்தது. பல்பை அதற்குள்ளாக விட்டு மாட்டும் முயற்சியில் ஈடுபட்டான்.

"தம்பி அந்தக் கண்ணாடி எங்க டேய்?"

"எந்தக் கண்ணாடி?"

"நான் காணேலேண்ணு நெனச்சியா? டி.டி.ஆர். மூஞ்சியில இருந்து பிடுங்கின கூலிங்கிளாஸ்."

"ஓ...அதுவா?"

"ஆமடே, எனக்குக் கொஞ்சம் நாளுக்குக் கடன் தரணும்."

"என்னத்துக்கு?"

"பக்கத்து ஊர்கள்லெ கேரல் பாடப் போறோம்."

"எங்கெல்லாம் போவிய?"

"ஏலாக்கரை தொட்டு எல்லா வீடுகளும் பாடுவோம்."

"அக்கரை பாடுவியளா?"

"பின்ன இல்லாம?"

"அக்கா வீட்டில பாடுவியளா?"

"ஆமாடேய்! இந்தத் தடவை அவ வீட்டில புரோட்டாவும் இறைச்சியுமாம்."

"லே அண்ணா, நானும் வரட்டா?"

"வேண்டாம், ஒனக்கு கிறிஸ்தவ பாட்டெல்லாம் பாடத்தெரியாது."

"நான் நல்லா பாடுவம்பிலே. இன்னா பாரு, 'சந்தோசம் பொங்குதே சந்தோசம் பொங்குதே, சந்தோசம் என்னில் பொங்குதே ...'

ஏணி உச்சியில் நின்று அபிநயத்துடன் பாடியவனைப் பார்த்துக் குலுங்கிச் சிரித்த ரெத்தினமணி கேலிப் பொதிந்த பார்வையில் நோக்கினான். பின்னர் வீட்டுக்குள் சென்று கிட்டாரை எடுத்துவந்தான்.

அவன் கையில் நகம் போன்ற பொருள் ஒன்று இருந்தது. அதைக்கொண்டு மேலுங்கீழுமாக நரம்புகளில் 'டிரிங் ... டிரிங் ...' என ஒலியெழுப்பிவிட்டுப் பாடத் தொடங்கினான்.

''டாஷிங் த்ரூ த ஸ்நோ
இன் ஏ ஒன் ஹார்ஸ் ஓபன் ஸ்லே
த்ரூ த பீல்ட்ஸ் வி கோ
லாபிங் ஆல் த வே ...

ஓ! ஜிங்கிள் பெல்ஸ் ஜிங்கிள் பெல்ஸ்
ஜிங்கிள் ஆல் தவே ...
ஓ, வாட் ஃபன் இட் இஸ் டு ரைட்
இன் ஏ ஒன் ஹார்ஸ் ஓபன் ஸ்லே.''

பயிற்சியின் போது கைகளில் துப்பாக்கிப் பிடித்து இராணுவவீரன் துள்ளிக் குதிப்பது போல வயிறை மேல்நோக்கி உயர்த்தியபடி எம்பியவாறு இசைக்கருவியை மீட்டிப் பாடியவாறு அவன் ஆடிய ஆட்டம் வைகுண்டமணியை ஆச்சரியத்தில் ஆழ்த்தியது. அந்நேரம் அவன் தனது அண்ணன்தானா என்ற சந்தேகம் கூட லேசாய் மனசில் தட்டியது.

பெரியலீவுதோறும் வேதக்கோயிலில் வி.பி.எஸ். நடைபெறும். விடுமுறை வேதாகமப் பள்ளி எனப்படும் அதில் ரெத்தினமணி தான் பிரதானபாகம். நாலைந்து சீடர்களை வைத்துக்கொண்டு இதுபோல ஆடி அவன் பலரை வீழ்த்தி இருக்கிறான் என்பது நினைவுக்கு வந்தது.

குளவரம்பைத் தாண்டிய அக்கரை நிலப்பரப்பில் மேபலின் வீடு இருந்தது. ரெத்தினமணி அவளை 'வி.பி.எஸ். அக்கா' என்று அழைப்பான். அவள் தன்னைப் பெரிய பாடகியாக மட்டுமல்ல, அழகியாகவும் நினைத்து பெருமையுறுவாள். பகட்டாக ஆடை அணிவாள். புதிய அணிகலன்கள் மேனியில் தென்படும்போது குடும்பநிலைக்கு மீறியதாக இருந்ததால் அவை வரும் வழிகுறித்த சந்தேகங்களும், கதைகளும் உலவின. அக்கா எப்போதும் ஒரு தரத்தைப் பேணி அதிலிருந்தெல்லாம் தன்னைக் காத்துக்கொண்டாள். சர்ச் கொயர் அதிலொன்று. ஆங்கிலப்பாடல்களை ஒரு மாதிரிப்

பாடும்போது அதிசாமர்த்தியசாலிகளில் ஒருத்தியாகத் தன்னை எல்லோரும் கருதுவார்கள் என்பதாக அவள் கருதினாள். அக்கா பாடுவது வைகுண்டமணிக்கு ஊளையிடுவதாகத் தோன்றியது. இதுகுறித்து ரெத்தினமணியிடம் கேட்டபோது, 'ஆல்டோ' பாடத் திறமையுள்ளவர்களால் மட்டும் தான் அப்படி பாடமுடியும் என்றான்.

அக்கா திறமையானவள் மட்டுமல்ல, அனேகம் கிருபை வரங்கள் நிறைந்தவள் என்றும் ரெத்தினமணி கூறி இருக்கிறான். அவள் பிறர் தலையில் கைவைத்து ஜெபித்தால் எந்த நோயும் பறந்து போகுமாம். அக்கா ஜெபிப்பது பெரும்பாலும் பயமுறுத்துவது போல இருக்கும். 'சொல்லுங்க அப்பா! செய்யுங்க அப்பா! வாங்க அப்பா! தாங்க அப்பா!' என வேண்டுவாள். அப்படி சொன்னதுக்கும், செய்ததுக்கும் 'நன்றி டாடி!' என்று திடீரென இங்கிலீஷ் மீடியம் செல்வாள். சிலசமயம் 'கோடி கோடி நன்றி டாடி!' என்று பாடவும் செய்வாள். வைகுண்டமணியின் சந்தேகம் அவளை உருவாக்கிய ஒர்ஜினல் டாடி ஜெபமணிக்குக் கோபம் வராதா? என்பதாகும். இப்படியொரு தவப்புதல்வி தனக்குக் கிடைத்ததற்குப் பெருமைப்பட்டுக் கொண்டு நிற்பான் அவன். அப்படியாப்பட்ட அக்காளின் வீடுவரைத் தெரியும்படி ஸ்டாரை உயர்த்திப் போடும் ரெத்தினமணியின் எண்ணத்தை வைகுண்டமணியால் புரிந்து கொள்ள முடியாதா என்ன?

புளியமரத்தில் ஒரு சுற்றுச்சுற்றி இழுத்த வயரை வீட்டு மோடு வழி எடுத்து உள்ளே கொண்டு சென்றான் ரெத்தினமணி. ஏணியில் நின்றவாறு ஹோல்டரின் ஒரு பக்கம் கழன்று கிடந்த வயரை வாயால் கடித்து கம்பிப் பகுதியைக் காணும் முயற்சியில் ஈடுபட்டான் வைகுண்டமணி. உடம்பு திடீரென பஞ்சைப் போல லேசாக, ஏணியிலிருந்து தூக்கியடித்தது. படுக்க வைத்தது போல தரையில் விழுந்து கிடந்தான். தன்போக்கில் உணர்வு வந்து எழும்பி வீட்டுக்குச் சென்றால் அங்கே ரெத்தினமணி பிளக்கைச் சொருகுவதும், எடுப்பதுமாக நின்றான். வைகுண்டமணிக்கு இரத்தம் தலைக்கேறியது.

''என்னக் கொல்லப் பாக்குதியா தொட்டிப்பயலே!''

ஓங்கி அவன் செவுட்டில் ஒன்று வைத்தவன் அத்துடன் அடங்காமல் காலுமடக்கி சவுட்டவும் செய்தான்.

அவன் கோபத்திற்கு எந்த முக்கியத்துவமும் அளிக்காத ரெத்தினமணி வாய்விட்டுச் சிரித்தான். அந்தச்சிரிப்பு தன்னை மிகவும் கேவலப்படுத்துவதாக வைகுண்டமணி உணர்ந்தான்.

மின்சார ஷாக்கைவிட அதிகமாகத் தேச்சியம் அடைந்தான். அவன் உடல் அதிர்ந்தது, கையில் உடனடியாக அகப்பட்டது கழன்று கிடந்த நம்மாட்டிக் கம்பு. அதை எடுத்து அவன்மீது பாயும் தருணத்தில் வைகுண்டமணியின் தகப்பன் கோரசாமி வந்து தடுத்தார்.

''பொறுமை பெரிது மகனே, பேணி இரு பெருமகனே' என்று சொன்ன அய்யாவின் பெயரைக் கொண்ட பொன்னு மகனே! நீ கோவப்படலாமா? அவன் உன் அண்ணன். அவனுக்கு நீ ஆதரவா இருக்கணும். என் கண்ணு மக்களே! எதுக்கு உங்களுக்குள்ள சண்டை?''

''அண்ணனா இவன்? நேரில பூனை போல இருந்துட்டு நெஞ்சில பாம்பு போல விஷம் வச்சிருக்கான். முகத்தில பாத்து கெட்டவார்த்தைப் பேசினா சிரிக்கிறான். எனக்குப் பயமா இருக்குது அவனைக் கண்டா.''

வைகுண்டமணி அழுது விட்டான்.

''அண்ணனைக் கண்டு எதுக்கு நீ பயப்படணும்?''

''............''

''சொல்லு, அவன் உன்ன அடிக்கவோ ஏசவோ செய்றானா? இல்லையே. நீதானே அதெல்லாம் செய்யிற... ''

''ஆமாப்பா!''

''குற்றவாளி நீதான், புரிஞ்சுக்க''

வைகுண்டமணிக்கு மறுத்துப் பேசத் தோன்றியது. ஆனால் முடியவில்லை. ரெத்தினமணி தன்னை அடிக்கவோ, உதைக்கவோ செய்யமாட்டான். ஆனால் அதைவிட பயங்கரமான காரியங்களைச் சத்தமில்லாமல் செய்வான். நேரடியாகச் செய்வதைப் புரிந்து கொள்ளும் அறிவு மட்டுமே வாய்த்த வைகுண்டமணியால் அவன் ஒன்றைச் செய்து முடித்தப் பிறகே அது என்னவென்று தெரியவந்து ஆவேசத்தை எப்போதும் ஏற்படுத்துகிறது. ரெத்தினமணியைப் பார்த்துத் தான் முதன்முதலாகப் பயப்பட்ட நிகழ்ச்சியை நினைத்துப் பார்த்தான் வைகுண்டமணி.

பள்ளிக்கூடத்தில் படிக்கும்போது ஒரு லீவுநாளில் இருவருமாகச் சேர்ந்து ஆலம்பாறை கன்னிமார் கோயிலுக்குச் சென்றார்கள். நடந்து செல்வது சிரமம் என்று ஊரிலிருந்து சைக்கிள் வாடகைக்கு எடுத்துப் போவது நல்லதென்று ஆலோசனை சொன்னவன் ரெத்தினமணி.

தனக்குச் சைக்கிள் ஓட்டத்தெரியாதென்று சொன்னதால் அவனைப் பின்னால் இருத்திப் போகும் போதும், வரும்போதும் ஏற்ற இறக்கங்களில் தனது உடலை வருத்தி வைகுண்டமணி தான் மிதித்தான். வீடுவந்து சேர்ந்ததும் சைக்கிளைக் கேட்டு வாங்கிய ரெத்தினமணி, கடையில் கொடுத்துவிட்டு வருகிறேன் என்றவாறு பதிலைக்கூட எதிர்பாராமல் அழகாக ஏறி அமர்ந்து ஓட்டிச் சென்றான்.

அதுமுதல் தொடங்கி ரெயிலில் நடந்த சம்பவங்கள் வரை எல்லாவற்றையும் தகப்பனாரிடம் எடுத்துச் சொன்னான். வைகுண்டமணியை அமைதிப்படுத்திய கோரசாமி, மறுநாள் அமரவிளை வந்து பள்ளி மானேஜரைப் பார்த்தார்.

''வாரும் நாடாரே! ஓமக்குக் கடுதாசி எழுதிப்போட நேத்துதான் ஆபீசில சொன்னேன். இப்ப நேரில வந்துட்டீரு. ரெயில்வே போலீசு கண்ணி வச்சி பயக்களத் தேடீற்று திரியுது. இஞ்செ வந்து நாலஞ்சி தடவ அன்னளிச்சாச்சி. நம்ம பயலுவள நாமளே காட்டிக்குடுக்க முடியுமா, சொல்லும்?''

''சாயிப்பே! நமக்கிடையில இண்ணைக்கு நேத்தைக்குள்ள பழக்கமா? ஆறாலுமூட்டுச் சந்தைக்கு வரும் காலந்தொட்டே நாம ஒண்ணுக்கொண்ணு இல்லியா!''

''அதுனாலத் தான் சொல்லியேன், பயக்கள மேலால் ரெயில்ல படிச்ச விடாத. இங்கெயே ஆஸ்டல்ல நிண்ணு படிச்சட்டும், கேட்டியா! ரூவா செலவுதான். அதெல்லாம் பாத்தா முடியுமா?''

அண்ணன்தம்பி இருவருக்கும் அடுத்தநாள் முதல் ஹாஸ்டல் வாழ்க்கை ஆரம்பமானது. அதுமுதல் திருவனந்தபுரம் கோட்டத்தில் எந்த ரயிலும் நிறுத்தம் இல்லாத ஸ்டேஷனில் நிறுத்தப்படுவதும் நின்றுபோனது.

✡

அமரவிளை ஐ.டி.ஐ. ஹாஸ்டலில் ஒருநாள் தந்திக்காரன் வந்து நின்றான். அவன் சைக்கிள் மணி அடித்த ஓசையில் ஒட்டுமொத்த மாணவர் மனதிலும் பதற்றம் நிறைந்தது. தங்களுடையதாக இருக்கக்கூடாதே என்று அடிமனதில் வேண்டிக் கொண்டனர். பெறுநர் பெயரை அவன் கூப்பிட்டான்.

இங்க ரெத்தினமணி யாரு?''

''நான்தான்.''

''இதிலெ ஒரு கையெழுத்துப் போடு.''

தாளை வாங்கிக் கொண்டு அறைக்குச் சென்றவனைப் பார்த்து சற்று நேரம் காத்து நின்ற தந்திக்காரன் முணுமுணுத்தவாறு சென்றுவிட்டான். ரெத்தினமணி கைகள் நடுங்கியவாறு தந்தியைப் பிரித்தான்.

''ஃபாதர் எக்ஸ்பயர்ட் ஸ்டார்ட் இம்மிடியட்லி''

அவனுக்கு நம்ப முடியவில்லை. திங்கள் புறப்பட்டு வரும்போது நன்றாகத்தான் இருந்தார். சுங்கான்கடை வரை தன்னுடன் நடந்து வந்து வண்டியேற்றி விட்டார். வியாழனுக்குள் அவருக்கு என்ன நிகழ்ந்துவிட்டது? 'வாடிப்போகும் புல்லைப் போல வாடிப்போகுமே' என்று பாடுவாரே, அதுதான் நிகழ்ந்தது. அவனால் நிலைகொள்ள முடியாமல் தரையில் சரிந்தான். வைகுண்டமணியின் கரங்கள் தான் தாங்கிப்பிடித்தன.

கட்டிலில் படுக்க வைத்து தண்ணீர் கொடுத்தார்கள். 'எனக்க அப்போ!' என்று உரத்த குரலிட்டு கொஞ்சநேரம் அழுதான். அதுகண்டு வைகுண்டமணிக்கு இரக்கம் தோன்றினாலும் உள்ளுக்குள் மகிழ்ச்சி தலைகாட்டாமலும் இல்லை.'நல்லா அழு! நீ எனக்கு செய்த துரோகத்தை எல்லாம் கொப்பன் ஏற்று வாங்கினான்' என்று மனசுக்குள் சொல்லிக்கொண்டான்.

முத்துசாமி பெரியப்பா தனது விஷயத்தில் ரொம்பவும் நல்லவர். 'மக்களே' என்று தான் விளிப்பார். ரெத்தினமணி சொல்லுவதையெல்லாம் கேட்டு நடக்கணும் என்று அடிக்கடி சொல்வார். அதையும் மீறி தங்களுக்குள் நடைபெறும் அடிதடி சண்டைகளைப் பார்த்து ரசிப்பாரே தவிர, யாரையும் குற்றப்படுத்த மாட்டார்.

ஒருதடவை சினிமா பார்த்து விட்டு வந்து ரெத்தினமணிக்கும், தனக்குமிடையே சண்டை மூண்டபோது அவர் விலக்குப் பிடித்த சம்பவம் நினைவுக்கு வந்தது. அது என்ன படம்? ரஜினிக்கும் கமலுக்கும் சண்டை . அந்தச் சண்டையில் என்னவோ கிழிஞ்சிதுண்ணு பயக்க பாட்டுக்கூட பாடுவினுமே, அதென்ன? ஆமா! 'பதினாறு வயதினிலே.'

ரெத்தினமணியின் வேதக்கோயிலில் சினிமா பார்ப்பது பாவம் என்று பிரசங்கம் செய்வார்கள். ஆனால் உள்ளுக்குள் அவனொரு ரஜினி ரசிகன். சர்ச்சில் கிட்டார் வாசிக்கும்போது கால்களை அசைப்பதும், தலையை ஆட்டுவதும், மயிரைக் கையால் கோதி விடுவதும் ரஜினி ஸ்டைல் என்பது வெளிப்படையாகத் தெரியும். ஆனால் பாடுவது

கிறிஸ்தவப்பாடல் ஆயிற்றே. அக்காளும் இதுபோலத்தான். நடிகை மாதிரி மேக்கப் போட்டு விட்டு வந்து ஸ்டைல் காட்டி ஆடுவாள். அந்தக் கவர்ச்சியில் பின்தொடரும் வாலிபர்களுக்குத் திருமறை வசனங்களை நேரடியாகச் சொல்லி நெறிப்படுத்துவாள். அவர்களில் சில ஆண்களைத் தனியாக வீட்டில் அழைத்து மற்றவர்களை வெறிப்படுத்துவாள். ஊர்கூடி அடிவைக்கும்போது அக்கா தனது அழகுக்கான அசைவுகளாக நினைத்துப் பெருமையுறுவாள். அடுத்த ஞாயிறு கோயிலுக்குச் செல்லும்போது அவளது மதிப்பு மேலும் அதிகரித்தது போல நடப்பாள்.

அண்ணனுக்கும், அக்காளுக்குமான இந்தச் செயல்பாட்டினுள் அடங்கி இருக்கும் முரண்பாட்டை வைகுண்டமணியால் மிகத்துல்லியமாக விளங்கிக் கொள்ள முடிந்தது. ஆனால் சொல்லத் தெரியவில்லை.

அன்று யாருக்கும் தெரியமல் வைகுண்டமணி தொடுவெட்டி வந்து தேவிடாக்கீசில் நாலணா கொடுத்து தரைடிக்கெட் எடுத்து உட்கார்ந்திருந்தான். படம் தொடங்கியது முதல் ரஜினி-கமல் ரசிகர்களிடையே நடந்த கைகலப்பில் தனக்கு ஒன்றிரண்டு உதைகிடைத்து வெளியே வந்தபோது ரெத்தினமணி பால்கனியிலிருந்து கீழே இறங்கி வருவதைக் கண்டேன்.

''எனக்கிட்ட சொல்லாம நீ தனட்டம் வந்த இல்லியா அண்ணா?''

''நீ மட்டும் எனக்கிட்டெ சொல்லீட்டுத்தான் வந்தியோ?''

''நான் வந்ததில எனக்கொண்ணும் இல்ல. ஆனா நீ வந்ததில பிரச்சினை இருக்கு.''

''என்ன பிரச்சினையோ?''

''அக்காளுட்ட பெய் சொல்லட்டா?''

''அக்கா யாருடா ஒனக்கு, நீ போய்ச் சொல்ல?''

''ஒனக்கு யாராக்கும்?''

''நீ அத அறியண்டாம்.''

''நான் அறிஞ்சது இன்னும் உண்டு.''

''அதக் கொண்டு தொடுவெட்டி சந்தையில வில்லு!''

''இல்ல, நான் வச்சி தின்னப் போறேன்.''

''நீ தின்னாலும் சரி, கொன்னாலும் சரி, எங்க விஷயத்தில தலையிடாத. ஆமா, சொல்லிட்டேன்.''

வீடுவரைத் தொடர்ந்த சண்டை முற்றத்தை அடைந்ததும் திரைப்பட விஷயமாக மாறியபோது முத்துசாமி குறுக்கிட்டார்.

''நிறுத்துங்கவிலே! சும்மா ரஜினி - கமல்ணு. எங்க காலத்து எம். ஜி. ஆர். - சிவாஜிக்கிட்ட நெருங்க முடியுமா அவனுவளால?''

''கிட்டெயும் நெருங்க முடியாது, தூரத்திலெயும் நெருங்க முடியாது.'' என்றார் கோரசாமி.

''லே கோரசாமி! பண்டு 'கூண்டுக்கிளி' படம் பாத்துட்டு வந்து நாம ரெண்டுபேரும் அடிவச்சது ஓறும உண்டாவிலே ஒனக்கு?''

''நல்லா இருக்குது அண்ணா. நீ எம்.ஜி.ஆர். ரசிகன், நான் சிவாஜி ரசிகன்.''

''பெருசா சண்டை போட வந்துட்டானுவ, பெய் கெடந்து ஒறங்குங்கவிலெ!''

இருவரையும் விரட்டியடித்தார்.

முத்துசாமி பெரியப்பா பணம் என்றால் சாகக் கூடியவர். பணத்துக்காக என்னவும் செய்வார், எதையும் விற்பார். தன்னையும் விற்று தனக்கு அடுத்தவரையும் விற்கத் துணிவார். இது ஒன்றுதான் அவரிடம் பிடிக்காத விஷயம். வேதக்கோயில் மேசையில் அமர்ந்து ஞாயிறு தோறும் காசுபணம் எண்ணத் தொடங்கிய பிறகுதான் அவருக்கு இந்தப் புத்தி வந்தது என்று ஊரில் பலரும் பேசிக்கொண்டனர். இந்தமாதிரி புத்தி உடையவர்கள் தான் சீக்கிரமாக முன்னேறுவதை அவன் கண்டிருக்கிறான். பெரியப்பாவும் அவர்களில் ஒருவர். இந்தச் சமயத்தில் அவருடன் தனது தந்தை கோரசாமியை ஒப்பிடத் தோன்றியது வைகுண்டமணிக்கு.

குமாரசாமி என்ற அழகான பெயர் அவருடையது. அதைக் கோரமாக்கிய ஊரார் கோரசாமி என்று அழைத்தனர். சில நேரங்களில் பெண்கள் கூட கோராமி என்று அழைப்பது அவனுக்குக் கொடுமையாகப்பட்டது. பூர்வீகத்தில் குமாரகோயிலுக்குச் சென்று கொண்டிருந்த அவரது தந்தைக்கு எதிராக அய்யாவழி மார்க்கத்தில் தன்னை இணைத்துக் கொண்ட பிறகும் பெயரை மட்டும் மாற்றாமல் தொடர்ந்தார். எல்லாவற்றையும் புன்னகையால் எதிர்கொண்டு கையிலொரு நார்ப்பெட்டியுடன், 'பொறுத்து இருந்தவரே பெரியோரே ஆருமக்கா! பொறுத்து இருங்கோ பூலோகம் ஆள வைப்பேன்' என்று பாடியவாறு ஊர் பிரித்துக்கொண்டு திரிந்தார். பிறகு எப்படி இவரால் முன்னேற முடியும்? பணத்தை ஆளத்தெரியாதவன் எப்படி பூலோகம் ஆள்வான்?

தான் யோசித்ததைச் சட்டென்று உணர்ந்த வைகுண்டமணி அதற்காக வருந்தினான். தனது தந்தை பிறரை ஏமாற்றிப் பிழைக்காமல் ஏழையாக வாழ்வதில் பெருமிதம் அடைந்தான். நாம் வஞ்சனையின்றி இருப்பதால் தான் நோய்நொடிகளின்றி வாழ்கிறோம் என்று அவர் அடிக்கடி கூறுவதை நினைத்துக் கொண்டான். அவர் முத்துசாமி பெரியப்பா போல இப்படி அல்பாயுசில் முடிந்து விடாமல் நூறாண்டு காலம் இன்னும் நலமுடன் வாழ வேண்டும் என வாழ்த்திய போது அவன் கண்கள் ஆறாகப் பெருக்கெடுத்தன.

தனக்காக அவன் அழுகிறான் என்று நினைத்த ரெத்தினமணி மேலும் அழுதான். சகோதரர்களுக்கிடையிலான பாசத்தைக் கண்டு சுற்றி நின்ற மாணவர்களும் தங்கள் கண்களைத் துடைத்துக் கொண்டனர்.

பேருந்தில் சக மாணவர்கள் ஏற்றி இருத்தினர். ரெத்தினமணி மிகவும் குழைந்து விட்டான். அவனால் உட்கார்ந்திருக்க முடியவில்லை. அப்படியே படுத்துக் கொண்டான். வைகுண்டமணி வாக்காக தனது தொடையை அவன் தலைக்கு வைக்க இடங்கொடுத்தான்.

உதியங்குளங்கரை நிறுத்தத்தில் வண்டி நின்றது. பத்து நிமிடம் நிற்கும் என்ற தகவலை ஒலிபரப்பினார் நடத்துனர். வைகுண்டமணிக்குப் பசித்தது. ஒரு சாயையாவது குடிக்கலாம் போல தோன்றியது. கஷ்டப்பட்டு அடக்கிக்கொண்டான்.

அந்த இடைவெளி நேரத்தில் சட்டையணியாத கிழவன் ஒருவன் தோட்டைக்கம்புடன் வந்து பேருந்தின் பக்கவாட்டில் கட்ட முயற்சித்தான். மாங்காய் பறிக்கப் போகிறவன் போல தோற்றமளித்த அவன் திருநெல்வேலிக்கு அந்தப் பக்கம் என்ற தகவலை முகத்தில் வரைந்திருந்தான். நடத்துநர் கட்டுவதற்கு அனுமதிக்காததால் அவர்களிடையே வாக்குவாதம் நடந்தது. தமிழன்றெ பஸ்ஸில் கொண்டு போக நடத்துநர் கூறியதும் அவனது வாயிலிருந்து நல்ல வார்த்தைகள் மழைபோலக் கொட்டவே ஓட்டுநரும் பேருந்திலிருந்த பயணிகளில் சிலரும் அவனை அடிப்பதற்கு இறங்கினார்கள்.

ஒரு சின்ன தோட்டைக்கம்பு கொஞ்ச நேரத்தில் எத்தனை பெரிய பரபரப்பை உருவாக்கி விட்டது. தனது வாழ்க்கையிலும் ஒரு தோட்டைக்கம்பு உயர்ந்து தாழ்ந்த நினைப்பு வைகுண்டமணியின் நெஞ்சில் மேகம் போல படர்ந்தது.

ரெத்தினமணி அரிவண்டியில் ஏற்றி அவனை நெய்யாற்றங்கரைக்கு அனுப்பி வைக்கும் நாட்களில்தான் அந்தக் காட்சி அறிமுகமாகியது.

ரெயில் கடந்து செல்லும்போது மத்தியான வெயிலில் அவளொரு தோட்டைக்கம்புடன் கொல்லாம்பழம் பறித்துக்கொண்டு நிற்பாள். போகும்பொது ஷட்டில் என்பதால் மெதுவாகவும், வரும்போது எக்ஸ்பிரஸ் என்பதால் பிய்த்துக்கொண்டும் பத்து நிமிட இடைவெளிக்குள் இரண்டுதடவை இரண்டுவிதங்களில் அவளைக் காண்பான். ஹாஸ்டல் வாசத்திற்குப் பிறகும் வாரத்தில் ஒருநாள் யாருக்கும் தெரியாமல் அவளைத் தரிசிக்க ரெயில் மார்க்கமாக வருவதும் போவதும் தொடர்ந்து கொண்டு தான் இருந்தது. எல்லாம் தூரக்காட்சியில் தான்.

அவளைக்கண்ட முதல் இரண்டு நாட்கள் அவனால் சரியாகத் தூக்கம் கொள்ள முடியவில்லை. இரவு முழுவதும் தோட்டைக்கம்பு உயர்வதும், தன்னைக் குறிபார்த்து அவள் குத்த வருவதுமாகக் கனவு வந்தது.

அடுத்தநாள் அவளைப் பார்த்துக் கையசைத்தான். ஓடும் ரெயிலின் கதவுப்பக்கம் நின்றாலும் அவள் தன்னைக் கவனித்திருப்பாளா என்ற சந்தேகம் ஏற்பட்டது. அவன் அடுத்த கட்டத்திற்கு நகரும் வகையிலான ஒரு காரியத்தைச் செய்தான். துண்டுத்தாளில் ‘உனது பெயர் என்ன?’ என்று தமிழிலும், தனது ஹாஸ்டல் முகவரியை ஆங்கிலத்திலும் எழுதி அதிலொரு கல்லை வைத்து அவளை நோக்கி எறிந்தான். அவன் நினைத்தது பொய்யாகவில்லை, மூன்று நாட்களில் பதில் வந்தது. அவள் பெயர் தன்யா.

அவன் பெயரை அவள் ‘பிரியமுள்ள குந்தமே!’ என்று மலையாளத்தில் எழுதி இருந்தாள். அதைத் தமிழில் வாசித்துக் காட்டியவர் சுகுமாரன் சேட்டன். அப்போது தபால்துறையில் சாதாரண ஊழியராகப் பணியாற்றிக் கொண்டிருந்தார். அதன்பிறகு பலதடவை அவளுக்கு அவன் எழுதிய கடிதங்களில் தனது பெயரை வைகுண்டன் எனத் திருத்தி எழுதியபோதிலும் கடைசிவரை அவளுக்கு அவனொரு குந்தமாகத் தான் இருந்தான்.

இவ்வாறாக கல்விடுதூதில் நேரில் சந்திக்காமலேயே அவர்களுக்குள் என்னவெல்லாமோ நடந்தது. நெருக்கம் என்பது நேரில் இல்லாமலும் ந‌டக்கும் என்பதை உணர்ந்தனர். முகம் பார்த்துப் பழகாத அந்தக் காதலின் அகங்களையும், அந்தரங்கங்களையும் உன்னத நிலையில் உணர்ந்து அவர்களுக்கு உதவியவர் சுகுமாரன் சேட்டன் மட்டும்தான்.

ஒருநாள் அவனிடம் தமிழ்நாட்டில் விளையும் நிலக்கடலை கேட்டாள் தன்யா. இன்னொரு நாள் திருநெல்வேலி அல்வா

கேட்டாள். கோயில்பட்டி கடலைமிட்டாய் கேட்டாள். அவள் கேட்காத கருப்புக்கட்டியும், புளிப்பைனியும் கூட அவன் கொடுத்தான்.

''நல்லவொரு வேலைய வாங்கிட்டு அந்தப் பொண்ண கல்யாணம் செய்துக்கோ! உன் சம்பளம் முழுசுமே அதுக்குச் சாப்பாடாகத் தான் போகும் போல தோணுது.''

சுகுமாரன் சேட்டன் கேலி செய்தார்.

அவளுக்குக் கொடுக்கும் கையுறைப் பொருட்களை ரெயில் படிக்கட்டுகளில் அமர்ந்து மண்சரிவில் உருட்டி விடுவது வழக்கம். அப்படி ஒருநாள் உடைந்து விடாமலிருக்க கைக்குட்டையில் தாள்களைச் சுருட்டி வைத்து அவளை நோக்கி மெதுவாக எதையோ உருட்டி விட்டான். திருப்பி வரும்போது அந்தக் கூலிங்கிளாசுடன் தலையில் தொவர்த்தும் கட்டி வித்தியாசமான கோலத்தில் நின்று அவனைப் பார்த்துக் கையசைத்தாள். அது தான் ஓடும் ரெயிலிலிருந்து அவளைக் கடைசியாகப் பார்த்த காட்சி.

அடுத்த நாள் வந்த கடிதத்தில் தன்னை நேரில் வந்து உடனே கூட்டிச் செல்லுமாறு வேண்டினாள். வைகுண்டன் தமிழில் எழுதும் கடிதங்களைக் கோயில் பூசாரி மகன் வாயிலாக வாசிக்கப்போய் அதைக்கவனித்த அண்ணன் தனக்கும் அவனுக்கும் உறவிருப்பதாக நினைத்து அந்தப் பையனை அடித்ததால் ஊரில் பிரச்சினையாகி விட்டதாக எழுதி இருந்தாள். அவனைப் பொறுமை காக்கச் சொன்ன சுகுமாரன் சேட்டன் தன்யாவிடம் பேச அவள் ஊருக்குச் சென்றார்.

தனுவச்சபுரம் ரெயில் நிலையத்தில் ரெண்டு மூன்று ரெயில்கள் வந்து நின்று சென்றன. சேட்டன் வரவில்லை. இரவு ஒன்பதரை மணி கடைசிரெயிலில் சோர்ந்தபடி வந்திறங்கினார்.

''கண்டியளா?''

''இல்ல.''

''பிறகு?''

''அவள ஒளிச்சி வச்சிருக்கினும்.''

''என்னக் கண்டு பயந்தா?''

''நீ யாருண்ணே அவங்களுக்குத் தெரியாது. எல்லாரும் பூசாரி மகன சந்தேகிக்கினும்.''

''எங்கத் தொடங்கி எங்கப் பெய் முடியுது பாருங்க! பய பாவம், எனக்காக அடி வாங்கினான்.''

''அதுதான் இப்ப பிரச்சினை. அடி வாங்கியவன் ஊரில இல்ல. திரும்பி வந்து என்னவும் செய்திடுவானோண்ணு பயப்படுறாங்க.''

''நீங்க போனது அறிஞ்சிருப்பினுமா?''

''சாத்தியமில்ல. என்னத் தெரிஞ்ச போஸ்ட்மேனுட்ட தூரோடி விசாரிச்சு அறிஞ்சேன். அனேகமா தன்யா திருவனந்தபுரத்தில அவங்க சொந்தக்காரங்க வீட்டில தான் நிற்கிறாள் என்று கேள்வி. வீடு பிடிகெடச்சா நமக்கு எல்லாம் எளுப்பம்தான்.''

அதன்பிறகு மதியம், இரவு, காலை, சாயங்கால வேளை என்று ரெயில்கள் வந்து போய்க்கொண்டுதான் இருந்தன. ஆனால் அவளைக் காணமுடியவில்லை. அவள் வீடும் பூட்டிக் கிடந்தது. இந்த இக்கட்டான நிலையில் சுகுமாரன் சேட்டன் எங்குபோனார் என்று தெரியாது. சில நாட்களாக ரெயிலிலோ, வெளியிலோ அவரையும் காணவில்லை.

மதியம் ஒருநாள் ரெயிலில் நெய்யாற்றங்கரை சென்று கொண்டிருக்கும் போது தன்யாவின் வீடு அலங்கரிக்கப்பட்டிருப்பதைக் கண்டான். வாசலில் வாழைக்குலைகளும், செந்தெங்கு குலைகளும் தொங்கின. அன்றுதான் அவன் அபாயச்சங்கிலியின் ஓர்மையின்றி ஓடும் ரெயிலிலிருந்து நேரடியாக குதித்து கீழே இறங்கிய முதல் தருணம். மண்சரிவில் உருண்டு எழும்பி நின்றான்.

நேரடியாக அங்குச் செல்வதென்று தீர்மானித்து சென்றபிறகு என்ன செய்வதென்று அவனுக்குத் தெரியவில்லை. அங்கு வந்து செல்பவர்களின் முகத்தை மட்டும் வீட்டுப்பக்கம் ஒதுங்கி நின்று பார்த்துக்கொண்டிருந்தான். அவர்களில் யாரையும் அறியாதது போலவே அவனையும் யாருக்கும் தெரியவில்லை. திடீரென்று அவன் நின்ற பகுதியின் அறை ஜன்னல் பெரிதாய்த் திறந்தது. அவன் அதிர்ச்சியில் உறைந்தான். அங்கு திருமணம் முடிந்தநிலையில் தன்யா நின்று கொண்டிருந்தாள்.

அவள் முகத்தை அவன் ஏறிட்டுப் பார்த்தான். அவனைச் சுட்டுப்பொசுக்கும் அளவுக்கு அதில் அக்கினி தெரிந்தது.

''என்னச் சதிச்சுப்போட்டியே துரோகி! நீ எண்ணைக்குமே குந்தம்தான். பந்தியில் போய் இருந்து சாப்பிடு!''

ஜன்னல் வழியாக வெளியேவந்து விழுந்த பொருளைக் கையில் எடுத்தான். டி.டி.ஆர். முகத்திலிருந்து பிடுங்கிய கூலிங்கிளாஸ். இந்த வேகத்திலும் அது உடையாமல் இருந்தது ஆச்சரியம்தான்.

கதவு அடித்து மூடப்பட்டது.

தனது காதலியை முதன்முதலாக சந்திக்கும் எந்தக் காதலனுக்கும் இந்த உலகத்தில் இப்படியொரு நிலைமை வரக்கூடாதென்று நினைத்தவனாய் அந்த உச்சைவெயிலில் திருவனந்தபுரம் நோக்கி நடந்தான். அவன் உள்ளத்தைப் போலவே உடம்பும் மரத்திருந்தது. இருள் மூடும் பொழுதில் பி.எம்.ஜி. ஜங்சனை அடைந்தான். சேட்டன் அங்கிருப்பதைக் கண்டதும் கதறி அழவேண்டும் போல இருந்தது.

''காசர்கோட்டில இருந்து இண்ணு காலமேதான் திருவனந்தபுரம் வந்தேன். நான் கொடுத்தனுப்பிய கடிதங்கள் கெடச்சிருக்குமே?''

''எந்தக் கடிதம்?''

''அந்தப் பிள்ளையத் தற்செயலா பத்மநாபசாமி கோயில்ல பார்த்தேன். ரெயில்ல நிண்ணு நீ காட்டித்தந்த ஜாடைய வச்சி தன்யாதானே? ண்ணு கேட்டேன். ஆமா என்றாள். சொந்தக்கார இருந்ததினால ரொம்ப ஒண்ணும் பேச முடியல்ல. சேட்டன்ணு கடிதத்தில் எழுதுகிறது நீங்கதானா என்று கேட்டு, ஒருசிரி சிரிச்சா பாரு, அவ மனசை அப்படியே எடுத்துக் கொட்டின மாதிரி இருந்தது. ஒனக்கு போஸ்ட் பண்ண வச்சிருந்த லெட்டர அப்பிடியே எனக்க கையில தந்து ஒப்படைக்கச் சொன்னா. ஆமா, என்ன எழுதி இருந்தா அதில?''

''எனக்கெப்படி தெரியும்? லெட்டரே கெடைக்கல.''

''என்னது கெடைக்கலியா? அவ தந்த லெட்டருக்கக் கூட நான் பத்துநாள் டிரெயினிங் போறேன்ணு எழுதின இன்னொரு லெட்டரும் சேர்த்துக் குடுத்துவிட்டேனே...''

''யாருட்டெ?''

''ஒனக்க அண்ணன் ரெத்தினமணிக்கிட்டெ.''

''அய்யோ...''

வைகுண்டமணியைப் பொறுத்தவரை எல்லாம் முடிந்துபோனதான மனநிலை. அந்த உணர்வில் இரவு தாண்டி ஹாஸ்டல் வந்தான். கட்டிலில் விழுந்தபோது ரெத்தினமணி செக்கன்ட்ஷோ சினிமா சென்றிருக்கும் தகவலை அவனது ரூம்மேட் சொன்னான்.

அப்போது அவன் கண்களில் கட்டிலுக்கு அடியில் இருக்கும் டிரெங்குபெட்டி தென்பட்டது. ரெத்தினமணிக்குச் சொந்தமான அதில், தான் சம்பந்தப்பட்ட விஷயம் அடங்கி இருக்கும் என்ற உந்துதலில் எழுந்து கள்ளத்தாக்கோல் கொண்டு திறந்தான். அவன் நினைத்தது போல டயரியில் அந்த இரண்டு கடிதங்களும் அப்படியே இருந்தன.

வழக்கத்துக்கு மாறாக சேட்டன் மலையாளத்திலும், தன்யா யாரையோ விட்டுத் தமிழிலும் எழுதி இருந்தனர்.

''சினேகமுள்ள குந்தா! வீட்டில் எனக்கு மாப்பிள்ளை பார்த்து விட்டார்கள். உன்னை என்னால் மறக்க முடியவில்லை. முப்பதாம் தேதி கல்யாணம். நாகர்கோயில் சித்ராஸில் இருபத்திமூன்றாம் தேதி துணியெடுக்க வருகிறோம். நீ அங்குக் காரில் தயாராக இரு. நாம் புனலூரிலுள்ள தோழி வீடு சென்று திருமணம் செய்து கொள்ளலாம். இப்படிக்கு உனது தன்யா.''

பதிநாலாம் தேதி போட்டு எழுதப்பட்ட கடிதம் டயரியில் அதே நாளிட்ட பக்கத்தில் வைக்கப்பட்டிருந்தது. ரெத்தினமணியின் கையெழுத்தில் சில வாசகங்களும் கீழே எழுதப்பட்டிருந்தன. எல்லாவற்றையும் பொதிந்தது போல சிவப்புமை பேனாவால் வரையப்பட்ட மண்டையோட்டு அடையாளம்.

''பூமியில் நடந்து திரியும் போது நம்மை எவளும் திரும்பிப் பார்க்கிறாளுக இல்லை. உனக்குப் பறக்கும் திசையெங்கும் காதல் தேவதைகளா?''

'இவனொரு சைக்கோ!' என ஓங்கிச் சத்தமிட்ட வைகுண்டமணி டிரெங்குப் பெட்டியைப் படாரென அடைத்தான். அந்தச் சத்தத்தில் உறக்கம் கலைந்த மாணவர்கள் அவனை ஒருமாதிரிப் பார்த்தார்கள்.

வெளியே வந்து வராந்தாவில் கிடந்தான். கைகால்களைப் பிரித்துப் போட்டுக்கொண்டு வானத்தைப் பார்ப்பதற்குச் சற்று ஆசுவாசமாக இருந்தது. ரெயிலில் பறந்த நாட்கள் அவன் நினைவில் சிறகற்ற வான்நிலவாக உருண்டு கொண்டிருந்தது.

அன்றும் இதுபோல நட்சத்திரங்கள் அதிகமுள்ள ஓர் இரவில் ரெத்தினமணியைத் தேடிக்கொண்டு சர்ச்சுக்குப் போனான். அது வி.பி. எஸ். முடியும் கடைசிநாள். சாப்பிட்ட எச்சில் இலைகளைத் தவிர யாரும் அங்கே இல்லை. எல்லாரும் போன நிலையில் தேவாலயம் திறந்து கிடந்தது. அந்த வெளிச்சத்திலும் ஒரு கூட்டம் நாய்கள் உள்ளே ஏறி விளையாடி மறிந்து கொண்டிருந்தன. அவற்றை விரட்டக்கூட ஆட்கள் இல்லை. தேவாலயம் தாண்டி வாழைவயல் வரை நடந்து வந்தபோது ரெத்தினமணியின் கிட்டார் பனைமரம் ஒன்றில் சாய்த்து வைக்கப்பட்டிருப்பதைக் கண்டான். அதற்கும் கீழே அந்தக் காவல்மாடத்தில் அக்காவும், ரெத்தினமணியும் உலகத்தின் நினைவை மறந்து ஒருவரையொருவர்....

திரும்பி நடந்த வைகுண்டமணியால் பொறுக்கமுடியவில்லை. 'அக்காளாம் அக்கா! த்தூ...' என்று காறித்துப்பியவாறு பனையில் சாய்ந்திருந்த கிட்டாரைக் காலால் உதைத்தான். கீழே ஓடிக்கொண்டிருந்த வாய்க்காலில் விழுந்து நகர்ந்தது.

பேருந்தின் நகர்வு தெரியாத அளவுக்குத் தன்னை மறைத்த நினைவுகளிலிருந்து கழன்ற வைகுண்டமணி தொடையில் படுத்திருந்த ரெத்தினமணியின் தலையைத்தூக்கி நிமிர்த்தினான். கைகளில் ஒருவித முரட்டுத்தனம் அதற்குள் வந்ததை உணர்ந்து கொண்டான்.

"எழும்பு! வில்லுக்குறி தாண்டியாச்சி. சுங்கான்கடை இப்ப வரும்."

பேருந்து நின்றது. ஆட்டோவிலும் கைத்தாங்கலாகத்தான் அவனைத் தூக்கி இருத்தினார்கள். ரெத்தினமணி மிகவும் குழைந்து போனான். வீட்டு முற்றத்தில் ஆட்கள் கூட்டமாக இருப்பதைத் தூரத்திலிருந்து பார்த்த வைகுண்டமணி தனது வீட்டில் அதிகம் ஆட்கள் இருப்பதைக் கவனித்தான். அப்பாவின் நண்பர்களாய் இருக்கக்கூடும் என நினைத்தான். அவர்கள் அப்பாவின் நண்பர்களாகவே இருந்தனர்.

முற்றத்தை அடைந்ததும் தரையில் முகங்குப்புற விழுந்த ரெத்தினமணி உரத்த குரலில் அலறினான்.

"எக்க பொன்னு அப்போ..."

அவன் குரலைவிட அதிகம் சத்தத்துடன் கிட்டத்தட்ட முழக்கம் போல கணீரென்று பதில்குரல் மூலையிலிருந்து வந்தது.

"ஏம்பிலே மக்கா..."

அவன் தலையை உயர்த்திப் பார்த்தான். அது தனது தந்தையின் குரல் தான். சந்தேகமே இல்லை. முத்துசாமி கல்லுபோல குத்தவைத்து உட்கார்ந்திருந்தார். அவருக்கு ஒன்றும் ஆகவில்லை. அவனைப் பார்த்துப் பேசவும் செய்தார்.

"சித்தப்பன் கெடக்கிய கோலத்தப் பாத்தியா மக்களே! யாருக்குத் தான் பொறுக்கும்?"

அதுவரைக்கும் தன்னைத் தாங்கிக்கொண்டு வந்த வைகுண்டமணி மூர்ச்சையாகி நிலத்தில் சரிவதையும் அவன் கண்டான்.

✡

திருவனந்தபுரம் அடைந்ததும் ரெயிலை விட்டு மெதுவாக இறங்கிய வைகுண்டமணி கீழே விழுந்த தொவர்த்தைச் சிரமத்துடன்

குனிந்து எடுத்துத் தோளில் போட்டார். மேற்கொண்டு திருமண வீட்டுக்குச் செல்லும் ஆர்வம் ஏனோ குறைந்து போனது. தனது வாழ்க்கையில் மிகப்பெரிய அதிர்வை ஏற்படுத்திய தந்தி முடிவுக்கு வந்ததைக் கொண்டாடும் எண்ணம் மனசில் தோன்றியது.

சுகுமாரன் சேட்டன்தான் ரொம்பவும் வயசாகிப் போனார். ஏதோ நினைப்பில் இருந்ததால் அவருடன் அதிகம் பேசாமல் விட்டதற்குத் தன்னைப் பற்றி என்ன நினைத்திருப்பாரோ என்று வருத்தப்பட்டார்.

சட்டைப்பையிலிருந்த அன்பளிப்புக்கவரைத் திறந்தவர் ரூபாய்த்தாளை மட்டும் தனியாகக் கையில் எடுத்தார். இப்போதும் அவருக்கு ரெத்தினமணி தான் நினைவுக்கு வந்தான். திருமண வீடுகளில் வெற்றுக் கவர் கொடுப்பதில் அவன் மன்னன். அதனால் தான் என்னவோ தன்னைப்போல அல்லாமல் தொடர்ந்து படித்து வெள்ளமடம் என்ஜினியரிங் காலேஜ் பிரின்சிபல் ஆகி தற்போது மகனுடன் அமெரிக்காவில் அமோகமாக வாழ்ந்து வருகிறான்.

ஐ.டி.ஐ. தாண்டமுடியாத தன்னால் ஊரில் மளிகைக்கடை வைத்து பொருட்களை மடக்கிக் கொடுப்பதில் மட்டுமே ஜீவிதம் கழிந்தது. என்ன வாழ்க்கையடா! என்று யோசித்தவாறு அந்தச் சாராயக் கடைக்குள் நுழைந்தார்.

காஷ்மீரில் ராணுவத்தில் இருக்கும் மகன் தனக்குப் பணம் அனுப்பித்தந்து நன்றாக கவனிப்பதை நினைத்து மனசைத் தேற்றினார். தனது முதல்மாச சம்பளத்தில் மகன் வாங்கிக் கொடுத்த செல்போனை எடுத்து பேத்தியைத் தொடர்பு கொண்டார்.

''மக்களே ஆர்த்தி! நான் தாத்தா பேசியேன்.''

''தாத்தா எங்க இருக்கிய?''

''நான் கல்யாண வீட்டில மக்கா!''

''கட் பண்ணுங்க, நானே விளிக்கியேன்.''

அழைப்பு ஒலித்ததும் திரையில் வேறு நிறத்தில் எதுவோ வந்தது.

''தாத்தா, வலதுபக்கம் ஸ்கிரின்ல சதுரமா உள்ள இடத்தத் தொடுங்க!''

''யாது மக்கா?''

''சதுரமா, பிறகு சிலிண்டருக்கத் தலை போல தெரியுதில்லா, அதத் தொடுங்க தாத்தா!''

தொட்டார்.

"அய்! அம்மா இங்க ஓடி வாங்களேன், தாத்தா கல்யாண வீட்டில இருக்கியதா கள்ளம் சொல்லீட்டு சாராயம் குடிக்கிறாரு.''

தன்னை மருமகள் போன் வாயிலாகப் பார்த்துச் சிரிப்பது அவருக்குத் தெளிவாகத் தெரிந்தது.

"கள்ள மாமா! சாராயமா குடிக்கிறீரு? குடியும்! குடியும்! நான் யாருட்டெயும் சொல்ல மாட்டேன். பாத்தெடுத்துக் கவனமா வீட்டுக்கு வரணும், புரியுதா?"

"புரியுது மொவளே!"

தான் சாராயக் கடையில் இருப்பதை அப்படியே ஊருலகம் உடனடியாகக் காணும் அதிசயத்தை வைகுண்டமணி வியப்புடன் நோக்கினார்.

நிலவெளி, ஜன : 2020

05
வெனிலா

நிர்மலா டீச்சரின் வீட்டு மாடித்தோட்டம் பூத்தும் காய்த்தும் குலுங்குவதன் பின்னால் அவள் மேடைதோறும் பேசித்திரியும் இயற்கைவேளாண்மையின் பங்கு சுத்தமாகக் கிடையாது. 'பசுமைக்குழு' அமைப்பில் பிரசிடென்ட் ஆக நேர்ந்தது தாவரவியல் பாடம் படித்த ஆசிரியை என்பதால் மட்டும் தான். அதற்கு மேல் அவளுக்குத் தெரிந்ததெல்லாம் ஆடைக்குப் பொருத்தமாகக் கம்மல் போடுவதும், அதே நிறத்தில் கல்பதித்த மாலை அணிவதும், உலகம் காணும்படியாக செயற்கைஜெபம் ஏறெடுப்பதும் தான். அதனால் புளகாங்கிதம் அடைந்து வாழ்ந்து கொண்டிருக்கும் ஒரு கூட்டம் ஜீவிகளின் சொற்பமான வாழ்க்கைதான் இந்த ஜென்மத்தில் அவள் பெற்ற கதிமோட்சம்.

கணவனும் மனைவியும் ஆசிரியர்களாகப் பணியாற்றும் வாழ்க்கைக்கென சில சவுகரியங்கள் எப்போதும் உண்டு. சேர்ந்து டியூஷன் எடுப்பது மட்டுமல்ல, இருவரின் மொத்த சம்பளத்தில் முக்கால் சதவீதம் வரை மிச்சப்படுத்தலாம் என்பதும் அதிலொன்று. எனவேதான் நிர்மலா பெரிய வீடுகட்டி சிறியபகுதியில் வசித்துவிட்டு மற்ற பகுதிகளை மூன்று பேருக்கு வாடகைக்கு விட்டுக் கைநிறைய மாசந்தோறும் தனிச்சம்பாத்தியம் நேடுகிறாள்.

அந்த நான்கு குடும்பங்களின் சந்திப்பு தினமும் காலை மாலை வேளைகளில் நடைபெறக் காரணமாக இருந்தது வீட்டுமாடித் தோட்டம். வாடகைக்கு வீடுதேடி வரும்போதே ஒவ்வொரு வீட்டாரும் சொந்தமாக மாடித்தோட்டம் அமைக்க வேண்டும் என்பது எழுதப்படாத நிர்பந்தம். நிர்மலா அத்தனை எளிதில் ஒன்றும் யாருக்கும் வீடு வாடகைக்குக் கொடுக்க மாட்டாள். அரசு ஊழியர், ஆசிரியர், வங்கிப்பணியாளர் என மாசசம்பளம் வாங்குகிறவர்களாகப் பார்த்துத்தான் இடங்கொடுப்பாள். ஒருதடவை வியாபாரிக்கு வீடுகொடுத்து அவன் நஷ்டமடைந்ததால் வாடகை சரியாகக் கிடைக்காததிலிருந்து எவ்வளவு பெரிய பிஸ்னஸ்காரனுக்கும் அவள் தயைகாட்டுவது இல்லை.

நிர்மலா பராமரிக்கும் செடிகொடிகள் மற்றவர் பேணும் தாவரங்களை விட வேகமாக வளர்ந்தன. மகசூல் அதிகம் தந்தன. அவள் கைபட்டால் எதுவும் பூக்கும், எப்போதும் காய்க்கும் என்ற புகழுரையைப் பலரும் தங்கள் மனதிலும், பேச்சிலும் வெளிப்படுத்தினார்கள். அதனைத் தொடர்ந்து கேட்பதற்காக அவள் செய்த காரியங்கள் தான் கணவன் கூட அறியாதவைகளாக இருந்தன.

இரவு உறங்கிய பிறகு தனிமையில் தோட்டத்தைக் காண புறப்படுவாள். மாடிப்படிகளில் அவள் கால்கள் பூனையின் அடிகளை விட மெதுவாகப் பதுங்கிச் செல்லும். செயற்கை உரங்கள் விரவிய சாணி உருண்டைகளைப் பாலித்தீன் கவர்களில் மறைவாகக்கொண்டு வருவாள். தாவரங்கள் தளதளவென்று வளரும் இந்த மர்மத்திற்குப் பின்னால் அவள் மாடிக்கதவைப் பூட்டிவைத்து விட்டுத் தெளிக்கும் பூச்சிமருந்துகளின் பங்கும் உண்டு. அதில் தடைசெய்யப்பட்ட மருந்துகளும் இருந்தன.

ஆள்காணும் நேரங்களில் அவள் தெளிக்கும் வேப்பெண்ணெய்க் கரைசலையும், எருக்கஞ்செடி கலவையையும் கண்டு ஏமாந்த பிறர் அவற்றை மட்டும் பாவித்ததால் தங்கள் பங்கில் நிற்பவை குறுவியும், புழுவிழுந்தும், இலைசுருண்டும் வளராமல் அவற்றைப் பராமரிக்கத் திண்டாடினார்கள்.

ஆர்கானிக் எனச் சொல்லி அவள் விற்கும் காய்கறிகள் தன் வீட்டு மாடித்தோட்டத்தில் இவ்வாறு விளைகிறதென்றால் இன்னொரு புறம் சந்தையிலிருந்து வாங்கி தான் விளைவித்ததாகச் சொல்லி காசுபார்க்கும் காரியமும் நடந்துகொண்டு தான் இருந்தது. பெரும்பாலும் தனது பசுமைக்குழு உறுப்பினர்கள் வாயிலாக இதனைக் கச்சிதமாக

விரிவுபடுத்தினாள். தனக்கு வேண்டியவர்களுக்குக் கூட அதிகாலையில் சந்தையில் பளிச்சென வரும் காய்கறிகளை வாங்கி இயற்கை விவசாயத்தின் மகத்துவம் சொல்லி பரிசளித்தாள். அதிலொருவர் அவளுக்கு மருத்துவம் பார்க்கும் டாக்டர். பக்கத்து மாநிலத்தில் அமைந்த ஜிம்ஸ் மருத்துவ நிறுவனத்தில் மூத்த மருத்துவர் அவர். தொடுவெட்டி சந்தைக்கு வரும் காய்கறிகளை வாங்கிக் கொடுத்து அவரையும் ஏமாற்றினாள். தனது வாழ்நாளில் இவ்வளவு இயற்கையான மரக்கறி வகைகளைத் தான் கண்டதில்லை என அவர் அதிசயித்தார். பதிலுக்கு நிர்மலாவை வரிசையில் காக்க விடாமல் போன உடனேயே அறைக்குள் சென்று காணும் பாக்கியத்தை வழங்கினார்.

நிலத்தில் நேரடியாக நட்ட காய்கறி, பழ வகைகளை விட நிர்மலா வீட்டு மாடியில் விளைந்த பொருட்கள் அளவிலும் பெரியதாக இருந்தன. குறிப்பாக கிழங்கு வகைகள் மேலும் ஊத்தங்கொண்டு திகழ்ந்தன. பழைய பீப்பாய் ஒன்றில் அவள் வைத்த கொடிபடரும் முக்கிழங்கு, நாலுபேரால் சேர்ந்து தூக்கமுடியாத அளவுக்குக் கனமாக விளைந்தது. பூமியில் உடையோனை ஏமாற்றும் அந்தக் கிழங்கின் தாயகம் இருண்ட கண்டத்திலுள்ள ஏதோவொரு நாடென்பது அவளுக்குத் தெரியாததல்ல. பக்கத்து விளைக்காரன் குழிதோண்டி எருபோட்டால் நட்டவன் அதிரு தாண்டி சத்துள்ள இடத்தில் பலன் கொடுக்கும் நன்றிகெட்ட ஜென்மம் அது. அதனை மாடியிலிருந்து பெரிதும் சிரமப்பட்டுதான் கீழே கொண்டுவந்தார்கள். வாவுபலி பொருட்காட்சியில் பார்வைக்கு வைத்துப் பரிசும் கிடைத்தது. என்றாலும் அமைச்சர் கையிலிருந்து வாங்க அவள் செல்லவில்லை. திரும்ப அதை வீட்டுக்கு கொண்டுவரவும் செய்யவில்லை. அம்மணமாக நிற்கும் ராடசசனைக் கண்டால் ஏற்படும் ஒருவித பீதியும், பயமும் அதைக் காணும்போதெல்லாம் அவளுக்குள் ஏற்பட்டது. ஆட்களும் சீமைஉரத்தால் பருத்த அதனைச் சாணியில் விளைந்ததென்று நம்பத்தயாராக இல்லை. அதுமுதற்கொண்டு முக்கிழங்கு நடுவதை நிறுத்திவிட்டாள்.

அவளுக்குப் பிடித்ததும், மனம் லயிப்பதும் கோவைக்காய் பறிக்கும் போதுதான். இலைகளுக்கு மறைவில் தன்னைக் காட்டாமல் ஒளிந்து நிற்கும் காய்களைக் கைகளால் தடவி உணரும் சமயங்களில் அவளுக்குள் ஒருவித சுகம் வந்து கவியும். நீண்ட நேரம் தொட்டுத் தடவி இன்புறுவாள். சிலநேரம் கையில் பறித்தெடுக்கத் தோன்றாமல் நிறையும் உணர்வினால் ஏற்படும் சலனத்தில் அப்படியே உறைந்து போவதும் உண்டு.

அன்று குழித்துறை ரயில் நிலையத்தில் தன்னுடன் படித்த கஸ்தூரியைப் பலவருடங்கள் கழித்துப் பார்த்தாள். கூட அவள் மகனும். முதலில் ஆளே தெரியவில்லை, குண்டாகி இருந்தாள். அவள் பையனும் மொழுமொழுவென்று அழகாக இருந்தான். நிர்மலா சுயஉதவிக்குழு ஒன்றில் மாடித்தோட்டம் அமைப்பது குறித்துப் பேசுவதற்காக இரணியல் போக வேண்டும். கஸ்தூரிக்கு திருவனந்தபுரம் செல்ல வேண்டும். இருதிசை நோக்கிய பயணத்தில் இரண்டு ரெயில்களும் சந்திக்கும் தருணத்தை எதிர்பார்த்து அவர்கள் உட்கார்ந்திருந்தனர்.

நிர்மலா பையனை அழைத்தாள். அருகில் வந்ததும் அவன் கைகளைப் பற்றி வைத்துக்கொண்டு பேசினாள்.

''எத்தினாம் வகுப்பு படிக்கிறே?''

''ஏழாங் கிளாஸ்.''

''நீ அம்மா பிள்ளை தானே?''

பையன் கூச்சத்தால் நெளிந்தான்.

''சொல்லு! எதுக்கு வெக்கப்படுறே? கஸ்தூரிக்க சாயல் அப்பிடியே இவனுட்ட அச்சு அசலா இருக்கு.''

''மூத்தவா அப்பா சாயல், இவன் எனக்க சாயல்.''

கஸ்தூரி பேசினாள்.

''ஒனக்கு அம்மாவப் பிடிக்குமா? அப்பாவப் பிடிக்குமா?''

கேட்டவாறே அவனை இழுத்து தனது மடியில் இருத்தினாள்.

''சொல்லுடே, யாருட்டெயும் பேச மாட்டியா?''

''வெளி ஆளுகளுட்டெ அதிகமா தொடர்பு வைக்காததினால எனக்க ரெண்டு பிள்ளைகளும் கொஞ்சம் மூடி டைப்.''

''நான் வெளியாளு இல்லடேய், ஒனக்க அம்மா கூட ஹாஸ்டல்ல தங்கி ஒண்ணா படிச்சவங்களாக்கும்.''

நிர்மலாவின் கையில் கிடந்த தங்க வளையல் பையனின் நிக்கர் மேல் பதிந்து உறுத்தியது. ஒருவிதமான அசௌகரிய உணர்வுடன் இருந்தவன் அவளிடமிருந்து விடுபட்டு நீங்கிய பிறகே இயல்புக்கு வந்தான்.

தன்னிடம் டியூஷன் படிக்க வரும் பிள்ளைகளை நிர்மலா இரண்டு பிரிவாகப் பிரித்தாள். எட்டாம் வகுப்புக்கு மேலுள்ளவர்களைக் காலை வகுப்பில் வீட்டின் கீழ்தளத்தில் இருத்தி பாடம் நடத்தி விட்டு அப்படியே அனுப்பி விடுவாள். எழுதிப் படிப்பிக்க சுவரில்

எழுதுபலகையும் அங்கே தான் மாட்டி வைக்கப்பட்டிருந்தது. ஏழாம் வகுப்பு வரையிலான பிள்ளைகளுக்கு மாலையில் வகுப்பு மாடியில் நடக்கும். அவர்கள் படிக்க அமரும் முன்பு ஒரு பிசிறு தோட்ட வேலையில் எல்லோரையும் ஈடுபட வைப்பாள். செடிகளுக்குத் தண்ணீர் விடுவதும், கீழே உதிரும் இலைகளை அள்ளிப் போடுவதும், தொறப்பையால் தூத்து வாருவதும் ஜோராக நடக்கும். படிப்பதைக் காட்டிலும் பிள்ளைகளுக்கு வேறெதாவது செய்வதில் தான் அதிக விருப்பம் என்பது அவளுக்கும் தெரியும்.

நிர்மலா டியூஷனுக்கு வரும் சிறுமிகளைச் சாயங்காலம் ஆறுமணிக்கு மேலாகத் தனது வீட்டில் அமர்த்துவதில்லை. பூ, செடி என தங்கி நிற்கும் ஒன்றிரண்டு பெண் பிள்ளைகளையும் வலுக்கட்டாயமாக விரட்டுவாள். இருட்டும் முன்பு அவர்கள் பாதுகாப்பாகப் பெற்றோரிடத்தில் சென்று சேரவேண்டும் என்பதில் அவளுக்கிருந்த அக்கறையாக அதனைக் கருதிய உலகம் அதற்காகப் பெரிய பாராட்டுக்களை எல்லாம் தெரிவித்தது. அதனால் அவள் மீது பெற்றோர்களுக்கிருந்த மதிப்பும் பெருகியது. எண்ணிக்கையிலும் டியூஷனுக்கு வருபவர்கள் அதிகரித்தனர்.

பெண்பிள்ளைகளைப் போல சிறுவர்களும் போனபிறகு படிக்காத ஒன்றோ இரண்டோ பயல்கள் தான் முழங்காற்படியிட்டவாறு புத்தகத்தைக் கையில் வைத்துப் படித்துக்கொண்டு நிற்பார்கள். அவர்கள் படிக்காத செய்தி அதற்கு முன்பே வீடுகளுக்குச் சென்றிருக்கும். ஆனால் எந்தச் சிறுமி படிக்காமல் போனாலும் அதுபற்றிய செய்தி ஒருநாள் கூட இதுவரையிலும் அவர்களது வீடுகளைச் சென்றடைந்ததில்லை. பெண்களைப் போல ஆண்கள் நன்றாகப் படிக்கவில்லை என்றும் சொல்ல முடியாது.

இப்படிக் கடைசியாக எஞ்சும் ஒன்றிரண்டு பயல்களின் பெற்றோர்கள் சிலசமயம் டீச்சரின் வீடுதேடி வருவதும் உண்டு. அவர்களை வாசலில் ரொம்ப நேரம் காக்க வைத்து மதிப்பு கூட்டுவாள். உள்ளே வரச்சொல்லி தனக்குமுன்னால் அவர்கள் வந்து நின்ற பிறகும் அவ்வளவு சுலபத்தில் ஒன்றும் பேச மாட்டாள். மௌனம் காத்து எதிர்பார்க்க வைப்பாள். பிறகு சீரியசாக முகத்தை வைத்துக்கொண்டு பேசுவாள்.

''இங்க பாருங்க, நமக்கு இதெல்லாம் கட்டுப்படி ஆகாது. பையன் இதுபோல படிக்காம இருந்தான்னா இங்க வரண்டாம். அவன டியூஷன விட்டு நிறுத்திப் போடுவேன்.''

"அய்யோ அப்பிடியெல்லாம் சொல்லப்பிடாது டீச்சர், ஒங்கள நம்பித்தான் இருக்கிறோம். நீங்க என்ன வேணும்ணாலும் செய்யுங்க, நாங்க எதுவும் சொல்ல மாட்டோம். கால் கறண்டைக்கு மேல அடிச்சி முறியுங்க, ஒண்ணும் கேக்க மாட்டோம்."

"வீட்டில வந்து படிப்பானா?"

"பொத்தகத்தக் கொண்டு போட்டது போட்ட எடத்தில தான் கெடக்கும், ஒரே டி.வி. பாப்புதான். எங்க வெளங்கும்?"

"அப்பிடியா விஷயம்? எனக்கிட்ட இதுக்கு நல்ல மருந்து இருக்கு. நீங்க கண்ண அடச்சிருங்க, நான் கவனிக்கிறேன்."

"ஒங்கள தெய்வத்துக்கு அடுத்தபடியா வச்சிருக்கோம். பய படிச்சி நல்லானா போரும் எங்களுக்கு."

மறுநாள் தொட்டு அவர்களில் ஒருவன் மட்டும் கடைசியாக நிற்கத் தொடங்கினான். டீச்சரின் மௌனம் ஏற்படுத்தும் பரபரப்பில் என்ன நடக்குமோ என்று பயந்தவாறு முழங்காற்படியிட்டு நிற்கும் அவனை எழுப்பி மாடிப்படியின் மேலாகக் கட்டிய சுவர் மறைப்பில் தள்ளி நிற்கச் சொல்லுவாள். அவனும் எழும்பி நிற்கக் கிடைத்த ஆசுவாசத்தில் பராக்குப் பார்த்துக் கொண்டும், படிப்பதுபோல நடித்துக்கொண்டும் நிற்பான். டீச்சரும் உடனே பொல்லாத கோபம் வந்தது போல முகத்தை மாற்றுவாள்.

"அஞ்சே அஞ்சி நிமிஷம் தான், படிச்சி சொல்லாட்டா ஒன்ன என்ன செய்கிறேன் பாரு."

பையனின் பதட்டம் அடங்கி, 'அப்படி என்னதான் செய்யப்போறே?' என்று வினவும் பாவனையை எட்டும்போது தான் அந்தக் காரியம் நடக்கும்.

"அஞ்சி நிமிஷம் முடிஞ்சாச்சி, நிக்கரக் கழற்று. அப்படி நிண்ணு படிச்சாலாவது சொரண வருதாண்ணு பாக்கட்டு நான்."

இப்படி அன்றாடம் ஒரு பையன் திக்கையே ஆடையாகத் தரித்து திகம்பரகோலத்தில் நின்று பாடம் படிக்கும் இந்தச் சடங்கில் தினந்தோறும் ஆண்டித்தவம் புரியத்தொடங்கினான் ஒரு பையன். அவன் பெயர் லிங்கம்.

லிங்கத்தை எல்லோரும் 'மாப்பிள' என்று தான் அழைப்பார்கள். அது அவனுடைய வட்டப்பெயர். அந்தப் பெயர் அவனுக்குக் கிடைத்ததில் சுவாரசியமான பின்னணி உண்டு.

பள்ளிக்கூடத்தில் ஏதாவது ஒரு ஆசிரியை மற்ற ஆசிரியைகளுக்கு பார்ட்டி நடத்தினால் அந்த வகுப்புக்கு அன்று பாடம் நடக்காது. வகுப்பு மாணவர்கள் விளையாட்டு மைதானத்துக்கு அனுப்பி வைக்கப்படுவார்கள். கபடியோ, ஆடும்புலியும் விளையாட்டோ விளையாடிக் கொண்டிருந்த மாணவர்கள் மத்தியில் 'மாப்பிளை விளையாட்டு' விளையாடக் கற்றுக் கொடுத்தவன் லிங்கம்.

அதன்படி சிறுமி ஒருத்தியைச் சக மாணவிகள் அலங்காரம் செய்துகொண்டு வருவார்கள். பிலாம்இலை நெட்டியால் தலையில் கிரீடமும் கைகளில் காப்பும், இடுப்பில் ஒட்டியாணமும், கால்களில் தண்டையும் அணிந்திருப்பாள். எந்த மாணவி மணப்பெண் வேடம் ஏற்றாலும் லிங்கம் தான் மாப்பிளை. இதில் ஒருக்காலும் மாற்றம் வராது. இலைகளை ஈக்கில் கொண்டு கொருத்து உருவாக்கிய மாலையை இருவரும் முதலில் மாற்றிக்கொள்வார்கள். நோட்டுத்தாளைக் கீறிச்செய்த தாலியை மணப்பெண் கழுத்தில் கட்டுவான் மாப்பிள்ளை.

இப்படி அன்றாடம் ஒரு திருமணம் செய்துகொள்ளும் அஞ்சாங்கிளாஸ் லிங்கத்தின் பலதார மணம் பற்றிய செய்தி ஒருநாள் மாணவர்கள் வழியாக ஆசிரியைகளைச் சென்றடைந்தது. வகுப்பிலும் அந்தத் திருமணத்தை நடத்திக் களித்த அவர்கள் திடீரென்று ஒருநாள் தலைமையாசிரியையின் முன்பு வைத்து அவனை வெளுத்து வாங்கினார்கள். அப்போதுதான் தனக்கு யாருடைய மகளை எல்லாம் திருமணம் செய்துகொள்ள முடியாது என்ற உண்மையைப் புரிந்து கொண்டான் மாப்பிள லிங்கம்.

ஊரான் வீட்டுப் பிள்ளைகளை அவன் மணந்தபோது வேடிக்கை பார்த்துக் களித்தவர்கள், அவனது வகுப்பில் படிக்கும் தலைமை ஆசிரியையின் மகள் கழுத்தில் தாலி கட்டியதைக் கண்டு பொறுக்க முடியாமல் எல்லா ஆசிரியைகளும் கணத்தில் பெண்போலீசாக மாறி விட்டனர்.

"போரும், நிறுத்துங்க! பய செத்துப் போவான்.''

"எண்ணாலும் ஒரு கொல்லப்பய நம்ம பிள்ளைக்க கழுத்தில கைவச்சி எந்த எழவையோ கட்டிப் போட்டானே?''

அறிவியல் ஆசிரியையால் அடக்க முடியவில்லை.

"அவங் கைய முறிக்கணும். இதையெல்லாம் சும்மா விடப்பிடாது. தவப்பன வரச்சொல்லுங்க!''

புவியியல் ஆசிரியையால் பொறுக்க இயலவில்லை.

நிர்மலா டீச்சருக்கு அவனை பார்க்கப் பார்க்கப் பெரிய ஆளைப் போலத் தோன்றியது. பெருச்சாளிக் குட்டி போல மூஞ்சியையும்

வைத்துக்கொண்டு என்ன காரியம் செய்து விட்டான், மிடுக்கன்! என்று மனதில் நினைத்தாள்.

"இந்தக் காரியம் வெளீல தெரிஞ்சா நமக்குத்தான் அசிங்கம். இதோட நிறுத்தியது தான் நல்லதுண்ணு எனக்குப் படுது."

கடைசியில் நிர்மலா டீச்சரின் கருத்தைத் தலைமை ஆசிரியையுடன் அனைவரும் ஏற்றுக்கொண்டனர். லிங்கத்தை மேற்பார்வை செய்யும் பொறுப்பு அவளிடம் தரப்பட்டது. இதனால் நிர்மலாவுக்குப் பல சவுகரியங்கள் வாய்த்தன.

காலையில் டீச்சரின் வீட்டுக்குக் கவர்பால் வாங்கிப்போட்டான் லிங்கம். வீட்டிலிருந்து டீச்சரின் சாப்பாட்டுக் கூடையைப் பள்ளிக்கு எடுத்து வந்தான். இடைவேளையின் போது முக்குக் கடையிலிருந்து சாயையும், பருப்பு வடையும் வாங்கி வந்து கொடுத்தான். டீச்சர் சாப்பிட்ட பாத்திரங்களைக் குழாயடிக்குக் கொண்டு சென்று கழுவிய பிறகு, துடைத்தும் வைத்தான். மாலையில் பணியாரமோ, மோதகமோ வாங்கித்தருவான். டியூஷன் முடிஞ்ச பிறகும் வீட்டுக்குப் போகாமலிருந்து டீச்சர் படுத்துறங்கும் கட்டிலுக்குக் கீழே கொசுவர்த்திச்சுருள் கொழுத்தி வைப்பது வரைக்கும் எல்லா வேலைகளையும் செய்தான்.

பள்ளிக்கூடம் வெள்ளையடிக்கப்பட்டு மினுக்கம் கண்டபோது லீவு நாட்களிலும் அவனை அழைத்து வந்து பொதுச் சேவையில் ஈடுபடுத்தினாள் ஆசிரியை. பள்ளி வளாகத்தில் வகைவகையாகப் பூத்து நிற்கும் செம்பருத்திச் செடிகளை இருவரும் சேர்ந்து தான் நட்டார்கள். வாசலின் இரு பக்கங்களிலும் வினோதமாகப் பூத்து நிற்கும் கல்லுவாழை, அவர்கள் பராமரித்தது தான். பேச்சிப்பாறையிலிருந்து கொண்டு வந்த ஒலத்தியும் தன் பங்குக்கு உயர்ந்து கொண்டிருந்தது. கழற்றி வைக்கப்பட்ட தேசத்தலைவர் படங்களை ஒருநாள் யாரும் இல்லாத வகுப்பறையில் இருவருமாக சேர்ந்து சுவரில் மாட்டத் தொடங்கினார்கள். கடவம் ஒன்றில் வெள்ளையடிக்கும் போது அவை பத்திரமாக அடுக்கி வைக்கப்பட்டிருந்தன.

லிங்கம் பழையதுணி கொண்டு துடைத்து விட்டு டீச்சரின் கையில் கொடுத்தான். நாற்காலியில் ஏறிநின்ற பிறகும் போட்டோவின் வளையம் சுவரிலிருந்த ஆணிக்குள் விழவில்லை. அவ்வளவு உயரத்தில் இருந்தது. கீழே இறங்கியவள் லிங்கத்தைப் பக்கத்தில் வருமாறு அழைத்தாள்.

''நான் உன்னை தூக்குவேனாம், நீ போட்டோவ சுவரில் மாட்டுவியாம்.''

''சரி.''

''மொதல்ல நேரு.''

''நேரு வேண்டாம், காந்தி தாத்தா.''

''காந்தி வேண்டாம், நேரு மாமா.''

அவள் நேருவை முதலில் மாட்டுவதில் உறுதியாக இருந்தாள். அவரது மூக்கு அவளுக்குப் பிடித்தது மட்டுமல்ல, அந்தப் புன்னகையில் ஒரு கவர்ச்சி தெரிந்தது.

''எனக்கு நேருவ பிடிக்கல்ல.''

''ஏன்டா?''

''அவரு கையில கம்பு வச்சிருக்காரு.''

''அது கம்பு இல்லடா, தந்தத்தால் செய்யப்பட்ட குழல். அதுக்குள்ள பேனா, பேப்பர் எல்லாம் வைக்கலாம்.''

''ஜாமிட்றிபாக்ஸ் போலெயா?''

''அய்யோ...இது வேறெ.''

அதுவரையிலும் டீச்சரின் நெஞ்சில் பதிந்திருந்த லிங்கம் கீழே இறக்கி விடப்பட்டதும் தனது நிக்கர் பட்டனைச் சரியாகப் பூட்டினான்.

''டேய் போகாத, நில்லு. இன்னும் அம்பேத்கர், நேதாஜி படங்களெல்லம் மாட்ட வேண்டியதிருக்கு.''

டீச்சரின் குரல் அவனைச் சென்று எட்டவில்லை.

தன்னால் போகாதே என்று சொல்ல வைத்த லிங்கம் ஒருநாள் நிரந்தரமாகப் போய் விட்டான். அவளுக்காகப் போனவன் அதற்குப் பிறகு திரும்பி வரவே இல்லை.

சிலநாட்களாக அவன் எந்தச் செடியில் பூ பூத்தாலும் அவளுக்காகவே பறித்தான். எந்த மரத்தில் காய்த்தாலும் அவளுக்காகக் கல்லெறிந்தான். எந்தப் பழம் பறிக்கக் கிடைக்காத காலத்திலும் பள்ளிகூடத்தின் வாசலில் அள்ளிக்கொட்டும் நாவற்பழங்களைப் பொறுக்கி பத்திரமாக டீச்சருக்குக் கொண்டு வந்தான்.

நிர்மலா அவனிடமிருந்து அழுக்குப்படாத பழங்களை மட்டுமே வாங்கினாள். சிதைந்த கனிகளை அவன் திரும்பக் கொண்டு செல்லும்போது அதில் ஒட்டிய மண்ணையும் கல்லையும்

போக்கிவிட்டுப் பயன்படுத்துமாறு அறிவுறுத்தினாள். சுத்தமான பழங்கள் வாசலுக்கு வெளியே தேசிய நெடுஞ்சாலையில் தான் கிடக்கும் எனத் தெரிந்து ஒருநாள் பொறுக்கிக்கொண்டிருக்கும் போது கேரளத்திற்கு மணல் கடத்திச் செல்லும் லாறியின் கீழ் அடங்கினான். அவன் கையில் டீச்சருக்காகப் பொறுக்கி வைத்திருந்த நாவற்பழங்கள் அப்படியே இருந்தன.

மதியம் உண்ட சத்துணவு சுற்றிலும் சிதறிக் கிடக்க, கொத்தித் தின்னும் உணர்வை இழந்து மின் கம்பிகளில் எந்த அரவமும் காட்டாமல் உட்கார்ந்திருந்தன காகங்கள்.

✲

நிர்மலா டீச்சரின் இரவுத்தூக்கம் ஒருநாளும் ஒரே நிலையில் நிகழ்ந்ததாக இல்லை. திருமணமான நாளில் இருந்து இந்தப் பிரச்சினை தொடக்கம் கொண்டதை உணர்ந்தாள். துண்டு துண்டாக ஒருமணிநேரம் அல்லது இரண்டு மணி நேரம் தூங்குவதும், பிறகு முழிப்பதும், பின்னர் தூங்குவதுமாக இடைவெளி கலந்து அமைந்திருந்தது. இடையிடையே தூக்கமாக இருக்கும் நேரங்களிலும் கனவுகள் நிரம்பி வழிந்தன. ஒரே கனவைத் திரும்பத்திரும்பக் காணும் அவஸ்தை அவளுடையது. இது ஒரே திரைப்படத்தைப் பல தடவை காணுவதைக் காட்டிலும் சுவாரசியம் அற்றதாக இருந்தது. எனினும் தூக்கத்தையோ, தூக்கத்தில் வரும் கனவையோ நிறுத்தும் சக்தி தன்னிடம் இல்லாமற் போனதால் எழவைப் பார்ப்பது போலவே எல்லாவற்றையும் பார்த்துத் தொலைத்தாள்.

அவளுக்கு இரண்டு கனவுகள் தான் மிகவும் அதிகமாகத் தொடர்ந்து வந்துகொண்டே இருந்தன. முதலாவதாக கல்லூரியில் படிக்கும்போது தேசிய மாணவர்படை முகாமில் கலந்து கொண்ட நிகழ்வு. எத்தனை முறை வந்தாலும் எவ்வித உருமாற்றமும் இன்றி ஒரே விதத்தில் அமைந்தது.

குல்பர்க்காவில் அந்த முகாம் நடைபெற்றது. நண்டு போல நெளியும் ஜிலேபி எழுத்துக்களிலிருந்து கர்நாடக மாநிலம் எனப் புரிந்தாள். அது ஆர்.டி.சி. செலக்ஷன் கேம்ப் என்பதால் கசக்கி எடுத்தனர். எப்போதும் பரேட், காம்பெற்றிசன் எனத் தூள் பறந்தது. இதமாக வீசிய காற்றும், குளிரும் ஆசுவாசம் தந்தாலும் அந்தச்சூழல் ஏனோ அவளுக்கு ஒத்து வரவில்லை.

கேம்ப் கமாண்டென்ட் லெப்டினென்ட் கர்னல் குஞ்சு தோமஸ் கடற்கொள்ளைத் தொழிலுக்குப் போக வேண்டியவன். இராணுவத்தில்

எப்படித் தேர்வு செய்யப்பட்டான் என்று யாராலும் கேட்கத் தோன்றும் அளவுக்குக் கோழிக்குஞ்சைப் போல இருந்தான். எப்போதும் உறங்கி எழுந்த தோற்றத்தில் அமைந்த மலையாளிகளின் முகத்தைப் பிரதிபலித்துக் கொண்டு, சிவப்புக் கலந்த வெள்ளைநிற மூக்கின் கீழ் நரைத்த மீசையுடன் காணப்பட்டான். பசி என்றால் என்னவென்று தெரியாத தன்னைப் போன்ற மாணவர்களுக்கு அந்த உணர்வை முதன்முதலாக அவன் தான் அறிமுகப்படுத்தினான்.

காலை இரண்டு மணி நேரம் தொடர்ந்து பரேட் முடித்துவிட்டு வரும் மாணவர்களுக்கு உணவாக ஒரு பன்னும், சாயையும் மட்டும் கொடுத்தான். மதிய உணவும் தேவைக்கு வழங்கவில்லை. ஒரே சாம்பார் தான் எப்போதும் வித்தியாசமில்லாமல் கொடுக்கிறார்கள் என்று புகார் அளித்த மாணவிகளிடம், 'நான் முப்பது வருடங்களாக ஒரே சாம்பார் தானே சாப்பிடுகிறேன். உங்களுக்குப் பத்து நாட்கள் தாக்குப் பிடிக்க முடியாதா?' என்று சொல்லி விட்டு ஏதோ உலகமகா ஜோக்கை உதிர்த்த நினைப்பில் கெக்கே பிக்கே என சிரித்தான். முகாமுக்கு ஒதுக்கப்பட்ட பணத்தைக் கொள்ளையிடுவதிலேயே கவனமாக இருந்தான்.

எல்லாருக்கும் வயிறு காய்ந்து கருவாடான போது குஞ்சு தோமசைத் தைரியமாக எதிர்கொள்ளத் துணிந்து அவனை சந்தித்துப் பேசுவதற்குச் சென்றார்கள். அவர்களில் முகாமுக்கு நிர்மலாவை அழைத்து வந்த ஆசிரியையும் இருந்தாள்.

"சார்! இது பயிற்சிமுகாம். சத்தான ஆகாரம் எல்லாருக்கும் கிடைக்கணும். இப்ப பசிக்குக் கூட யாருக்கும் உணவு கிடைக்கல. பிறகெப்படி பயிற்சி செய்வாங்க?"

"அவங்க யாரும் கம்ப்ளெயின்ட் பண்ணலியே, நீங்க எதுக்கு துள்ளிக் குதிக்கிறீங்க?"

"சார் முகாமுக்கு வந்த பிள்ளையளுக்கு இது முதல் அனுபவம். அவங்க யாரும் 'சோறு தா!'ண்ணு கேட்டு வர மாட்டாங்க.''

"பிறகு?"

"நீங்க காலையில போடுற பன்னை நிறுத்தி விட்டு கொஞ்சம் கஞ்சி காய்ச்சி ஊத்தி தொட்டுக்க ஊறுகாயும் வச்சிருங்க. பிள்ளைகள் இப்பிடிப் பட்டினி கிடக்க மாட்டாங்க, வயிறும் நிரம்பும்.''

கேம்ப் முடிவடையும் முன்பே குஞ்சு தோமஸ் விசாரணைக்குள்ளானான். பன்னிரண்டு நாள் முகாமிற்குக் கம்பியில் கொக்கிப் போட்டு மின்சாரம் திருடியது வழக்கானது. அனேகமும் ரிட்டன் யூனிட் என்று பேசிக் கொண்டனர்.

கனவு அத்துடன் முடிந்து விடாது. என்.சி.சி. யூனிபாமில் கிட்பேக்கைச் சுமந்துகொண்டு தள்ளாடியபடி நாகர்கோயில் ரெயில் நிலையத்தில் வந்து சாய்ந்தவளை அவள் அப்பா தங்கையா வாத்தியார் தாங்கிப் பிடிக்கும்போது முழிப்பு வரும். பிறகு அன்று தூக்கம் இல்லை.

இரண்டாவது கனவு திருவனந்தபுரம் மிருகக் காட்சிசாலையில். சிங்கக்கூண்டில் மஞ்சள் நிறத்தில் ஏதோ பழந்துணியைப் போன்றதொரு பொருள் தெரிந்தது. பிடரி மயிரை வைத்து அது ஆண்சிங்கம் என்று ஆட்கள் சொல்லிக் கொண்டனர். அதன் முகம் ஸ்டெப் கட்டிங் வெட்டிய பிறகும் சுருள்முடி தெறித்து நிற்கும் பாங்கில் தனது கணவனின் தோற்றத்தை ஒத்ததாக இருந்தது. வெறுமனே பார்த்துக்கொண்டு நிற்கையில் திடீரென மினிஸ்டர் காட்டன் சட்டை, வேட்டியில் ஒருவர் காரிலிருந்து இறங்கினார். போலீசார் சல்யூட் அடித்து அவரை வரவேற்றுக் கொண்டு வந்தார்கள்.

வந்தவருக்குக் காட்டிக்கொடுக்க சிங்கத்தை எழுப்பும் முயற்சியில் இறங்கினான் வேலைக்காரன். முதலில் சத்தம் போட்டுப் பார்த்தான். பிறகு வார்த்தையால் கட்டளைகளைப் பிறப்பித்தான். அதற்குப் பிறகு ஓரத்தில் வைக்கப்பட்டிருந்த தொட்டியிலிருந்து தண்ணீரை எடுத்து அதன்மேல் விசிறி அடித்தான். குச்சி விட்டு ஆட்டியும் பார்த்தான். சிங்கம் அசையவில்லை.

அதன் வாலில் வாயை வைத்துக் கடித்து எழுப்புமாறு யாரோ அறிவுறுத்தினார்கள். தனக்கு அதற்கான உறுதியுடைய பற்கள் கிடையாது எனச் சொன்னான் வேலைக்காரன். திடீரென்று அவனில் ஒரு ஞானம் உதித்தது. அன்றைய செய்தித்தாள்களைக் கிழித்து சிங்கம் படுத்துக்கிடந்த இடத்தைச் சுற்றிலும் போட்டுத் தீக்கொழுத்தினான். அனல் வெக்கையில் எழும்ப சீவன் இல்லாமல் கழுதையைப் போல் அது நின்றது.

நிர்மலா டீச்சருக்கு எப்படியும் குணப்படுத்தி விடலாம் என்ற எண்ணம் வந்தபிறகு கணவனை அழைத்துக்கொண்டு ஜிம்ஸ் மருத்துவமனைக்கு வந்தாள். இந்த விஷயத்தில் துறைபோகிய மூத்தமருத்துவரை அணுகி தங்களை அறிமுகம் செய்து கொண்டனர்.

அவர்களில் யாராவது ஒருவர் தன்னுடன் ஒட்டி இருக்கும் முக்காலியில் அமர்ந்திருக்கலாம். மருத்துவர் இருவரையும் எதிரிலுள்ள நாற்காலிகளில் உட்காரச் சொன்னார். இப்போது இருவருமே அவருக்கு நோயாளிகள்.

''கல்யாணம் கழிஞ்சி எத்தன வருஷம் ஆகுது?''

''நாலு.''

''ஒரே ஊரில தானா தாமசம்?''

''ஆமா.''

''என்ன வேலை?''

''ரெண்டு பேருமே ஆசிரியர்கள்.''

''வேற வேற மாவட்டத்திலா?''

''இல்ல டாக்டர், ஒரே ஊரில. அவரு அரசு பள்ளியில. நான் அரசு உதவி பெறும் பள்ளியில. அது எங்க பாக்கியம்.''

''ஒரே ஊரில வேலை பாத்தும் புத்திர பாக்கியம் இல்ல.''

''ஆமா டாக்டர், அந்தப் பாக்கியம் மட்டும் தான் இல்ல.''

''திருமணம் ஆன புதுசில ஹனிமூன் போனீங்களா?''

''ஆமா டாக்டர்.''

''எங்க.''

''நாலுமாவடிக்கு.''

''எதுக்கு?''

''மோகன் சி. லாசரஸைப் பார்க்க.''

தனக்கு எதிரில் இருப்பவர்கள் நோயாளிகள் என்ற அறத்தையும் மறந்து மருத்துவர் உரத்த குரலில் சிரிக்கத் தொடங்கினார். அந்தச் சிரிப்பு நிச்சயம் நகைச்சுவை உணர்விலிருந்து தோன்றவில்லை என்பதை அவரது கண்கள் தெரியப்படுத்தின. ஏதோ முரண் ஒன்று அதன் வாயிலாக நழுவி ஒலிப்பது போல இருந்தது.

தீர்க்கமாக அவர்களைப் பார்த்த மருத்துவரின் சொற்கள் மிகவும் இயல்பாக வெளிப்பட்டன.

''ஒங்களுக்கு ஒரு பிரச்சினையும் இல்ல. குழந்தை வேணும்ணா மொதல்ல நீங்க அதுக்கு தயாராகக் கூடிய மனநிலைக்கு வரணும். குறிப்பா ஒங்க கணவரு. அதுக்குரிய வழிமுறைகளை மட்டும் தான் என்னால் சொல்லித்தர முடியும். மற்றபடி இதுக்கு மருந்து மாத்திரைகள் எதுவும் வேண்டாம்."

நிர்மலா டீச்சர் கோழி வளர்க்கத் தயாரானதும் அதனை முழுமூச்சுடன் அவளது கணவர் எதிர்த்தார். அவருக்கு கோழிகள் என்றாலே பிடிக்காது. அவை நடமாடும் இடங்களில் தௌளுப்பூச்சிகள் ஊர்வதும், அதனால் தோல் சிவந்து அலர்ஜி வருவதும் அவரைப் பாடாய்ப் படுத்தும் எனக் கருதினார். கோழி முட்டையோ, இறைச்சியோ சாப்பிட மாட்டார். ஆட்டிறைச்சி மட்டும் கொஞ்சம் போல சாப்பிடுவார்.

கோழிகள் அங்குமிங்குமாகப் பிசாசு கணக்கில் ஓடுவதும், வீட்டில் ஏறி தூறி வைப்பதும் அவருக்குக் கொஞ்சமும் பிடிக்காத விஷயங்கள். சேவற்கோழிகள் கூவும்போது அவர் மனசு 'திக்'கென்று ஏனோ பதறும்.

நிர்மலா டீச்சருக்கு சேவற்கோழிகள் மீது தான் பிரியம். அவற்றின் கம்பீரம் முதலில் அவளைக் கவர்ந்தது. உலகில் எதையும் எதிர்கொள்ள மார்பை நிமிர்த்தி நடைபோடும் அந்தத் திமிரும், சூரியனைச் சவாலுக்கு அழைக்கும் கூவலும் அவளைப் புல்லரிக்க வைத்தது. ஒரு கூட்டம் இணைகளைத் தனது கைக்குள் ஒவ்வொன்றும் வைத்திருந்தன. அவற்றுடன் கலந்து செல்வதும், அரைவட்டம் கிறங்கி நடனம் புரிவதும், மேலே ஏறி ஒரு நொடியில் இன்பமடைந்து கிளர்ச்சியுறுவதையும் வைத்த கண் வாங்காமல் பார்த்துக்கொண்டிருப்பாள். மறு துய்ப்புக்காக பெடைகளுக்குச் சேவகனைப் போல வேடங்காட்டி நடித்து வினோதமான ஒலியுடன் கொத்திக்கொடுப்பது போல நடத்தும் கள்ளப் பாவனைகளில் அவள் சொக்கிப்போவாள். கண்களில் நீர்பனிக்க அங்கங்களில் சுரக்கும் உணர்ச்சிப்பெருக்கால் கணவனிடம் அவற்றின் சீலங்களைக் காட்டிக் கொடுப்பாள். அவன் கவனிக்காதது போலவோ, எரிச்சலுடனோ காணப்படுவான்.

கோழிகளுக்குள்ளும் கூட்டணி இருந்தது. மனிதர்களைப் போல அசூயைகளும், ஒரு பெடைக்காக இரண்டு சேவல்கள் யுத்தம் செய்வதும் நடந்தன. ஒரு சேவல் கிறக்கி எடுத்த பெடையின் மேல் இன்னொரு சேவல் ஏறி பழிதீர்த்தது. முட்டை போடும் இடத்தில் கூட அருகிலிருந்து விலகாத சேவல்களும் இருந்தன. எந்த இடத்தில் இருந்தாலும் அங்கே நான்தான் இருக்க வேண்டும் எனப் பெடைகள் ஒரு இடத்திற்காக நெருக்குப் பிடித்தன. தான் போட்ட முட்டை தனக்குச் சொந்தம் என சில கொத்திக் குடித்தன. சில வெட்டவெளியில் முட்டையிட்டு காக்கைக்குக் கொடுத்தன. சேவல்களுக்கு இணங்கும் பெடைகளுக்கு நடுவில் தன்மேல் ஏற முயன்றவனை எதிர்த்துப் போராடிய வீரமங்கைப் பெடையையும் அவள் கண்டாள். சேவலுக்குப் பயந்து கூட்டிலிருந்து வெளியே வராமல் பதுங்கி இருக்கும் பத்தினிப் பெடைகளும் அவற்றில் உண்டு. கோழிகளுக்கு எவ்வளவு தான் ஆகாரம் கிடைத்தாலும் மனிதர்களைப் போல சண்டையிட்டு உண்ணுவதை மட்டுமே அறிந்திருந்தன.

நிர்மலாவின் கணவரது குடும்பப் பூர்வீகம் சாமித்தோப்பு பக்கமாகும். வேலை நிமித்தமாகவே இடம்பெயர்ந்து குழித்துறை வந்தார். அங்கெல்லாம் கோழி வளர்ப்பவர்கள் கூட்டில் அடைக்க

மாட்டார்கள். குரோட்டன்ஸ் போன்ற குற்றுச் செடிகளிலோ, மரங்களிலோ அவை இராத்தங்கி விடும். கோழிகள் அமர்வதற்கு வேப்பமரம் நல்லதென்று அவள் மாமனார் கூறுவார். அதில் அடையும் கோழிகளை நோய் நொடிகள் அண்டாது என்றும் சொல்வார். இங்கெல்லாம் கோழிகளைக் கூட்டில் அடைக்காமல் வளர்த்தால் நரி பிடிக்கும். சில சமயங்களில் சுவர் தாண்டிச் சென்று பக்கத்து விளைகளில் மேயப் போகும் கோழிகள் இருட்டிய பிறகு வந்து கூடு அடைக்கப்பட்டிருப்பதைக் கண்டு சீலாந்தி மரங்களிலோ, வீட்டின் கூரைகளிலோ ஏறி உட்கார்ந்திருக்குமே தவிர நிரந்தர வழக்கமில்லை.

நிர்மலா தனக்குப் பிடித்தவர்களின் பெயரையும், பிடிக்காதவர்களின் பெயரையும் கோழிகளுக்குச் சூட்டினாள். அதில் அவளுடன் சின்ன வயசில் கூடப்படித்த மாணவிகள் தொட்டு சக ஆசிரியைகளின் பெயர்கள் வரை இருந்தன. எதாவது ஒரு ஒப்புமை இருந்தால் மட்டும் தான் ஒருவரின் பெயர் அத்தன்மையிலான கோழியை விளிக்கும் பெயராக அமையும். அவள் பள்ளித் தலைமையாசிரியையின் வட்டப்பெயர் அடைக்கோழி. படிக்காத மாணவர்களை மேசைக்கடியில் உட்காரச் சொல்வதால் அவர்களைக் கவுரவப்படுத்தும் வகையில் சூட்டப்பட்ட நாமகரணம் அது. அடை கலையாமல் கிடக்கும் கோழி ஒன்றுக்கு தலைமையாசிரியையின் பெயரான டெய்சி என்பதைச் சூட்டினாள். சில சமயம் அதனை ஹெச். எம். என்று அழைப்பதும் உண்டு.

அவளுடன் வேலை பார்த்த ஆசிரியர் ஒருவரின் வட்டப் பெயர் கிடுவுதட்டி. பக்கத்து வகுப்பில் அழகான ஆசிரியை யாராவது பாடம் நடத்திக்கொண்டு நின்றால் அவருடைய வகுப்பு மாணவர்களுக்கு அன்று பொல்லாத காலம் தான். ஆசிரியையின் கவனத்தைத் தன் பக்கம் திருப்புவதற்காகப் பயல்களைத் தூக்கிப்போட்டு அடிப்பார். படக்!படக்!கென்று சிறகை அடித்துக் கூவும் ஒரு சேவலைக் கிடுவுதட்டி என்று இவள் அழைத்தாள். இன்னொரு வாத்தியாரின் வட்டப்பெயர் ஆடு கரஞ்சான். தொண்டை சரி இல்லாமல் கூவும் சேவலை அந்தப் பெயரால் அழைத்தாள்.

கோழிகளின் உலகில் இவ்வாறு நிர்மலா டீச்சர் நுழைந்து நிறைய உணர்வுகளைப் பெற்றாள். அவள் மனஅடுக்குகளில் பெரும்பாலான நேரம் கோழிகள் நின்று அரைவட்டம் கிறங்கின. அவள் கசிந்து உருகினாள். கொண்டை சிவந்த புரட்சிகர தோற்றத்தில் சக்தி வாய்ந்ததொரு சேவற்கோழியாகத் தன் கணவனை அவள் நினைத்துப் பார்த்தாள். அவனோ நிஜத்தில் காந்தியவாதியாகத் திகழ்ந்தான்.

அன்று பள்ளியிலிருந்து வீடு திரும்பும் போது வெட்டுமணி தாண்டி குழித்துறை ஆற்றுப்பாலம் அருகே புதிதாக முளைத்த கோழி விற்பனை சாய்ப்புகளைக் கண்ணோக்கினாள். கருங்கோழிகள் அவளைக் கவர்ந்திழுத்தன. கோழி விற்கும் பாண்டிக்காரரர்களும் அவற்றைப் போலக் கறுப்பாக இருந்தனர். மறுநாள் கூட வேலைபார்க்கும் சாந்தி மிஸ்ஸையும் துணைக்கு அழைத்துக் கொண்டு வந்தாள். அவள் பேரம் பேசுவதில் கெட்டிக்காரி என்பது மட்டுமல்ல, தரமான குஞ்சுகளைக் கவனித்து எடுப்பதில் கைதேர்ந்தவள். விலையை முடிவு செய்து விட்டு கோழிகளைத் தெரிவு செய்தனர்.

நிர்மலா பிடித்த ஐந்து கோழிகளில் நான்கு சேவல்களும், ஒரு பெடையும் இருந்தன. சாந்தி மிஸ் அவளை வியப்பு மேலிடப் பார்த்தாள். அது தராதரமற்ற தேர்வு என்பதை எடுத்துரைத்தாள்.

''பொதுவா ஒன்பது பெடைக்கு ஒரு சேவலாக்கும் கணக்கு டீச்சர். ஒண்ணுக்கு நாலுண்ணுள்ள ஒங்க கணக்கு எந்த வகையிலும் சரி இல்ல.''

''பாஞ்சாலிக்கு அஞ்சி ஆம்பிள்ளைகள் அமையல்லியாக்கும்?''

''அய்யோ டீச்சர், அது கதை.''

''கதைவேறு, நிஜம் வேறா?''

''இந்திரன் கோழியாவதும், பூனையாவதும் புராணத்தில் நடக்கும். ஒரு பெடைக்கு நாலு சேவல்ணா முட்டை அதிகம் போடும்ணு நீங்க நினைக்கலாம்.ஆனா எல்லா சேவலும் அதுக்க மேல ஏறி சயரோகம் பிடிச்சி ஒங்க பெடை சீக்கிரத்தில சாவப்போவுது.''

''கரெக்ட், அது சாவணும். பின்ன எதுக்குப் பெடையா இருக்குது ஒரு பிரயோஜனமும் இல்லாம?''

நிர்மலாவிடம் இதற்கு மேல் நலமோ, நட்டமோ சொல்ல முடியாது என்பதைப் புரிந்து கொண்ட சாந்தி மிஸ் அத்துடன் பேச்சை நிறுத்தி விட்டுக் கூட நடந்தாள்.

சில நாட்களில் எல்லாரும் நினைத்ததற்கு மாறாக வேறு நடந்தது. கோழிகள் கேடு தெளிந்து மெல்லத் தலைதூக்கத் தொடங்கிய பருவத்தில் எங்கிருந்தோ வந்து பரவிய பொல்லாத் தீனம் மேய்ந்து எல்லாம் ஆங்காங்கே நின்று மாடம் கட்டத் தொடங்கின. தொடர்ந்து சேவற்கோழிகள் நான்கும் ஒன்றன் பின் ஒன்றாக செத்து விழுந்தன. கரும்பெடையும் இப்போதோ அப்போதோ எனத் தூங்கி வழிந்தது.

நிர்மலாவுக்கு எப்படியெல்லாமோ தோன்றியது. ஆசையாய் வளர்த்த நான்கு சேவல்களையும் ஒன்றன்பின் ஒன்றாக நாரந்திமூட்டில் குழி தோண்டிப் புதைத்தாயிற்று. இனிப் பெடை மட்டும் நின்று என்ன செய்யப் போவுது எனக்கருதி இரவுநேரம் கூட்டில் அடைப்பதையும் மறந்து வெளியே நிறுத்தினாள். அது விறகு அடுக்கி வைக்கப்பட்ட மாடத்தின் ஓரம் சிறகொடிந்த பறவையாக நின்று கொண்டிருந்தது.

மறுநாள் காலை கோழிக்கூடு திறக்க வரும்போது கூடவந்த வளர்ப்பு நாய் டோமி பெட்டைக்கோழியைக் கவ்வித் தூக்கிச் சென்றது. நாயைத் துரத்திக்கொண்டு நிர்மலாவின் கணவர் பின்னால் ஓடினார்.

''வேண்டாம், போட்டு! அது இனி பிழைக்காது.''

''அதெப்பிடி விட முடியும்?''

''அது வேணும்ணா கொன்னு தின்னட்டும்.''

''வேற ஆகாரம் இல்லாம பட்டினியா கெடக்குது நாயி? கள்ளச்சவம்.''

கிணற்றுப் பக்கமாகத் தேங்கிக் கிடந்த தண்ணீரில் கொண்டு போய்க் கோழியைப் புரட்டியெடுத்த நாயின் மேல் நிர்மலாவின் கணவர் எறிந்த கல் எப்படியோ குறிபார்த்துப் பட, 'ஙைய்!' என்று ஒலியெழுப்பிக் கொண்டு அது வேறுதிசை நோக்கி ஓடியது.

அவர் கோழியைக் கையிலெடுத்தார். அதை நல்ல நீரில் கழுவி தொவர்த்தால் துடைத்தார். தன் மடியில் கொஞ்ச நேரம் சூட்டிற்காகப் பொதிந்து வைத்துக் காத்தார். அது அவரைப் பார்த்து, 'குச்சு! குச்சு!' என்று சத்தம் எழுப்பிப் பேசியது. அதற்குப் பிறகு கோழியின் பெயரும் குச்சு குச்சு ஆனது.

கையில் அரிசியோ சோறோ வைத்துக் கொண்டு அமர்ந்திருப்பார். அது உரிமையுடன் அவர் மடியில் அமர்ந்து கொத்தித் தின்னும் அளவுக்கு நெருக்கம் அதிகரித்தது. அந்தப் பாசத்தில் தனது கவலைகளை மறந்து அவர் ஊக்கம் அடைந்த போது நிர்மலா மனதில் துக்கத்தின் சாயல் படிந்தது. தனது நோக்கம் நிறைவேறாமல் போனதற்காக வருத்தப்பட்டாள்.

குச்சு குச்சுவை எதாவது சேவல் ஈவ்டீசிங் செய்ய வரும்போது தந்தையிடம் புகார் அளிக்கும் மகளைப் போல அவரைத் தேடி ஓடி வரும். 'என்ன மக்களே?' என்று கேட்டு அதைத் தூக்கி நெஞ்சோடு அணைத்து செல்லம் கொஞ்சுவார். துரத்தி வந்த சேவற்கோழியைக் கல்லால் எறிந்து விரட்டுவார்.

நிர்மலா, தனது தந்தையை அப்போது நினைத்துக் கொள்வாள். தங்கையா வாத்தியார் என்றால் அந்த ஜில்லாவில் அறியாதவர்கள்

கிடையாது. அந்த அளவுக்குப் பிரபலமானவர். கம்யூனிஸ்டான அவர் ஆசிரியர் சங்கத்தின் மாநில அளவிலான பொறுப்பிலும் இருந்தார். போராட்டங்களில் ஈடுபட்டு சிறை செல்லும் நாட்களில் அவள் தந்தையை நினைத்து பயப்பட்டிருக்கிறாள். இரவு முழுவதும் உறங்காமல் புரண்டு விட்டு காலையில் தலைவலியுடன் எழும்பி வரும்போது வீட்டு வாசலில் புரட்சிகர முழக்கங்களோடு தந்தை காரிலிருந்து இறங்குவதைக் காண்பாள். தாயாரின் கண்டிப்பை மீறி எத்தனையோ தடவை கட்சிக் கூட்டங்களிலும், ஆசிரியர் சங்க மாநாடுகளிலும் நிர்மலாவை அவர் அழைத்துக்கொண்டு சென்றிருக்கிறார்

அப்போதெல்லாம் கிருஷ்ணன் என்றொரு புரட்சிகரப் பாடகர் உண்டு. அவரை எல்லோரும் 'உய்...உய்....' கிருஷ்ணன் என்று அழைத்தார்கள். அவர் பேசினாலும், பாடினாலும் குரலில் அந்த ஒலிச்சத்தம் ஏற்படுவதால் பெயருடன் சேர்ந்து இன்ஷியலைப் போல 'உய்...உய்...' என்பதும் கலந்து விட்டது. அவர் எப்போதும், எந்தக் கூட்டத்திலும் ஒரே ஒரு பாட்டு தான் பாடுவார். திரும்பத் திரும்ப எத்தனை முறை பாடினாலும் அவருக்கு அதில் சலிப்பு ஏற்படாது.

அவர் பாடும் பாட்டு இதுதான். பள்ளி விடுதியில் நின்று படிக்கும் மாணவி ஒருத்தி தனது தாயிடம் கடிதம் வாயிலாக அவளது வறுமை குறித்து விசாரிப்பாள். கேட்கிறவர்களுக்குக் கழிவிரக்கம் வழிந்தோடி குட்டையாகத் தேங்கி நிற்கும் அளவுக்கு அதன் வரிகள் அமைந்திருக்கும்.

இப்படி ஒரே பாடலைப் பாடுவதால் தான் என்னவோ, 'இப்போது தோழர் கிருஷ்ணன் ஒரு பாடலைப் பாடுவார்' என்ற அறிவிப்பு முடிவடையும் முன்பே சின்னக் குழந்தையும் அவர் பாடப்போகிற பாடலைச் சொல்லிவிடும். ஒரு தடவை குழித்துறை பேருந்து நிலையத்தில் மாலை நேர தர்ணாவின் போது இவ்வாறான அறிவிப்பு ஒலித்ததும் ஆசிரியர் ஒருவர் கிருஷ்ணனைப் பார்த்தார்.

"ஓய், சட்டிபானை உடைஞ்ச பாட்டுத் தானே நீரு இண்ணும் பாடப் போறீரு?"

கேட்டவர் ஆசிரியர் சங்கத்தில் இருந்தாலும் கம்யூனிஸ்ட் கட்சி அல்லாத வேறொரு கட்சியைச் சேர்ந்தவர். ஆகவே தங்கையா வாத்தியாருக்கு இரண்டு விதங்களில் கோபம் கொப்பளித்தது.

"அது யாருபிலே கட்சிக்கெதிரா பேசியது?"

"நான் கட்சிக்கெதிரா ஒரு வார்த்தை கூடப் பேசல்ல. கிருஷ்ணன் எப்பளும் ஒரே பாட்டைத் திரும்பத் திரும்ப பாடியது கொண்டாக்கும் சொன்னேன்."

அவர் கேலி கலந்த சிரிப்பு பொங்கப் பேசினார். தங்கையா வாத்தியாரை அது மேலும் விசனப்படுத்தியது.

"நீ போற சர்ச்சிலெயும் ஒரே பாட்டைத் தானே பின்னெயும் பின்னெயும் பாடுனும். அங்க பெய் ஒருநாளாவது இப்படி நீ கேட்டிருப்பியா?"

"இல்ல வாத்தியாரே, அரசாங்கம் இலவச ரேஷன் அரிசி குடுக்குது. பஸ்கட்டணம் இலவசம். பீஸ் இல்ல. பிள்ளையளுக்குச் சத்துணவு வேற. ஸ்காலர்ஷிப் கிடைக்குது. இந்தக் காலத்திலெயும் இப்பிடியொரு பாட்டு பாடணுமாண்ணு தான் கேட்டேன், வேறொண்ணுமில்ல."

"எந்தக் காலமானாலும் சரி, பூமியிலெ ஒரு குழந்தைக்குப் படிக்க வாய்ப்பு கிடைக்காமலிருந்தால், அதுவரைக்கும் இந்தப் பாட்டை நாம் பாடித்தான் ஆகணும்."

அவர் தீர்க்கமாகச் சொல்லி விட்டார்.

தங்கையா வாத்தியார் கம்யூனிஸ்ட் கட்சியில் தீவிரமாக இயங்கிய நாட்களில் காந்தியை வெகுவாக எதிர்த்தார். அவர் பேச்சு பூராவும் காந்தியை விமர்சனம் செய்வதாக அமைந்திருந்தது. நேதாஜி சுபாஷ் சந்திரபோஸ் அல்லது பகத்சிங் மீதான ஈடுபாட்டினால் இந்த காந்திஎதிர்ப்பு அமைந்ததா என்று கேட்டால் அதுதான் இல்லை. அரசியலுக்காக அவர் மறுக்கவில்லை, காந்தியை ஒழுக்கங்கெட்டவர் என்று தான் எதிர்த்தார்.

"தோழர்களே! காந்தி வயசான காலத்தில் என்ன செய்தார் தெரியுமா? பிஞ்சு குருத்தில ரெண்டு பெண்குட்டியள கட்டில்ல நிர்வாணமா கெடத்தி, கூட இந்தக் கெழவனும் கழுதையா கெடந்திருக்கார். நாகரிமுள்ள சமூகம் ஏற்கத்தக்க செயல் தானா இதுவென்று நீங்கள் எண்ணிப்பார்க்க வேண்டுமென்று கேட்கிறேன், புரட்சிகர நெஞ்சங்களே! பண்டைய ராஜாக்கள்மாரும், நிலப்பிரபுக்களும் செய்ததைத் தானே காந்தியும் செய்திருக்கிறார். எனவே காந்தி ஒரு பூர்ஷ்வா என்று நான் குற்றஞ்சுமத்துகிறேன் சகாக்களே..."

"காந்தியா இப்படிச் செய்தார் தோழர்?"

"ஆம், காந்தியே தான்."

''ஒங்களுக்கு எங்கெ இருந்தாக்கும் இந்தத் தகவல் கெடச்சிது தோழர்?''

''கிரைசிஸ் ஆப் இன்டியா' என்றொரு புத்தகம், இந்தியாவில் தடை செய்யப்பட்ட நூல் அது. ஜில்லா கலெக்டரின் வாகன ஓட்டுநரின் வீட்டில் எமர்ஜென்சி காலத்தில் நான் தலைமறைவு வாழ்க்கை நடத்திபோது நண்பர்களுடன் சேர்ந்து படித்தேன். அதில இதெல்லாம் வருது.''

''காந்தியடிகள் எதுக்கு அப்பிடிச் செய்தாரு?''

''ஆண்மைப் பரிசோதனை செய்து பார்த்தாராம்.''

''அப்பிடீண்ணா?''

''சுயத்தில் பெண்களுடன் நிர்வாணமாகப் படுத்திருந்தாலும் ஆண்கிளர்ச்சி அடையாமல் இருக்கிறேனா என்று தன்னைத்தானே சோதனை செய்து பார்த்தாராம்.''

''முடிவு?''

''தன்னால் கிளர்ச்சி பெறாமல் இருக்க முடியவில்லையாம். அதற்காக மிகவும் வருத்தப்பட்டதாக எழுதுகிறார். இந்த மகான்களெல்லாம் தனது உணர்வைப் பற்றித்தானே கவலைப்படுகிறார்கள். கூட சோதனைக்கு உபயோகித்த பெண்களின் மனசு பற்றிக் கவலைப்பட்டார்களா? இல்லையே...''

''கப்பலண்டியும், கிச்சிலிப்பழமும், ஆட்டுப்பாலும் குடிக்கியவனுக்கு ஆண்மை எப்படி அடங்கும் தோழர்?''

''எனவே தான் காந்தியை நான் ஆளுமையுள்ள தலைவராகக் கருதவில்லை.''

கூட்டங்கள், மாநாடுகள் எனத் திரிந்து ஓயாமல் இயக்கம் வளர்த்த தங்கையா வாத்தியார் ஓய்வு பெற்ற பிறகும் கட்சி தாலுகா அலுவலகம் தான் கதியென்று போய்க் கிடந்தார். பாராளுமன்றத் தொகுதி வேட்பாளராகக் கட்சி அவரை நிறுத்தப் போகிறது என்ற எதிர்பார்ப்பு வரைக்கும் உயர்ந்தார். சட்டென்று ஒருநாள் எல்லாவற்றையும் உதறித் தள்ளிவிட்டு காந்தியின் 'சத்தியசோதனை'யைக் கையில் எடுத்து வைத்துப் படிக்க ஆரம்பித்தார். தனது இறுதி நாட்களில் திருமங்கலம் சென்று காந்தி ஆசிரமத்தில் தங்கி ராட்டையில் நூல்நூற்று அங்கேயே வாழ்ந்து மடிந்தார்.

அவருக்குள் ஏன் இப்படியொரு மாற்றம் ஏற்பட்டதென்று தோழர்கள் கமிற்றிக் கூட்டம் போட்டு விசாரணை நடத்தியும் கண்டுபிடிக்க முடியவில்லை. அந்த ரகசியம் அவருக்குள்ளாக மட்டுமே வாழ்ந்து மடிந்து போனதாக இருக்கும் போதுதான் நிர்மலா கையில் தங்கையா வாத்தியாரின் டயறி கிடைத்தது.

நோய்ப்படுக்கையில் கிடந்த மனைவி கால்மூட்டு வலி தாங்க முடியாமல் அவதிப்பட, இவர் எண்ணெய் தேய்த்து விடும்போது இந்த வயசிலும் அடக்க முடியாமல் கிளர்ச்சியுற்றார். அப்போது தான் காந்தி செய்த சோதனையும், அதில் தோல்வியடைந்ததால் அவருக்கு ஏற்பட்ட வருத்தத்தையும் அனுபவரீதியாகத் தன்னால் முழுமையாகப் புரிந்து கொள்ள முடிந்ததாக அதில் எழுதப்பட்டிருந்தது.

✡

கூட்டைத் திறந்ததும் பறந்து வெளியே விழுந்து நிலத்தில் காலூன்றி ஓட்டம் பிடிக்கும் கோழிகளைக் காணும் நிர்மலாவின் கண்களுக்கு அன்றைய காலை வேதனையாகப் புலர்ந்தது. எதுவும் வெளியே வரக் காணாததால் குனிந்து உள்ளே பார்த்தாள். வெள்ளை, செவலை, கறுப்பு என சிறு திட்டுகளைப் போல கோழிகளெல்லாம் செத்துக் கிடந்தன.

கடித்து நறுக்கிய துண்டுகளாகத் தலைதெறித்துக் கிடந்ததை வைத்து பாம்பு கொத்தி இறக்கவில்லை என்று புரிந்தாள். நாடன்கோழிகளுடன் ஒன்றிரண்டு கின்னிக்கோழிகளும் சேர்ந்து அடைவதால் பாம்புகள் படையெடுத்தாலும் அவைகள் கவனித்திருக்கும் என நம்பினாள்.

பக்கத்து விளைக்காரன் வெளிநாட்டில் இருப்பதால் சரிவரக் கவனிக்க முடியாததாலோ என்னவோ, புதர் மண்டிக் கிடந்தது. புழுக்கம் அதிகமாக இருக்கும் காலங்களிலும் இரவு நேரங்களிலும் நிர்மலா வீட்டுப் புழக்கடையில் பாம்புகளின் பெகளமாகத் தான் இருக்கும். அவள் கோழிகளை விட அதிகமாகப் பாம்புகளைத் தான் ரசித்தாள். பாம்புகளும் அவளுக்கு விதம்விதமான வேடிக்கைகளைக் காட்டியவாறு நகர்ந்தன. மதியநேரம் ஒருநாள் கோட்டைச் சுவரில் சாய்வாக ஏறி ஒட்டியவாறு ஊர்ந்து சென்ற பாம்பைக் கண்டாள். அவள் தேகம் சிலிர்த்தது. தலையை அடிக்கடி உயர்த்திக் காட்டியபோது, அடக்கமுடியாமல் சிரித்தாள். அதன் வாயிலாக உச்சநிலையை அடைந்தாள். அவள் கண்ணிலிருந்து நீர்த்துளிகள் சொட்டுசொட்டாக உதிர்ந்தன.

புதரின் அருகே வந்து நின்ற போது மனதில் விதம்விதமான பிராணிகளின் நினைவுகள் வந்துபோயின. நாற்பதுசென்ட் பூமி

அவளுக்கு அளக்க முடியாத அமேசான் வெளியைப் போல விளங்கியது. அதிகாலை ஒருநாள் கிணற்றில் நீரெடுத்துக் கொண்டு நின்ற போது ஒளிபொருந்திய கண்களுடன் வால் சடையான பிராணியைக் கண்டாள். நரியென்று கணவன் கூறிய பிறகும் அதுதான் என்று அவள் சரியாகக் காணவில்லை. இருளின் ஜாலத்தில் இதுபோல காட்டுவாக்கனை புலியாக பரிமாணங்கண்ட நிகழ்வுகளும் உண்டு. அதனால் கூர்மையாகப் பார்த்துக் கொண்டே நின்றாள்.

புதரில் ஓரிடம் அனக்கம் கண்டது. அவள் ஏறிட்டுப் பார்த்தாள். பெருச்சாளி சைசில் ஏதோ துள்ளிமறிந்து விளையாடுவதைக் கண்டு கணவனை அழைத்தாள்.

''இஞ்ச ஓடி வாருங்கா!''

''என்னது?''

''அன்னா பாருங்க, தெரியுதா?''

''வோ... கண்டேன், இதுக்க வேலை தானா எல்லாம்?''

''அதென்ன?''

''கீரிப்பிள்ள.''

''அது பாம்பைத் தானே கொல்லும்?''

''கோழிகளையும் கொல்லும். கூட்டுக்க மேல கழிக்கோல் இடையில செறிய ஓட்டை இருந்தாலே போரும், உள்ள நொழஞ்சிடும்''

நிர்மலாவுக்குக் கோபம் பொத்துக்கொண்டு வந்தது. தனது கோழிகளை எல்லாம் நிர்மூலமாக்கிய அதனை தப்ப விடக்கூடாதென்று நினைத்தாள். கையில் அகப்பட்ட காலி மண்குடம் ஒன்றைத் தூக்கி எறிய ஓங்கினாள். பயந்து ஓடுவதற்குப் பதிலாகப் புதரை விட்டு வெளியே வந்தது கீரிப்பிள்ளை. அதன் பார்வை செத்துப்போன லிங்கம் தன்னை விழித்து நோக்குவது போலத் தோன்றியது. குடத்தைக் கீழே வைத்தாள். வீட்டிற்குச் சென்று தட்டில் சோறெடுத்து மீன்கறியுடன் ருசியாக விரவி வைத்தாள். அது தைரியமாக அவளுடன் பழகியது.

நிர்மலாவின் கணவர் தனது பங்குக்கும் சேர்த்து அதன்மேல் பாசங்கொட்டினார். அவர் போகுமிடம் எல்லாம் உடன் சென்றது. காலை நடைப்பயிற்சி செல்லும் போதும் அதனைக் கூட்டிக்கொண்டு நடந்தார். சதா சுறுசுறுப்புடனும், எந்த நேரமும் அகலாத் தன்மையுடனும் அவர்கள் இருவரையும் சுற்றி வளைத்துக் கொண்டு திரிந்த அதனைத் தங்கள் குடும்ப அங்கமாகவே பாவித்தனர். எந்தப் பிராணிக்கும் அடங்காத சிலிர்ப்பும், காரமும் அதனிடத்தில் இருந்தது. அந்த ரோஷம் நிர்மலாவுக்கு மிகவும் இஷ்டப்பட்டது. கணவனையும் அது தொற்றிக்கொள்ளும் என்று நம்பினாள்.

திருணமான புதிதில் நிர்மலா வாழ்க்கைப்பட்ட ஊரிலுள்ளவர்கள் எல்லாரும் தனது கணவனை நல்லவனாகச் சித்தரித்தபோது பொதுவாக ஏற்படும் சந்தோஷம் தான் அவளுக்கும் எற்பட்டது. காலப்போக்கில் அதுவே சுமையாகி அவனைக் கோழையாக்கியதை உணர்ந்து வருத்தப்பட்டாள். ஒரு மனிதன் சமூகத்தினால் குறைகள் அற்றவனாகச் சித்தரிக்கப்பட்டால் அதை அப்படியே அவன் ஏற்றுக் கொள்ளக்கூடாதென்றும், அவ்வாறு ஏற்றுக்கொண்டு அதன்படி நடந்தால் அது இயல்பானதல்ல என்பதையும் அப்போதுதான் அவள் கற்றாள்.

'நல்லபையன்' நாமம் எப்போது அவனை வந்தடைந்தது என்று விசாரித்தபோது நிர்மலா மேலும் அதிர்ச்சி அடைந்தாள். அதுவொரு திங்கட்கிழமை மதியம். தனது கணவனுடன் படித்த பையன்களில் சிலர் வகுப்பைப் புறக்கணித்து விட்டு மாட்னிஷோவுக்குச் சென்றார்கள். அவர்கள் எவ்வளவோ வற்புறுத்தி அழைத்தும் இவன் மட்டும் செல்லவில்லை.

பள்ளி நிர்வாகம் மறுநாள் மாணவர்களை வீட்டுக்கு அனுப்பி பெற்றோரை அழைத்துவரக் கட்டளையிட்டது. அவர்களிடம் சினிமாவுக்குப் போனவர்கள் குற்றவாளிகளாக்கப்பட்டதை விட அதிகமாக நிர்மலாவின் கணவன் லட்சியவாதியாகவும், நல்ல பையனாகவும் சித்தரிக்கப்பட்டான்.

அதுமுதற்கொண்டு காலை அசெம்பிளியில் ஆசிரியர்களுக்கு இணையாக நிறுத்தப்பட்டான். அவன் கைகள் பைபிளை மரியாதை பொங்க ஏந்தி இருக்கும். அதை விரித்து ஒவ்வொரு நாளும் வசனங்கள் படிப்பான்.

''அவன் நீர்க்கால்களின் ஓரமாய் நடப்பட்டு தன் காலத்தில் தன் கனியைத் தந்து இலையுதிராதிருக்கிற மரத்தைப் போலிருப்பான். அவன் செய்வதெல்லாம் வாய்க்கும்....''

வாசிப்பதைச் சற்று நிறுத்தி விட்டு தனக்கு எதிரில் இரண்டு மூன்று அடி உயரமுள்ள மரத்தாலான மேடைக்குக் கீழாக நிற்கும் சுந்தரம் கோஷ்டியைப் பார்ப்பான். அவர்கள் குறும்புப் புன்னகையுடனும், பரிகாசக்குறிப்புடனும் அவனைக் கேலி செய்யும் தருணத்தை எதிர்பார்த்துக் கொண்டு நின்றார்கள். சுந்தரத்துடன் தேவதாஸ், சங்குண்ணி, துரைராஜ் என நான்கு பேர்களடங்கிய குழாம் அது.

பள்ளிக்கூட மூத்திரப்புரையின் பின்னால் வளர்ந்து கிடக்கும் குற்றுச் செடிகளின் மறைவில் சுந்தரம் நேற்று வகுப்புகள் விட்டதும் இதர

மூவருக்கும் பீடி பற்ற வைத்துக் கொடுப்பதைக் குறுக்குச் சாலை வழி சென்றுகொண்டிருந்தவன் கண்கள் கண்டன. சங்குண்ணி அவனை விளித்தான்.

''யோக்கியரே ஏது இவ்வளவு தூரம்?''

''ஒங்களுட்ட பேசவே மாட்டேன்.''

''லேய், வாத்திச்சிய ஒன்ன நல்ல பிள்ளைண்ணு சொல்லி இல்லாதாக்கிப் போடுவினும். நாங்க சொல்லியதெ மரியாதியா கேளு''

''எனக்கு ஒண்ணும் கேக்கண்டாம்''

''படந்தாலுமூடு ஐ.எம்.பி. தியேட்டருக்கு நாள போவமா? 'பிட்' மயம்மா போடினுமாம்''

''அய், சொல்லிக் குடுப்பேன்''

அவனைக் காணும்போதெல்லாம் வரும் தினவெடுக்க, சுந்தரம் தலையை இறுக்கிப் பிடித்துக் கொண்டான். சங்குண்ணி அவன் வாயில் பீடியை வைத்தான். மூச்சு முட்டிக் கொண்டு கண்கள் சிவக்க இருமியவாறு புகையை வெளியில் விட்டான்.

அந்தச் சம்பவம் நினைவில் வந்ததும் பைபிள் வாசிக்கும் குரலில் அழுத்தம் உயர்ந்து வார்த்தைகள் சாடின.

''துன்மார்க்கரோ அப்படியிராமல் காற்றுப்பறக்கடிக்கும் பதரைப் போல இருக்கிறார்கள். ஆகையால் துன்மார்க்கர் நியாயத்தீர்ப்பிலும், பாவிகள் நீதிமான்களின் சபையிலும் நிலைநிற்பதில்லை.

கர்த்தர் நீதிமான்களின் வழியை அறிந்திருக்கிறார். துன்மார்க்கரின் வழியோ அழியும்.''

தன்னை நீதிமானாகக் கருதிக் கொண்டு திரிந்த அவனால் ஒரு பகுதிக்கு மேல் அதனைக் காப்பாற்றுவதில் சிரமம் ஏற்பட்டது. அந்தத் தடுமாற்றத்தை அவனுக்குள் ஏற்படுத்தினாள் மகேஸ்வரி.

கேரளத்து தமிழ்பேசும் பகுதியிலிருந்து அந்த ஊருக்குப் புதிதாக குடிவந்தது அவள் குடும்பம். வகுப்புக்கு வந்த முதல்நாளே யாருடனும் ஒட்டாமல் தனித்திருந்த அவனை மகேஸ்வரி அடையாளம் கண்டு கொண்டாள்.

''யாருட்டெயும் நீ பேசறதையோ, பழகுவதையோ பார்க்க முடியல்ல, எல்லாரும் சண்டையா?''

''அதொண்ணுமில்ல''

''பிறகு ஏன் பேசாம இருக்கிறெ?''

''ஒனக்கிட்ட அவங்க நல்லா பேசுனுமோ?''

''நான் வெளியூர், பழக நாளாகும். நீ அப்படியா?''

''என்னக் கண்டா எல்லாருக்கும் ஒரு எளக்காரம்.''

''அப்பிடீண்ணா?'

''இவன் தானேண்ணு நெனப்பு''

''அப்படியெல்லாம் கிடையாது. நீதான் அதுபோல ஒம்மனசில நினைக்கிறே. எல்லாருட்டெயும் பேசிப்பழகிப் பாரு, அப்புறம் ஒன்ன ஒதுக்கவோ, தள்ளி வைக்கவோ மாட்டாங்க.''

''அவங்க துன்மார்க்கர்கள்.''

''எந்த மார்க்கமோ இருந்துட்டு போறாங்க, ஒனக்கென்ன? இங்க படிக்க வந்திருக்கோம், முகங்கொடுத்துப் பேசாம இருக்கக் கூடாது. எங்கிட்டயாவது பேசுவியா?''

''...........''

''சொல்லு!''

அவன் சிரித்தான்.

அவள் கண்களில் தெரிந்த குறும்பு அவனுக்குள்ளாக வெட்கத்தை ஏற்படுத்தியது. தலையைக் குனிவாக வைத்துக் கொண்டான்.

''ஒனக்கு கூடப் பெறந்தவங்க உண்டா? இல்ல ஒற்றையா?''

''நான் மட்டும் தான்''

''சரி வா, வெளிய அப்படி நடந்துட்டு வரலாம்''

அவர்கள் சேர்ந்து திரிந்ததைப் பள்ளிக்கூட சுவர்கள் விளம்பரப்படுத்தியது போலவே ஆசிரியைகளும் தங்களுக்குள் பேசி கிளர்ச்சியுற்றனர். இடையில் அதனைத் தனக்கு சாதகமாகப் பயன்படுத்திக் கொள்ளப் பார்த்தாள் பரிமளா டீச்சர்.

பள்ளி விட்டு வீடு திரும்பும் போது ஒருநாள் அவனைத் தனது வீட்டுக்கு அழைத்துச் சென்றாள் டீச்சர். வீடு ஒழுங்கில்லாமலும், அழுக்குப் படிந்தும் காணப்பட்டது. இடுப்பில் துண்டு மட்டும் கட்டிய கோலத்தில் டீச்சரின் கணவர் அம்மியில் தேங்காயுடன் மிளகு, சீரகம், உள்ளி என மசாலை சாமான்களை அரைத்துக் கொண்டிருந்தார். அருகில் மூடப்பட்டிருந்த சட்டியை வைத்து மீன்கறி வைக்கப் போகிறார் என்பது தெரிந்தது.

டீச்சர் ஒருவித அதட்டல் குரலுடன் கணவனைப் பார்த்துப் பேசினாள்.

''ரெண்டு டீ போட்டுக் கொண்டுவரத் தெரியாதா?''

அவர் அரைப்பதை நிறுத்தி விட்டு கைகளைக் கழுவினார்.

மேசையிலிருந்த லாக்டஜன் டப்பாவைத் திறந்து பேப்பரில் கொஞ்சம் மிக்சரைத் தட்டி அவன் முன் வைத்தாள் டீச்சர்.

''தின்னு டேய்.''

அவன் பட்டும் படாமலும் இருந்தான்.

''வாயில வாரிப் போடு, மிக்சர் பிடிக்காதா?''

அவன் ஒரு கடலையை மட்டும் கவனமாகத் தேர்ந்தெடுத்துக் கொறிப்பது கண்டு அவ்வாறு கூறினாள்.

''நீ நல்லப் பிள்ளைண்ணு தானே எல்லாரும் இதுவரைக்கும் நெனச்சிட்டிருந்தோம். பிசாசானவன் ஒனக்கிட்டெயும் வந்து கிரியை செய்ய ஆரம்பிச்சிட்டான் போல இருக்கு. இண்ணு ஜெபம் பண்ணினியா?''

''ஆமா டீச்சர்!''

''எத்தன தடவை?''

''காலைல''

''ஒரேயொரு தடவையா?''

''ஆமா.''

''போதாது, தெனம் பத்துத்தடவையாவது பிரேயர் பண்ணணும். இல்லாட்டு இப்பிடித்தான் ஒனக்குள்ள பிசாசானவன் குடிபுகுவான்.''

அவன் அப்பாவி போல டீச்சரைப் பார்த்தான்.

''எனக்குள்ள எப்ப பிசாசு வந்துண்ணு தானே நினைக்கிறே?''

''ஆமா டீச்சர்.''

''நீ நினைச்சத உடனே ஆண்டவர் எனக்கு வெளிப்படுத்தினார் பாத்தியா, ஸ்தோத்திரம்!''

''............''

''ஏன்டேய், ஸ்தோத்திரம், அல்லேலூயா சொல்ல மாட்டியா?''

''அப்பிடியெல்லாம் கிடையாது''

''கிடையாதா? நீ ஒருத்திப் பின்னால சுத்துறியாமே, அவ பேரென்ன டேய்?''

''மகேஸ்வரி''

''யாருண்ணு தெரியுமா ஒனக்கு?''

''தெரியாது.''

''அவா இந்துவாக்கும். பிசாசை வணங்கும் பேமிலி! மகேஸ்வரி வழியா பிசாசானவன் ஒனக்குள்ள புகுந்திட்டான். அவன ஒடனே விரட்டி ஆகணும்.''

இரண்டு டம்ளரில் தேநீர் கொண்டு வந்த டீச்சரின் கணவர் மேசையில் வைத்துவிட்டு அவனைப் பார்த்துச் சிர்த்தார்.

''நீ லாரன்ஸ் வாத்தியாரின் மகன் தானே?''

கணவர் வினவியதில் கோபம் வந்தது டீச்சருக்கு. முகத்தைக் கறுத்து குரலை உயர்த்தினாள்.

''ஒமக்கு இங்க என்ன வேலை? செய்ய வேண்டிய எல்லா வேலைகளையும் அப்பிடியே போட்டுட்டு கதை பேசவா வாறீரு? பெய் ஜோலியள ஒழுங்கா பாரும்.''

அவர் வாய்மூடி மௌனியாக காலி டம்ளர்களைக் கையில் எடுத்துக்கொண்டு அவ்விடம் விட்டு நகர்ந்தார்.

''ஜெபமலர் .... இங்க வா!''

''வாறேன் அம்மா.''

''இங்க பாருடேய், தெனமும் எங்கூட பள்ளிக்கூடம் விட்டதும் வரணும். ஜெபமலர் மேக்ஸ்ல கொஞ்சம் வீக். அவளுக்கு நீ பாடம் சொல்லித் தரணும். இப்பிடி நல்ல ஆளுக கூடக் கூடணும். அப்பதான் பிசாசின் கட்டுகள் அவிழும்.''

அங்குச் சென்ற சில நாட்களிலேயே அவனுக்கு வெறுத்துப் போனது. வெளியிலிருந்து ஒருவன் இருக்கிறான் என்பதையும் மறந்து கணவருடன் சண்டை போட்டாள் டீச்சர். வீட்டுப் பொருட்களைத் தூக்கிப் போட்டு உடைத்தாள். அவன் மனதில் கிலி பிறந்தது.

அன்று கணவர் குடித்துவிட்டு வந்தார் போலத் தோன்றியது. அவர் தலைமயிரைப் பற்றி இழுத்த டீச்சர் வீட்டுக்கு வெளியே கொண்டு வந்து விட்டாள். தொடர்ந்து அவர் பயன்படுத்திய சூட்கேஸைத் தூக்கி கதவு வழியாக எறிந்தாள். பிறகு என்ன நினைத்தாளோ தெரியாது, ஒரு கத்தியை எடுத்து வந்து அதனைக் கடாரி போலப் பாவித்து கோபம் அடங்கும் வரை சூட்கேஸைக் குத்திக் கிழித்தாள்.

''பட்டதாரியான என்னெ ஒரு பிளம்பருக்குக் கெட்டி குடுத்தான் அண்ணன். அவன் வெளங்குவானா?''

பால்வண்டி அடிக்கும் தனது அண்ணனை அறச்சாமம் போட்டுத் திட்டிக் கொண்டிருந்தாள் டீச்சர்.

அவன் ஜெபமலரைப் பார்த்தான்.

''ஒனக்க அம்மா ஏன் இப்படி பிஹேவ் பண்ணுறாங்க? எனக்குப் பயமா இருக்குது.''

''அவங்களுக்கு ஒளியின் தூதனுக்க தொந்தரவு''

''ஒளியின் தூதனா?''

''ஆமா, தனட்டம் இருந்து ஜெபம் செய்கிற பொம்பளைங்களுக்கு இப்பிடி வருமாம்.''

அவனுக்கு ஓடித்தப்பலாமா? என வந்தது.ரெண்டு மூன்று நாட்கள் பிடி கொடுக்காமல் நழுவியும் பார்த்தான். வாத்திச்சிகள் வசமாய் கழுத்தில் போட்ட 'நல்லபிள்ளை நாமச்சுருக்கு' அவனை நகரவிடாமல் இறுக்கியது.

ஒரு பீடிகுடிக்க முடியாது, சினிமா பார்க்க முடியாது, சைட் அடிக்க முடியாது, சொந்த சாதியா இருந்தாலும் இன்னொரு மதத்தைச் சேர்ந்தவர்களுட்ட பேசிப் பழக முடியாது. இது என்னடா வாழ்க்கை? என்று யோசித்த போதுதான் அந்தச் சம்பவம் நடந்தது.

அவன் அந்த வீட்டில் இருக்கும் போது ஒருநாள் பாம்பு உள்ளே நுழைந்து வந்தது. அதை முதலில் அவன்தான் கண்டான். பயத்தில் நாக்கு குழற டீச்சரிடம் எடுத்துரைத்தான்.

''பாம்... பாம்..பு டீச்சர், பாம்பு''

''எங்க?''

டீச்சரின் கணவர் ஓடி வந்தார். அதைக் கண்டதும் அவருக்குள்ளாக பரபரப்பு ஏற்பட்டது.

''நல்ல வெள்ளிமுறுக்கி அயிட்டமாக்கும்''

வெளியே வந்து முருங்கை மரத்தைத் தேடினார். நின்ற ஒரு மூடும் பட்டுப்போயிருந்தது. அங்குமிங்குமாக ஓடித் திரிந்தார். பிறகு கொன்னை மரத்திலிருந்து ஒரு தடிக்கம்பை ஒடித்துக் கொண்டு வந்தார்.

பரிமளம் டீச்சர் கணவனை முறைத்துப் பார்த்தாள்.

''கம்பைத் தூரப் போட்டுட்டு ஒண்ணு அடங்கி நில்லும்.''

''பாம்பு ஓடீரப் போவுது.''

''வெப்பிறாளப் படாதியும். அது நம்மளத் தேடி வந்திருக்கு, எங்கெயும் ஓடிப் போகாது.''

வீட்டின் நடுமுறிக்கதவை அடைத்துக் கீழே கொண்டியைப் போட்ட டீச்சர் அது போலவே முன்பக்கக் கதவையும் மூடினாள். கியாஸ் அடுப்பைப் பற்றவைத்து அலுமினியப் பானை நிறைய தண்ணீர் விட்டுச் சூடாக்கினாள்

கதவை லேசாகத் திறந்தாள். பாம்பு மூலையில் சுருண்டு கிடந்தது. அதைக் கண்டதும் அவள் முகத்திலொரு பகை மூண்டது. அந்த வன்மத்தில் அலுமினியப் பானையைக் கரித்துணி பிடித்து அடுப்பிலிருந்து இறக்கி தரையில் வைத்தாள். வெள்ளம் கொதித்து மறிந்து கொண்டிருந்தது.

இரும்புவாளியில் சரித்தவள் ஆவி பறக்கத் தூக்கிக் கொண்டு வந்து சிமெண்ட் தரை நெடுக்க பாம்பின் உடல் பார்த்துக் குறிவைத்து இறைத்தாள். ரப்பர் ஊதிப் பெருப்பது போல வலியில் துடித்த பாம்பு வெந்து வாயைப் பிளந்தவாறு தலையைக் கீழே போட்டது.

பார்த்துக் கொண்டு மலைத்தவாறு நின்ற பரிமளா டீச்சரின் கணவனின் வாய், 'ராட்சசி!' என்று மெல்லியதாக உரைத்ததைக் கேட்ட மாத்திரத்தில் அவனது நாடி நரம்புகள் தளர்ந்தன. மெய்யொடுங்கிச் சோர்ந்து அப்படியே நிலத்தில் சரிந்து விழுந்து கிடந்தான்.

டாக்டர் இருவரையும் தனது கண்களை நிலைநிறுத்திப் பார்த்தார். அதில் நோய் குறித்த மொத்த சரித்திரத்தையும் அகழ்ந்தெடுத்த பிரயாசைத் தெரிந்தது. ஜிம்ஸ் மருத்துவ வளாகத்தின் சாக்கடை நெடி கூட நிர்மலாவின் உணர்வில் மரத்துப் போக இருவருமாகத் தங்கள் வாகனத்தை நோக்கி நடந்தார்கள்.

கடைசி சோதனை முயற்சியாக மருத்துவர் தேர்வு செய்தது, தான் சம்பந்தப்பட்ட தாவரவியல் என்பதில் அவளுக்குக் கொஞ்சம் கர்வம் இருந்தாலும் இந்தப் பரீட்சையிலாவது அவர் வெற்றி அடைவாரா என்ற சந்தேகமும் கூடவே இருந்தது. இனி அந்த வளாகத்தை இதற்காக ஏறெடுத்துக் கூடப் பார்ப்பதில்லை என்று சபதமும் செய்தாள்.

வெனிலா செடி தனக்கேற்ற கொழுகொம்பில் அடர்த்தியான இலைவிரித்துப் படர்ந்தது. அதன் பச்சை நிறச் செழிப்பில் மாமிச வாசனை வீசியது. இலைகள் தொடைகளாக மாறிய போது மகரந்தப் பைகள் பூப்புனித சடங்கின் பொடிகளை வாரித்தூவின. அடுத்த நொடியில் நிர்மலா தனது கணவரிடம் அதனைச் சேர்க்கை செய்யும் நுட்பத்தை மெதுவாகச் சொல்லித் தந்தாள். அது சாதாரண நிலையிலிருந்து கடந்த போது அவர் தேகம் முதன்முதலாக சிலிர்த்தது.

கண்ணில் காளையின் மூர்க்கம் அரும்பியது. என்றாலும் அந்த அசட்டு முழி நீங்காத நிலையில் ஒருவித வெட்கம் படர மனைவியைப் பார்த்தார். வெனிலா கொடியின் உடல் சேர்க்கையில் அதனது துடிப்பு இவரது கைவழி பரவ தனது ஒடுங்கிய நாடி நரம்புகளெல்லாம் கொஞ்சம் கொஞ்சமாக விரியத் தொடங்கியதைத் தனக்குள்ளாக உணர்ந்தார்.

நிர்மலாவின் அழகைக் கணவன் அறியத் தொடங்கிய அந்தநாள் அவளுக்கு முழுநிலவை அனுபவிக்கும் வாஞ்சையை அதிகரித்தது. அந்த அனுபவத்தை உள்வாங்க அவள் தயாராகிக் கொண்டிருந்தாள். விதம்விதமான வாசனைகளை வெளிப்படுத்தி கணவனைக் கவர்ந்திழுக்கத் தயாரானாள். அதற்கான குளியலுக்கு நீர்மொள்ளப் புறப்படுகையில் கணவனை ஒருதரம் பார்த்தாள். கட்டிலில் கீரிப்பிள்ளையுடன் விளையாடிக்கொண்டிருந்தவனை ஏன் கள்ளத்தனமாகப் பார்க்கத் தோன்றுகிறதென்று நினைத்த போது மனதிலோ, உடலிலோ இன்பம் சுரந்தது.

அவள் குடத்துடன் வீட்டிலிருந்து இறங்கிச் சென்றதும் அவன் நகப்பாலீசால் தன் நகங்களை நனைத்தான். அதன் அசாதாரண மணம் அவனுக்குள் வெறியேற்றியது. கீரிப்பிள்ளையின் முகத்தில் அந்தச் செங்குழம்பு கொண்டு சில கோடுகளையும் இழுத்தான். மீசை என்று அவன் அர்த்தம் கொண்ட போது கேட் திறந்து வரும் சத்தத்தில் நிர்மலாவை வரவேற்க கட்டிலிலிருந்து கீழே பாய்ந்து வெளியே இறங்கி ஓடி வந்தது கீரிப்பிள்ளை.

நிர்மலா அதிர்ந்தாள். தன் மனசித்திரத்தில் கணவன் என்ன ஆனான் என்ற பீதியில் அதன் அலகின் நிறம் கலவரப்படுத்த கோபாவேசத்துடன் குடத்தை கீரிப்பிள்ளையின் மேல் தூக்கி எறிந்தாள். அதன் மூக்குடைந்து உண்மையான இரத்தம் கொப்பளித்தது.

துடிதுடித்து அடங்கியது.

அந்தக் கிடப்பில் அன்று தனக்காக நெடுஞ்சாலையில் பழம் பொறுக்கப் போய் மரித்த லிங்கத்தை அவள் கண்டாள்.

குறி, ஜூலை 2022

O

06
காக்காம்பொன்

நிழலற்ற வெளியில் தன்மீது விழுந்த வெயிலைக்கூட பொருட்படுத்தாமல் நெற்றியில் வலதுகையைச் சாய்த்து தூரத்தின் அசைவைக் கண்களால் அளந்தவாறு நின்றுகொண்டிருந்தாள். அவளைக் கடந்து ஆறேழு பேருந்துகள் சென்றன. சில நின்றன. சில நிற்காமல் சென்றன. சில நிற்பது போல பாசாங்கு காட்டின. அவள் எதிலும் ஏறாமல் அப்படியே நின்றாள்.

மஞ்சளும், கறுப்பும் வைதிகத்தில் மட்டுமல்ல எதிர்நிறங்கள், வர்க்கத்திலும் உண்டெனப் பறைசாற்றின பேருந்துகள். தொடுவெட்டிக்குப் போக மஞ்சள்பலகைப் பேருந்தைவிட கறுத்த போர்டில் மூன்றுரூபாய் குறைவு. அவளைப் பொறுத்தவரை போகவர ஆறுரூபாய் லாபம் பிடிப்பதென்பது சாதாரண காரியம் அல்ல. நாளொன்றுக்கு முப்பது ரூபாய் சம்பளத்தில் வேலைபார்ப்பவள் இந்த ஆறுரூபாயை வைத்து ஆகாயக்கப்பல் வாங்காவிட்டாலும், பூமியில் கால்பதித்து நடக்க இப்படியெல்லாம் தேத்தித் தானே ஆகவேண்டியதிருக்கிறது.

அந்த நிறுத்தத்திலிருந்து அவளுடன் பயணிக்கும் எல்லாரும் ஒவ்வொரு பேருந்தாக ஏறி சென்றுவிட்டனர். அவள் மட்டும் தனியாக நின்றாள். வழக்கமாக அவளைப் போலவே கறுத்தபோர்டு பார்த்து ஏறும் வங்கியில் வேலைபார்க்கும் பெண்மணியை இன்று காணவில்லை. என்ன பிரச்சினையோ என்று நினைத்தாள்.

வங்கியில் பெரிய அதிகாரி என்று பேசிக்கொண்டனர். கைநிறைய மாசசம்பளம் வாங்குபவள் எதற்கு தன்னைப்போல மூன்றுரூபாய் தேத்த முயற்சிக்க வேண்டும் என்ற கேள்வி ரொம்ப காலமாக மனசுக்குள் குடைந்து கொண்டிருந்தது. இதுபோல ஒருநாள் அவள் வராமலிருந்த போது பேருந்தில் ஓடிய பொதுஜன வசனஒலிபரப்பிலிருந்து விஷயத்தை அறிந்தாள்.

"பேங்கர இண்ணு காணல்லியே?"

"அவளுக்கென்ன, மகாராணி! மாப்பிள கூட காரில பெய்ருப்பா"

"காரிலெயா? அவன் நல்ல மவன். ஒண்ணாம் நம்பர் கஞ்சனாக்கும், பாத்துக்கா!"

"காரில போறதப் பாத்திருக்கேனே..."

"பாத்திருப்பே. அவனுக்கு நாகர்கோயில்லெயாக்கும் வேலை. காரை ஒவ்வொரு ஸ்டாப்பில நெறுத்தி 'நாகர்கோயில்! நாகர்கோயில்!'ண்ணு கூப்பிட்டு டிக்கெட் ஏத்துவான். இவா பரியெட்டு அவன்கூடப் போமாட்டா."

"இவளும் கஞ்சிதானே, கறுத்தபோடு பாத்து இல்லியா பஸ் ஏறுகா?"

"அய்யோ மைனி, தெற்றாக்கும் பேசிய. இவா ஒரு வாபடா பிராணி. மாசம் ஒண்ணாந் தேதி வேண்டிய சம்பளத்த அவங்கையில கொண்டுபெய் அப்படியே ஒப்படைக்கணும். அவன் கணக்குப் பாத்து தெனம் ஏழும் ஏழும் பதினாலு ரூவா வண்டிக்கு மட்டும் எண்ணி கையில குடுப்பான். அவ படிச்சி என்னத்துக்கு? வேலை பாத்துத் தான் என்னத்துக்கு? இப்பிடி ஒருத்தன்கூட வாழ்ந்து அடியோலப்பாடு படுகா!"

வர்க்கபேதத்திலும் பெண் என்பதில் தாங்கள் இருவரும் ஒன்றாக நிற்பதைப் புரிந்துகொண்ட பிறகு காணும்போதெல்லாம் அவள்பால் அன்பும், இரக்கமுமே மேலிட்டது. ஒருவருக்கொருவர் பார்த்துச் சிரிப்பதில் பல அர்த்தங்கள் புலப்பட்டன. நேரில் இதுநாள் வரை ஒரு வார்த்தை பேசாமலிருந்த போதிலும்.

சற்று நேரங்கழித்து அவள் எதிர்பார்த்த வெள்ளைப் பலகையில் கறுப்பு எழுத்து பொறிக்கப்பட்ட பேருந்து வந்து நின்றது. வண்டியில் கூட்டம் சற்று அதிகமாக இருந்தாலும் இதுதான் தனக்கு வசதியான பேருந்து என்று அவள் கருதினாள். ஒன்பதரைக்குள்ளாகத் தொடுவெட்டி

சேர்ந்துவிடும். பள்ளிக்கூடம் செல்பவர்களுக்கு அநேகமாக அதுதான் கடைசிப் பேருந்தாக இருந்தது.

அன்று காலையில் சற்றுப் பிந்திதான் அவள் உறக்கம் எழும்பினாள். விடியலில் அவளுக்குப் பெரிதாக ஒன்றும் வேலை இருக்காது. துணிகளைத் துவைத்து காயப்போடுவது மட்டும்தான். பெரும்பாலும் இரவுநேரம் வந்து அரிசி பொங்கி சாப்பிட்டுவிட்டு மீதிச் சோற்றில் தண்ணீர்விட்டு வைத்தால் மறுநாள் காலையும், மதியமும் சாப்பிட அவளுக்குப் பழையதே போதும். வாரத்திற்கு இரண்டுநாள் மீன்வாங்கிக் கறிவைத்தால் ஒருவாரத்திற்கு ஒப்பேற்றலாம். வற்றல்மிளகைக் கிள்ளிப்போட்டுத் தேங்காய் எண்ணெயில் தாளித்துச் சூடாக்கிய பழைய மீன்கறி அவளுக்கு நல்லா பிடிக்கும். அத்துடன் கொஞ்சம் மரச்சீனிக் கிழங்கும் இருந்தால் பழஞ்சி இன்னும் வளமாய் சோபிக்கும்.

அண்ணன் பெரும்பாலும் வீட்டில் சாப்பிட மாட்டான். அவள் ஒருத்திக்கு மட்டும்தான் ஆக்க வேண்டும் என்ற போதிலும் அதிலிருக்கும் சுதந்திரத்தை நினைக்கத் தோன்றாமல் ஏக்கம் மட்டுமே நிறைந்திருந்தது.

அவள் ஏக்கத்திற்கு முழு காரணமாக அமைந்தவர் அப்பா. எல்லா பெண்களின் இதயங்களிலும் கடவுளாகத் தரிசனம் தரும் அந்தச் சொல்லின் பின்னால் அமைந்த உருவம் அவளுக்கு மட்டும் வேறு பல ரூபங்களில் தெரியக் காரணமென்ன என்று யோசித்துப்பார்த்தாள். ஒன்றும் புரியவில்லை.

ஊரிலும், வெளியிலும் தனது பிராயத்திலுள்ள பெண்களின் அப்பாக்களை அவள் நினைப்பது உண்டு. அவர்கள் எவ்வளவு பெரிய முரடர்களாகவும், குடிகாரர்களாகவும் இருந்தபோதிலும் மகள் என்று வந்துவிட்டால் குழைந்துபோவதைக் கவனித்திருக்கிறாள். பொதுவாகவே தனது சிறுபருவம் முதலான அனுபவத்தில் அவள் கண்ட உண்மை, அப்பா குடும்பத்தில் யார் மீதும் ஒட்டாதவராக அலைந்து திரிகிறார் என்பது தான். இப்போது கூட அவர் கேரளத்தில் கொத்தவேலை செய்கிறார் என்ற தகவல் மட்டும்தான் சொல்லப்பட்டிருந்தது. அவள் ஊரிலிருந்து கேரளத்திற்குத் துப்பட்டி யாவாரம் செய்யப்போகிறவர்கள் வாயிலாக அதிகபட்ச தகவல்களைத் தினம்தோறும் அறிந்து கொண்டுதான் வருகிறாள். பத்தனம்திட்டையில் வேறொரு பெண்ணுடன் குடும்பம் நடத்துவதாகவும், சபரிமலை சீசனில் பிச்சை எடுப்பதாகவும் கூட செய்திகள் வந்தன. வெள்ளிக்கிழமை

தோறும் தலையில் குல்லா அணிந்து பள்ளிவாசல் முன் அவர் வீற்றிருந்து சர்வமத கொள்கையை இந்தியப் பண்பாட்டிற்குப் பிச்சையிடுவதான செய்தியையும் அவள் அறிந்து கொண்டுதான் இருக்கிறாள்.

அப்பாவின் குணத்தை அவள் சரியாகப் புரிந்துகொண்டது அம்மாவின் மரணத்தின் போதுதான். அதிகாலை வரைக்கும் ஆஸ்பத்திரியில் அம்மாவுடன் அவள்தான் இருந்தாள். சீனி நிறையப் போட்டு வெள்ளசாய வாங்கித் தரும்படி மகளிடம் அம்மா கேட்டாள். குடிக்க சொட்டுத்தண்ணீர் கூடத் தரக்கூடாது என்று மருத்துவர் கூறிய வற்புறுத்தலையும் மீறி வாங்கிக் கொடுத்தாள். சாயைக்கடைக்காரன் அவளிடம், 'இது கடைசிநேர ஆசை' என்று கூறியதைக் கூட அவள் பொருளுடையதாகக் கருதவில்லை. அம்மா என்றும் தன்னோடிருப்பாள் என்றே நினைத்தாள். தொண்டைக்குழியில் சிரமப்பட்டு பாதி இறங்கும் முன்பே மறுத்துவிட்டுத் தனது கண்கள் இரண்டையும் மகளின் கைகளால் மூடும்படியாகச் சொன்னாள். அப்படியே நிலைகுலைந்து நிற்கையில் ஊசிபோட வந்த நர்ஸ் அவளது கையிலிருந்த பாலைக்கண்டு விரட்டியடித்தாள். எல்லா கலக்கங்களையும் ஒருசேர சுமந்தபடி வெளியே வந்தாள்.

ஆஸ்பத்திரி வராந்தாவில் உறங்கிக்கிடந்தவளைத் தட்டி எழுப்பி, பணத்தைக் கட்டிவிட்டு அம்மாவின் உடலை எடுத்துச் செல்லுமாறு கூறினார்கள். யாருக்கோ நடந்தது போல எந்த உணர்ச்சியும் காட்டாமல் இருந்த அப்பா, சற்றுநேரத்தில் தலைமறைவானார்.

வெள்ளைத்துணியால் முகத்தைக்கூட காட்டாமல் தலைவரை போர்த்திய அம்மாவின் சடலம் முன்பு மதியம் தாண்டியும் அழுது கொண்டிருந்த அவள்முன்னால் எத்தனையோ பேர் வந்து போனார்கள். 'அய்யோ பாவம்!' என்ற முகக்குறிப்புடனும், 'ச்சூ! ச்சூ!' ஒலியுடனும் சென்றவர்கள் மத்தியில் இரண்டு கால்கள் மட்டும் அப்படியே ஊன்றி நின்று அவள் தோளில் கைவைத்து எழுப்பி நிறுத்தியது. அந்த தேவதையின் முகத்தைப் பார்த்தாள். காலையில் தன்னைக் கடிந்து விரட்டிய அதே நர்ஸ்.

''அடக்கம் முடிஞ்சதும் வந்து பணத்தைக் கட்டுவியா? நான் கேரன்டி தாறேன்.''

''............''

''இல்லேண்ணா எனக்க சம்பளத்தில இருந்து தான் பிடிப்பாங்க.''

அவளால் உறுதியாக எதையும் கூற இயலவில்லை. ஆனாலும் யோசித்துப் பார்த்தாள். பார்வதிபுரத்தில் இறங்கி நடந்து வரும்போது

நோயாளிகள் கதைகதையாகப் பேசிக்கொண்டு செல்வார்கள். சாக்கு சாக்காக கட்டி வைத்திருக்கும் பணமூட்டைகளைப் பராமரிக்க முடியாமலோ, அதிகாரிகளுக்குப் பயந்தோ எரித்துச் சாம்பலாக்கும் விஷயத்தை யாரோ ஒருநாள் பேசினார். தனக்கு ஏதோவொரு முறையில் உறவுபட்ட மனிதர்கள் இக்கட்டான தருணத்தில் உதவமறுக்கும் போது, அவர்களிடமிருந்து ஐநூறு ரூபாய் மாதசம்பளம் வாங்கும் ஒருத்தி கைகொடுத்து நிற்பதை ஏற்பதா, மறுப்பதா என்ற தயக்கத்தில் இருந்தாள்.

''யோசிக்காதே, ஆம்புலன்சுக்குச் சொல்லியாச்சு. முந்நூறு ரூபாய் ஆகும். காசிருக்கா?''

''இருக்கு.''

''தைரியமா நிண்ணு காரியங்களச் செய்!''

இரவு ஏழுமணி இருக்கும், வீட்டில் கொண்டுவந்து கிடத்திய அம்மாவின் தலைமாட்டில் யாரோ நிலவிளக்குக் கொழுத்தி வைத்தார்கள். சாம்பிராணித் திரியின் வாசனை மனசுக்குள்ளாக பயத்தைக் கொண்டு வந்தது.

அப்பாவின் சகோதரர்கள் யாரையும் காணவில்லை. வீட்டுக்கு வெளியே முற்றத்திலும், மரங்களின் மூடுகளிலும் கொஞ்சம்பேர் சிதறிக்கிடந்தார்கள். வார்டு மெம்பர் மட்டும் ஓட்டு மாறக்கூடாது என்ற கவனத்தில் டார்ப்பாய் கட்டுவதும், டியூப்லைட் மாட்ட வைப்பதுமாக இயங்கிக்கொண்டிருந்தான்.

நெய்யூரில் இருக்கும் அம்மாவின் சகோதரர் வந்தார். சின்னவயதில் அவர் வீட்டில் போய்த் தங்கிய நினைவில் அம்மாவின் சாயலைக் கண்டு எழும்பினாள். அவளை உட்காரச் சொல்லிவிட்டுப் பேசினார்.

''ஆஸ்பத்திரியில ரொம்பநாள் இருந்தியளோ? நம்மகிட்ட யாரும் சொல்லுவாரும் இல்ல. அறிஞ்சாலும் உதவக்கூடிய நிலையில் இப்ப நாங்க இல்ல. பையன மெடிசினுக்கு விட்டதுல கடம் பிடிச்சுக் கெடக்கியோம். உண்ணாமலக்கடைக்கு யாரையாவது அனுப்பி மாம்பலவப் பெட்டி வேண்டி, அம்மைக்க கடமையச் சின்னதா செய்து முடிக்கப் பாருங்க. இன்னா வச்சிக்க!''

ஐநூறு ரூபாயோடு அவரது பொறுப்பை முடித்து விட்டு வெளியே இறங்கினார்.

அவள் தலையுயர்த்திப் பார்த்தபோது தனக்கருகில் இரண்டு கன்னியாஸ்திரிகள் நிற்பதைக் கண்டாள். ஆஸ்பத்திரியில் உதவிய

நர்சை அவர்கள் நினைவுபடுத்தினார்கள். பரிவுடன் அவளது தலையைத் தடவி ஆறுதல் தெரிவித்தனர். அவர்களுக்குப் பின்னால் நின்றுகொண்டிருந்த ஃபாதர் ஜோசப் பறம்பில், சற்று முன்னால் வந்து நின்று கொண்டார்.

''நமக்குப் பிரார்த்திக்காம்!''

''இஞ்ச யாரும் ஜெபம் செய்யப்பிடாது!''

அண்ணன் கேரளத்திலிருந்து வந்திருப்பதை அவள் அப்போது தான் கவனித்தாள். அவனுடன் எப்போதும் கூடத்திரியும் நாலைந்து பேர்கள் உடனிருந்தனர்.

''சரி தம்பி, தெய்வசமாதானம் இந்த வீட்டில் தங்கி ஆறுதல் தருவதாக!''

அவர்கள் சென்றுவிட்டனர்.

அம்மாவைக் குளிப்பாட்டும் போது வயதான பெண்ணொருத்திக் கைக்குட்டையில் பொதிந்து தந்த நகைகளில் பித்தளைத் தாலியைத் தவிர தங்கமாக நாலுகிராம் கம்மல் மட்டுமே இருந்தது. அண்ணனுக்குத் தெரியாமல் அதனைப் பத்திரப்படுத்திக் கொண்டாள்.

பிற்றைய நாள் அவன் நார்க்கட்டிலில் அமர்ந்து பயறுகஞ்சி குடித்துக்கொண்டிருந்த சமயம், கதவுபக்கம் நிழல்போல நின்று மெதுவாகப் பேச்சு கொடுத்தாள்.

''அப்பனக் காணல்லியே அண்ணா.''

''பதினாறு அடியந்தரம் கழிஞ்சிதான் அவன இனி காணும்.''

''ஆசுத்திரியிலெயும் என்ன ஒருவாடு பாடுபடுத்தினாரு.''

''ஒனக்கு வேணும், அவனெ எல்லாம் அப்பெண்ணு கருதிகூட்டி இருக்கே பாரு.''

''பணம்கெட்டச் சொன்னதும் எங்கெயோ ஒளிச்சிட்டாரு.''

''அவருட்டெ யாது பணம்? குடிச்சியதுக்கு அடுத்தவனத் தெண்டியவரு.''

''இருவத்தொண்ணாயிரம் ரூவா ஆசுத்திரியில கெட்டணும் அண்ணா.''

''............''

''கடியப்பட்டணத்தில இருந்து ஒரு நேள்சு, அவங்க சம்பளத்தில கேரண்டி தந்ததினால வெளிய விட்டினும்.''

''கடப்பெறம் வரைக்கும் தெண்டீற்று வந்தாச்சுதா? த்தூ... மானங்கெட்ட ஜென்மங்க.''

கஞ்சியைத் தூரநீக்கி விட்டு எழும்பிய அவன் வெளியில் இறங்கி நடந்தான்.

அம்மாவின் கம்மலையும், தனது கழுத்தில் கிடந்த மாலையையும் பணயம் வைக்க கத்தோலிக்க வங்கிக்குச் சென்ற போது ஃபாதரை அவள் திரும்பவும் கண்டாள்.

''இந்நல அம்ம மரிச்ச கொச்சு தானே நீ?''

''ஆமா சாமி!''

''எந்தினா இத்தற திறுதி?''

''அம்மாவுக்க ஆஸ்பத்திரி செலவுல இருவத்தொண்ணாயிரம் ரூவா இனியும் கெட்டணும். அம்மா இறந்ததும் ஆஸ்பத்திரியில என்னெயெ விட்டுட்டுப் போன அப்பாவக் காணல்ல, அண்ணனும் உதவல்ல...''

அதற்குமேல் பேசமுடியாத அவள் கஷ்டப்பட்டு அடக்கியும் அடங்காமல் வெடித்துக் கிளம்பிய மழைபோல் குமுறிக்குமுறி அழுதாள்.

எந்தப் பிரதிபலிப்பையும் காட்டாமல் ஓயும்வரைக் காத்திருந்த ஃபாதர், வெள்ளைத்தாளொன்றை எடுத்து அவள் கையில் கொடுத்தார்.

''ஒரு அபேட்சை எழுதிக் கொடு!''

மணிபோன்ற கையெழுத்தில் கணம் தன்னை மறந்தவர், கருணைபொங்கும் விழிகளால் அவளை நோக்கினார்.

''எத்திராங் கிளாசு படிச்சிருக்கே?''

''பத்து வர.''

''பின்னீடு?''

''பதினொண்ணாங் கிளாசு படிக்க முன்சிறை வரணும். பயலுவளப் பாக்க ஒண்ணும் நீ பள்ளிக்குப் போவண்டாம்ணு அண்ணன் படிச்ச விடல்ல.''

''ஓ... பள்ளிக்கு வந்துதான் பயலுவளப் பாக்கணுமோ? அண்ணன் என்ன செய்யுறான்?''

''தட்டடிக்கப் போறான்.''

''சென்டிரிங் வேலையா?''

''ஆமா.''

''ஒனக்குப் படிக்க விருப்பமா?''

''ஆமா ஃபாதர், கட்டாயம் படிக்கணும்.''

''செந்தறை பள்ளியில இடம் வாங்கித் தரலாம்.''

''நெறயச் செலவாகுமா?''

''செலவைப் பற்றிக் கவலை வேண்டாம், நாங்களே எல்லாம் பாத்துக்கறோம்.''

காற்றில் பஞ்சு மிதப்பது போல வீடு வந்து சேர்ந்தாள். ஆஸ்பத்திரி செலவுக்கான பணத்தை அவர்கள் செலுத்த முன்வந்ததும், தான் விரும்பும் வரை படிக்க வைக்கலாம் என்று உறுதியளித்ததும் கவலைபூத்த மனஇருளை வெளிச்சத்தால் துலக்குவது போல இருந்தது. அதை நம்பிக்கையோடு அண்ணனிடம் தெரியப்படுத்தவும் செய்தாள்.

''இஞ்சபாரு, சும்மா ஒண்ணும் யாரும் இந்தக்காலத்திலெ யாருக்கும் ஒதவமாட்டினும். மொதல்ல கஞ்சி தருவினும். பெறவு படிச்ச வைப்பினும். அடுத்தது மதத்தில சேரச் சொல்லுவினும். அதுக்குள்ள வழிமொறைகளாக்கும் இப்ப நடக்கியது.''

''ஓ... எனக்குப் படிச்சணும். கூட உள்ள பிள்ளைய எல்லாம் படிச்சப் போவுது. நான் மட்டும் வீட்டில கெடக்கியேன்.''

''வீட்டில ஏங் கெடக்குதே? அண்டியாபீசுக்குப் போ பெண்ணே, தெனம் அம்பது ரூவா கிட்டும்.''

''நான் அண்டி தல்ல போமாட்டேன்.''

அவள் கண்ணீர் விட்டு அழுதாள்.

''அடிச்சு செவளையப் பேத்துப்போடுவேன். எனக்கிட்ட சீமத்தனமா காட்டிய? இவா படிச்ச பெய் கலெக்டர் உத்தியோகம் பாக்காத்தது ஒண்ணுதான் இப்ப குறை.''

பேருந்து ஸ்பீடு பிரேக்கரில் ஏறி குலுங்கி நின்றது.

''முஞ்சிறை! முஞ்சிறை எல்லாம் எறங்குங்க.''

கண்டக்டர் உரத்துப் பேசினார்.

அந்த ஊரின் பெயரை உச்சரிக்கக் கேட்டதும் அவள் தலையைக் குன்னினாள். வெளியே நின்று பார்த்தால் தெரியாதபடி அமர்ந்து கொண்டாள். அதைக் கவனித்த இரண்டு குமரிகள் அவளைப் பெயர் சொல்லி அழைத்தனர்.

''கலா! குட்டியே... கலா!.''

''............''

"செவுடி, திரும்பியாளா பாரு?"

வண்டி புறப்பட்டது.

முஞ்சிறையைக் கடக்கும்போதெல்லாம் ஒவ்வொரு நாளும் அவள் இவ்வாறு கூனிக்குறுகுவாள். முன்பு தன்னுடன் எட்டாம் வகுப்பில் படித்த தோழிகள் பேருந்தை விட்டு இறங்கும்போது அடையாளம் கண்டு அழைத்தபோதும் அவள் தலைநிமிராமல் குனிந்தபடியே அமர்ந்திருந்தாள்.

வெட்டுமணி தாண்டி நிமிர்ந்து ஏறிய பேருந்து எல்.எம்.எஸ். பெண்கள் மேல்நிலைப்பள்ளி நிறுத்தத்தில் நின்றது. நீலவான் ஆடைக்குள் உடல்மறைத்து நிலவென்று காட்டிய ஒளிமுகங்களுடன் நீலமும், வெள்ளையுமான சீருடையில் மாணவியர் நடந்து செல்வதை ஓரஇருக்கையில் அமர்ந்து பெருமூச்சு விட்டவாறு பார்த்துக்கொண்டிருந்தாள்.

அடுத்த நிறுத்தமான ஜங்ஷனில் இறங்கியவள், 'நிலா சில்க்ஸ்' என்ற பெயரைத் தாங்கிய ஜவுளிக்கடையில் நுழைந்து விற்பனையாளர் பிரிவில் போய் நின்றாள்.

✡

நாலுவீடு தள்ளி இருந்த அந்தக் காவுக்குள் முந்தின நாள் அடையாத கோழியைத் தேடி கலா சென்றுகொண்டிருந்தாள். வாய்க்காலுக்குக் கரையாக அமைந்த சிமென்ட் திண்டில், ஓடும் வெள்ளத்தில் கால் நனைத்தபடி கும்பலாக அமர்ந்திருந்த வேலைக்காரர்கள் மத்தியில் அவள் அண்ணனின் தலையும் உயரமாகத் தெரிந்தது. அவர்களைச் சுற்றிலும் காலிபாட்டில்களும், தண்ணிபாக்கெட்டுகளும் சிதறிக்கிடந்தன.

வேலையுள்ள எல்லா நாட்களும் அவர்களுக்கு இப்படித்தான் தொடங்கின. காலை ஏழுமணிக்கு வந்து உட்கார்ந்து மதுவருந்தி விட்டுதான் புறப்படுவார்கள். இருபதுக்கும் குறைவான வயதுடைய வாலிபங்கள் ராஜதிராவகத்திற்குத் தங்கள் உயிரைத் தவணைமுறையில் பலியிடும் காளிகோயிலாக அந்தக் காவு திகழ்ந்தது.

"எங்கடி போற?"

"பொம்மியக் காணேல."

"பொம்மியும், அம்மியும் தான். இஞ்செ ஒனக்கென்ன வேல? வீட்டுக்குப் போ!"

''நேற்று கூட்டிலெ அடைய வரேல.''

''ஓ... அந்தக் குடுமி வச்சக் கோழியா? அது இனிமே எண்ணைக்கும் வரவே வராது.''

ஓரத்தில் இருந்த கறுத்த பையன் தனது வயிற்றைத் தடவியவாறு கூறினான்.

அவன் பேச்சு அவளுக்கு வெறுப்பையும், எரிச்சலையும் தந்தது. அவனைக் கண்டாலே சகிக்கவில்லை. சிற்றில் தூக்கும் பருவத்திலுள்ள கோழிக்குஞ்சுகள் மீது அதைத் தடுக்கும் விதமாக அடிக்கும் சாயத்தை அவன் தலையில் பூசி இருந்தான். எனவே அவனைக் குறிப்பிடும்போதெல்லாம் 'கோழிச்சாயம்' என்ற வட்டப்பெயரை அவள் மனசில் உச்சரித்தாள்.

''ஆசைக்கோழி தேசம் விட்டுப்போனக் கதையைச் சொல்லுடா மச்சான் தங்கச்சிக்கிட்டெ.''

அவள் எரிக்கும் பார்வையால் அவனைப் பார்த்தாள். யாரும் கவனிக்காத பட்சத்தில் முகத்தைத்திருப்பி அவன் கண்ணடிக்கவே, காறித்துப்பணும் போல வந்தது. அவனுக்காக அண்ணன் தன்னை அடித்தது நினைவுக்கு வந்ததும் நெஞ்சு வலித்தது.

அன்று அண்ணன் வழக்கத்துக்கு மாறான சினேகபாவத்துடன் அவளிடம் வந்து நின்றான். தரையில் அமர்ந்து வெந்து மறிந்த மீன்கறிக்கு இவள் உப்புபார்த்துக் கொண்டிருந்தாள். அகப்பையை உள்ளங்கையில் தேய்த்து நக்கி விரிந்த அவள் முகபாவனையில் பத்தாம் சுவை தெரிந்தது.

''செரியா இருக்குதா?''

''கொறவு போலத் தோணிச்சி.''

''உப்பு பெருசா? அப்பன் பெருசா? ண்ணு கேட்டா உப்புதான் பெருசு இல்லியா?''

அவன் ஏன் கொணையிறான் என்று அவளுக்கு விளங்கவில்லை.

''செணம்ணு ரெண்டு முட்டை எடுத்துப் பொரி! வவுறு பொவுச்சுதாம் அவனுக்கு, சோறு குடுப்போம்''

வீட்டுக்கு வெளியே சீலாந்தி மூட்டில் கோழிச்சாயம் உட்கார்ந்திருந்ததை அப்போதுதான் அவள் கவனித்தாள். தோளில் மறுக்காகத் தொங்கப் போட்ட குற்றாலம் தொவர்த்தின் தலைப்பில் குப்பியை வசமாகப் பொதிந்து வைத்து நீர் விடாமல் கச்சாமதுவைக்

கொஞ்சங்கொஞ்சமாக வாயில் ஊற்றிக்கொண்டிருந்தான். துணியோடு சேர்த்து வைத்திருந்ததால் வருவோர் போவோருக்கு வெளிப்படையாகத் தெரியாது என்பது அவன் எண்ணம். துரைக்குச் சைட்டிஷ் ரெடியாக்க அண்ணன் பரபரக்கிற விஷயம் அவளுக்குத் தெரிந்தது.

''முட்டையள எல்லாம் எங்க வச்சிருக்கே? ஒண்ணும் காணல்லியே?''

''............''

''அரிடப்பாயிலெ வச்சிருக்கியா?''

''அங்க ஒண்ணும் இல்ல.''

''பெறவு?''

''முட்ட ஒண்ணும் இல்ல.''

''முட்ட இல்லாம என்ன மயிருக்கு கோழி வளக்கிய?''

''பெட்டைக்கோழிக்க பெறக்கால பெய் பதுங்கி இருந்துகிட்டு அதுவ முட்டை இட்டதும் கின்னிக்கோழி உடன்தானே கொத்திக் குடிக்குது.''

''அந்தக் கின்னிய ஒண்ணு பாக்கணுமே, காட்டித்தா!''

அவள் கோழியைக் காட்டிக் கொடுத்தாள். வினோதமான ஒலியை எழுப்பிக் கொண்டு அது பறக்க யத்தனித்தது.

''வேல்தாசே இஞ்செ ஓடி வா!''

குப்பியை இருந்தவாறே விளையில் நீட்டி எறிந்த கோழிச்சாயம் நண்பனின் குரலுக்கு மதிப்பளித்து உடனே வந்தது.

''அந்தக் கோழிய ஒண்ணு பிடிச்சப் போனேன், அது பறந்து பெய்ட்டுது. எறிஞ்சு மலத்தணும் போல வருது.''

''ஊகும்... அதொண்ணும் வேண்டாம். ஒருபிடி அரியோ, சோறோ கொண்டு வா, அது போதும்.''

வாரி இறைத்த ஒரு ரூபாய் ரேஷன் அரிசியைக் கொத்தித் தின்ற கின்னிக்கோழியின் கழுத்தடக்கிப் பிடித்துத் தூக்கிய கோழிச்சாயம், சிறகுகள் படபடத்து அடித்துக்கொண்டிருக்க காவை நோக்கி நடந்தான். அவன் பின்னால் சீடனைப் போல அவள் அண்ணனும் சென்றான். ஒன்றும் செய்ய முடியாதவளாகப் பார்த்தவாறே நின்றாள்.

பொம்மி அவளுக்கு மிகவும் பிடித்தமான வெள்ளை நிறக் கோழி. அதன் தலையில் தொப்பி போலவும், கால்களில் பாதம் மறையும் அளவுக்குத் தூவல்களால் நிறைந்திருக்கும். நடக்கும்

போது பொத்து பொத்தென்று குழந்தை நடைபழகுவது போல அடியெடுத்து வைக்கும். இரவு அவள் வருகையை எதிர்பார்த்தபடி வீட்டுவாசலில் காத்திருக்கும். அதற்கும் கின்னிக்கோழிக்கு நேர்ந்தது தான் நடந்திருக்கும் என எண்ணிய போது கண்கள் பெருக்கெடுத்தன.

அதைக் கண்டால் யாருக்குத் தான் கொல்ல மனசுவரும்? அப்பேர்ப்பட்ட இஷ்ட தேவதையாக அல்லவா அந்தப் பகுதி முழுக்க உலாவிக் கொண்டிருந்தது. இப்போதெல்லாம் அழகை யார் ரசிக்கிறார்கள்? கையில் பற்றித் தின்னக்கூடும் சதையாகத் தானே எல்லாவற்றையும் பார்க்கிறார்கள் என்று நினைத்தாள்.

வேறு யாரையும் விட அண்ணன் கோழிச்சாயம் பயலிடம் மட்டும் ஏன் இத்தனை நெருக்கமான கூட்டுக்கட்டு வைத்திருக்கிறான் என்று யோசித்துப் பார்த்தாள். அதற்கான காரணம் எதுவும் அவளுக்கு முதலில் தெரியவில்லை.

அந்த ஊரில் வீடுகளுக்குப் பின்னால் மரக்கூட்டில் யாராவது கோழி வளர்த்தால் அப்படியே தூக்கிச் செல்லும் கும்பல் ஒன்று வாழ்ந்தது. கோழிகளைத் திருடுவதோடு மட்டுமல்லாமல், கரியால் கூட்டின் மேல், 'கோழிகளைக் களவு கொடாமல் பார்த்துக் கவனமாக வளர்க்கவும்' என்று எழுதி நன்னெறிப்படுத்தவும் செய்தார்கள். அதுபோல ஒருநாள் எங்கேயோ போய் கோழி களவாண்டு கறிவைத்துத் தின்றுவிட்டு அண்ணனுடன் வீட்டில் வந்து ஏறினான் கோழிச்சாயம். அவள் கிழிந்த துணியை ஊசியால் தைத்துக் கொண்டிருந்தாள்.

அண்ணன் வீட்டின் பின்புறம் அடுக்கி வைக்கப்பட்டிருந்த தட்டடி வேலைக்கான பலகைகள் மறுநாள் பணிக்குத் தேவையான அளவில் இருக்கிறதா என்று பார்க்கப் போனான். அந்த இடைவெளியைப் பயன்படுத்திய கோழிச்சாயம் வாய்ப்பாய்க் கருதி அவளருகில் வந்தான்.

''உள்ள போன கோழி தண்ணி கேக்குது. குடுக்காட்டா விக்கல் வரும். ஒரு கிளாஸ் வெள்ளம் தருவியா?''

அவள் உள்ளே போய் ஒரு செம்பை எடுத்து சாம்பல் பூசி விளக்கி அதில் தண்ணீர் நிறைத்து அவன் கையில் கொடுத்தாள். வாங்கும் போது அவள் கரங்களோடு சேர்த்துப் பற்றி அவன் உரசினான். வெடுக்கென பின்னே இழுத்துக்கொண்ட கையை அவன் வலுக்கட்டாயமாகப் பற்றவே அவள் பலத்துடன் உதறித்தள்ளி விட்டு ஒதுங்கி நின்றாள்.

''என்னப் பிடிச்சேலியா?''

அவன் கேட்டான்.

''மானம், மரியாதையோடு பழகினாத்தான் எல்லாருக்கும் பிடிக்கும்.''

அவள் துணிந்து கூறினாள்.

''ஒன்னக் கெட்டப்போறவன் நானாக்கும். அண்ணன் சொல்லேல்லியா?''

''இல்ல.''

''அவன் சொல்லாட்டாலும் நான்தான் ஒனக்க மாப்பிள.''

''இந்த ஜென்மத்துல நடக்காது.''

''அதெயும் பாக்கத்தான் போறேன்.''

''எண்ணானாலும் அது நடக்காது.''

அவன் தலைகுனிந்து சென்றாலும் மனதில் வன்மத்தைப் பொதிந்து தான் வைத்திருந்தான். அவள் வெளிப்படையாகப் பேசியவை எதையுமே அவன் உணராமல் இருந்தான்.

இரண்டுநாள் கழித்து அவள் காலில் ஏதோ வலி பரவுவதை உணர்ந்தாள். ஜவுளிக்கடையில் நெடுநேரம் நின்று கொண்டிருப்பதால் உருவான பிரச்சினை என்பது தெரிந்தது. இடதுகால் தொடையில் நரம்புகள் முறுக்கேறி முடிச்சு போட்டிருப்பதைக் கண்டதும் இதுவொரு நோயெனப் புரிந்தது அவளுக்கு.

அரசு மருத்துவமனைக்குச் சென்று வைத்தியம் பார்க்க நினைத்த போது தான் கூட வேலை பார்க்கும் அமலோற்பவம் அக்கா அந்த ஓமியோ மருத்துவக்கல்லூரி பற்றி அவளுக்கு எடுத்துரைத்தாள்.

''பேச்சிப்பாறை பஸ்ல ஏறி கான்வென்ட் ஜங்ஷன்ல எறங்கி கொஞ்சதூரம் நடக்கணும். ரப்பர் தோட்டங்களெக் கடந்து போவம்ப இடதுபக்கமா இருக்கு. அங்கெ எல்லா சோக்கேடுக்கும் மருந்து செய்வினும். பத்துரூவா தான் பீசு. ஊசி ஒண்ணும் குத்தமாட்டினும். எல்லாத்துக்கும் ஒண்ணுபோல ஜவ்வரிசி உருண்டையா வெள்ள நிறத்தில குளியைகள் தான். கொழந்தைய தின்னிய முட்டாய்போல இனிச்சிட்டு இருக்கும். ஒருதடவ பெய்ப்பாரு.''

சனிக்கிழமை பார்த்து அவள் யாருடைய தயவும் இல்லாமல் தனியாகச் சென்றாள். அம்மாவை ஆஸ்பத்திரியில் வைத்துப் பார்த்த நாட்கள் மனதில் தோன்ற அம்மாவும் தன்னுடன் இருப்பதாக உணர்ந்தாள். மருத்துவக்கல்லூரிக்கான எவ்வித பரபரப்பும் கிடையாத அமைதியின் சன்னதியாகத் திகழ்ந்த அந்த இடத்தில் கிடைத்த மனப்பயனோடு வீடு திரும்பினாள்.

அவளுக்கு மருத்துவம் பார்த்த டாக்டர் வின்ஸ்டன் தனக்காக இவ்வளவு அதிகம் நேரத்தை ஏன் செலவழித்தார் என்பது ஆச்சரியமாக இருந்தது. அவர் கேட்ட கேள்விகளெல்லாம் தனது நோய் பற்றியவை அல்லாததாக இருந்தன. மட்டுமல்ல நோய்க்கு எவ்விதத்திலும் சம்பந்தம் இல்லாதவைகள் போலவும் தெரிந்தன.

''சங்கீதம் கேட்டால் உபத்திரவம் கூடுமா? குறையுமா? நகம் கடிக்கும் பழக்கம் உண்டா? பார்க்கும் பொருட்களெல்லாம் ரெட்டையாகத் தெரியுமா? பின்னால் யாரோ துரத்துவது போன்ற உணர்வு வருமா? ஒரு தோளில் ராட்சதனும், இன்னொரு தோளில் தேவதையும் உட்கார்ந்திருப்பதைப் போலத் தோன்றுமா?''

''எதுக்கு இப்படியெல்லாம் கேக்குதியளோ?''

''நாங்க நோய்க்கு மருத்துவம் பாக்கல்ல, நோயாளிக்குத் தான் வைத்தியம் செய்கிறோம்.''

அவளுக்கு எதுவும் புரியவில்லை. ஆனால் நோய் தீருவதை உணர்ந்தாள். அடுத்த தடவை சென்ற போது தயக்கமெல்லாம் நீங்கி அவரோடு உரையாடும் மனநிலையைப் பெற்றிருந்தாள்.

''எனக்குப் படிக்கணும்ணு ஆசை, அண்ணன் விரும்பல்ல...''

''பள்ளிக்கூடம் போகாமலே படிக்கக் கூடிய வசதிகளெல்லாம் இப்ப வந்தாச்சே, தெரியாதா?''

''அதிலெ எப்பிடி சேரணும்?''

''நான் ஒரு அட்றஸ் தாறேன். அவர் பள்ளி ஆசிரியர். படிக்க விரும்புகிற எல்லாருக்கும் உதவக்கூடியவர்.''

முன்சிறைப் பள்ளிக்கூட முகவரியில் இருந்த சின்னையன் தமிழாசிரியரைத் தேடி அன்று உடனே வந்தாள். ஆசிரியை ஒருவர் காட்டிய ஸ்டாப்ரூம் பெஞ்சில் உட்கார்ந்து புத்தகம் படித்துக்கொண்டிருந்தார்.

அவரது மார்பும், புஜங்களும் வெளிப்பார்வையில் பயில்வான் என்பதைப் பறைசாற்றின. அருகில் நெருங்கிய பிறகுதான் சூம்பிய கால்களுடன் ஊனமுற்றவர் என்பது தெரிந்தது. சுவரில் சாரி இருந்தது கனத்த கைத்தடி.

''பிள்ள, ஒனக்குப் புலவர் படிக்கலாம், பிறகு தையல் ஆசிரியை, டிராயிங் மாஸ்டர் இப்படி எல்லாம் படிக்கலாம். எதிலெயாக்கும் விருப்பம்? சொல்லு பார்க்கலாம்.''

''...........''

''இப்பிடி வாய மூடீற்று நிண்ணா? தையல் தைக்க வருமா? படம் வரைவியா?''

''புலவர் படிக்கிறேனே, ஆசிரியை ஆகணும் எனக்கு.''

''அடேயப்பா, நீ ஆசிரியையே தான். அதை யாராலெயும் தடுக்க முடியாது.''

''நான் செய்ய வேண்டியது என்ன?''

''தஞ்சாவூரில இருந்து அஞ்சல் வழியா பாடங்கள் வரும். இங்கெ எதாவது பள்ளிக்கூடத்தில தேர்வு எழுதினாப் போதும். கட்டணம் கட்டப் பணத்தோட ஒனக்க புகைப்படமும் தந்தா நாளைக்கே விண்ணப்பிக்கலாம்.''

மறுநாள் வேலைக்குச் செல்லும் வழியில் முன்சிறையில் இறங்குவதை அவள் சென்றுகொண்டிருந்த பேருந்தை மின்னல் வேகத்தில் பின்தொடர்ந்து வந்துகொண்டிருந்த கோழிச்சாயம் கண்டுவிட்டான். அப்படியே பதுங்கி அவள் அறியாமல் பின்தொடர்ந்தான்.

அஞ்சல் அலுவலக வராந்தாவில் நின்று யாரையோ தேடினாள். சற்று தள்ளி இருந்த பெஞ்சில் அமர்ந்து செய்தித்தாள் படித்துக்கொண்டிருந்த சின்னையன் வாத்தியாரிடம் போய் நின்று கொண்டாள். இருவரும் சிரித்துப்பேசி உரையாடினர். யாரும் கவனிக்காத நேரத்தில் வாத்தியாரிடம் கை நடுங்கியவாறு லெட்டர் கொடுத்தாள். பிறகு தனது புகைப்படத்தையும் அளித்தாள்.

தூரத்தில் நின்று எல்லாவற்றையும் கூர்மையாகக் கவனித்துக்கொண்டிருந்த கோழிச்சாயத்திற்கு மனம் இருண்டது. தன்னை அவள் வெறுத்து ஒதுக்க வாத்தியாருடன் கொண்ட தொடர்புதான் காரணம் என்று கருதினான்.

அதன்பிறகு அவன் வேலைக்குச் செல்லாமல் திரும்பினான். புதுக்கடை வந்து மதியம் வரை சாராய பாருக்குள் குடியிருந்தான். பள்ளியில் புகுந்து வாத்தியாரை வெட்டி சாய்க்கலாமா என்ற வெறிகூட அவனுக்குள் கிளர்ந்து அடங்கியது.

அன்றிரவு அண்ணன் நிலைகொள்ளாமல் வீட்டுக்குள் புகுந்து வந்தான். சாதாரண நாட்களில் குடித்துவிட்டு வரும்போது வராந்தாவுடன் நின்றுவிடும் அவனது அபூர்வநிலையைப் பார்த்து

வியப்பு மேலிட நின்றாள். அந்த முகம் வழக்கத்தை விட அதிகமாகக் கறுத்து இருண்டிருந்தது.

''கலா இஞ்ச வா!''

''............''

''ஒம்மனசுல என்னவாக்கும் கருதிக்கூட்டி வச்சிருக்கே? அதச் சொல்லு!''

''............''

''சொல்லுடி நாயே... ஒன்ன கேக்க ஆளில்லேண்ணு நெனச்சிட்டியா?''

''இல்ல.''

''இல்லியா? முஞ்சிறையில் என்னடி ஒனக்கு வேல? எதுக்கு பஸ்ச விட்டு எறங்கினே?''

''அது வந்து அண்ணா...''

''நொண்டி வாத்தியானுட்டெ ஒனக்கென்னடி சகவாசம்?''

''ஒண்ணுமில்ல.''

''ஒண்ணுமில்லியா? லெட்டர் குடுத்ததும், போட்டோ குடுத்ததும் கண்ணால கண்ட சாட்சி இருக்கு, கள்ளமாடி சொல்லிய?''

''போட்டோ குடுத்தது வேற காரியத்துக்கு.''

''வேற காரியமா?''

அவன் இரத்தம் முகம்பரவிச் சிவக்க அவள் தலைமயிரைப் பற்றி சுவரோடு சேர்த்துக் கிறக்கி ஒரு அடி அடித்தான். மோதி தரையில் விழுந்து அலறினாள். அந்த சத்தம் கேட்டு ஊர் திரண்டு வந்து வாசலில் கூடியது.

''அண்டூல இருந்து விரியல்ல, அதுக்கு மின்ன ஒனக்கு வேற காரியமா? தேவ்டியாத்தனம் காட்டினேண்ணு வச்சிக்க, உயிரோட விட்டு நடைவிளக்கு எரிச்சிப் போடுவேன் ஒன்ன.''

அவன் இறங்கி வெளியே நடந்தான்.

யாரும் அவளுக்கு உதவவில்லை. அதனால் எந்தப் பயனும் வராதபோது யார்தான் உதவி செய்வார்கள்? எழும்பி உட்கார்ந்தாள். சன்னமாக வந்த இருமலில் இரத்தவாடை வீசியது.

கண்ணீரோடு படுத்து உறங்கினாள். அவள் கனவில் அம்மா வந்தாள். அவள் கண்ணீரைத் துடைத்து காயங்களுக்கு மருந்து போட்டார்கள்.

"அம்மா என்னை விட்டுற்று போவாதீங்க."
"போமாட்டேன் மக்கா!"
"எனக்கிட்டெ எப்பளும் இருப்பியளா?"
"இருப்பேன்."
"எனக்குப் பயமா இருக்குது."
"எதுக்கு பயம்?"
"நான் தனட்டம் இருக்கியேன்."
"அம்மா, கூட இருக்கம்ப ஒனக்கேது தனட்டம்?"
"வனாந்தரத்தில நடந்து போவம்ப மிருகங்கள் உறுமுது."
"இதக் கையில வச்சிருந்தா கிட்டெ நெருங்காது."

அம்மா கையில் தந்த பொருளைப் பார்த்தாள். அதுவொரு பேனா! அவளுக்கு முழிப்பு தட்டியது.

கையிலிருந்த பேனா கீழே விழுந்ததா என்று தேடிப் பார்த்தாள். தான் வெறுந்தரையில் படுத்திருப்பது அப்போது தான் தெரிந்தது. இருட்டில் எழுந்து உட்கார்ந்தாள். மின்மினிகளாய்த் துலங்கிய நட்சத்திரங்களின் வெளிச்சத்தில் பொருட்கள் அரைகுறையாகத் தெரிந்தன. கையால் அங்குமிங்குமாகத் தப்பரவினாள். எதுவும் அகப்படவில்லை. நெய்யூரில் மாமா வீட்டில் பெரிய லீவு வாக்கில் ஒன்றிரண்டு நாட்கள் தங்கியபோது அவர்களின் மகன் விதம்விதமாகப் பேனா வைத்திருப்பதைக் கவனித்தாள். அதில் ஒரு பேனா கேட்டால் தருவானா என்பது தெரியாதது போலவே, எப்படி அவனிடம் கேட்டு வாங்குவது என்பதும் அவளுக்குத் தெரியாமல் இருந்தது.

அன்று இருவரும் காக்காம்பொன் குளத்திற்குச் சென்றார்கள். கண்ணீர் போலத் தெளிந்து கிடந்த நீர்முழுக்கத் தாமரை பூத்து மறிந்தன. அவனுக்கு நீச்சல் தெரியாததால் கரையில் நின்று கொண்டான். அவள் அனாயாசமாகக் குதித்து நீந்திச் சென்று ஒரு தாமரைப் பூவைப் பறித்துக் கொண்டு வந்தாள். அவன் நீட்டிய கரத்தில் அதனை ஒப்படைத்தாள்.

"கிப்ஸன், இதுக்குப் பதிலா ஒனக்கிட்ட நான் ஒண்ணு கேப்பேன், நீ அதை எனக்குத் தரணும்."

"கேளு."

"மாட்டேன்ணு சொல்லப்பிடாது."

"சரி."

"ஒனக்கிட்ட நெறயக் கலர்ல பேனா இருக்கே, அதில ஒண்ணு தருவியா டேய்?"

"வேற என்னதும் கேளு, அதை மட்டும் கேக்காத."

''ஏன் கேக்கப்பிடாது?''

''அது படிக்கிறவங்களுக்கு மட்டும் தான்.''

''நானும் படிக்கிறேனே.''

''ப்பூ... நீ எந்தப் பள்ளிக்கூடத்தில படிக்கிற?''

''அம்சி அரசு உயர்நிலைப் பள்ளி.''

''அதெல்லாம் ஒரு பள்ளிக்கூடமா? நான் படிக்கிறது இன்டர்நேஷனல் ஸ்கூலாக்கும் தெரியுமா?''

''நீயும் படிக்கிறே, நானும் படிக்கிறேன். ரெண்டும் படிப்பு தானே?''

''வித்தியாசம் உண்டு. நான் படிக்கிறது பொன்னு மாதிரி. நீ படிக்கிறது காக்காம்பொன் மாதிரி.''

''காக்கைக்கு அதுக்க பொன் அதுக்கு மதிப்புதான்.''

''ஒனக்க படிப்ப நீதான் மெச்சணும்.''

அவன் கடைசிவரை அவளுக்குப் பேனா கொடுக்கவில்லை.

அண்ணன் அடித்த காயம் ஓரளவு நீங்கிய பிறகு ஒருநாள் அவள் வேலைக்குப் புறப்பட்டாள். பேருந்தில் அவளருகில் வந்து உட்கார்ந்த பொண்ணொருத்தியைப் பின்னால் இருந்து யாரோ அழைத்தார்கள். திரும்பிப் பார்க்காவிட்டாலும் கலாவின் காதுகள் எல்லாவற்றையும் கவனித்துக்கொண்டு தான் இருந்தன.

''அந்தக் குட்டிக்க அருவுல பெய் இருக்கப்பிடாது, கேட்டியா?''

''ஏன்?''

''அது சீத்தையாக்கும்.''

''அப்பிடியா?''

''வோ! இவளுக்க அப்பன் வயசுள்ள ஒரு நொண்டி வாத்தியானுக்க கூடெயாக்கும் லவ்வு.''

''ஒனக்கெப்பிடி தெரியும்?''

''எனக்கா? ஊர் முழுக்க உப்பில்லாம புழுத்தாச்சே, இனி யாருக்குத் தெரிய உண்டு? இவா வாத்தியானுக்கு லெட்டர் குடுத்ததக் கண்டு வச்சிற்று அண்ணனாரும், இவளக் கெட்டப்போற பயலுமா சேந்து முஞ்சிற ஜங்ஷன்ல போட்டு அந்தப் பாவப்பட்ட மொண்டிய அடிச்சிருக்கினும். அவன் அவமானம் தாங்காம மாற்றல் வேண்டீற்று வேற பள்ளிக்கு ஓடிக்களஞ்சான். இந்த ஊமக்குறும்பியக் கண்டா செல்லுவினுமா?''

அவள் அதிர்ச்சியில் உறைந்து போனாள். அதற்குப்பிறகு ஒவ்வொரு நாளும் பேருந்து முன்சிறையைக் கடக்கும்போது குனிந்திருப்பதை வழக்கமாகக் கொண்டாள்.

✡

நாகர்கோயில் அனைத்து மகளிர் காவல் நிலையம் காலை பத்து மணிக்கே வெயிலில் தகித்தது. அதனை உலகம் சகித்துக்கொள்ள அவதாரம் எடுத்ததுப் போல் விரிந்துநின்ற வேப்பமரத்தின் நிழலில் அனைவரும் தஞ்சம் புகுந்தனர். கையில் குழந்தைகளுடன் நின்ற பெண்கள் முகத்தில் ஏதோ ஆவேசமும், கோபமும் தெரிய, சமாதானம் பேச வந்தவர்களுக்கு முதுகுதிருப்பி தங்கள் மறுப்பைத் தெரிவித்தனர்.

எஸ்.ஐ. தங்கலெச்சுமி எதிரே நாற்காலியில் உட்கார்ந்த பெண் கொடுத்த புகாரை விசாரித்துக் கொண்டிருந்தாள்.

''திருமணமாகி எத்தனை நாள்ல இந்தப் பிரச்சினை தொடங்கிச்சி?''

''அடுத்த வாரத்திலேயே.''

''ஏம்மா நீங்க ஒரு டாக்டர். ரெண்டு வருஷமா இதையெல்லாம் சகிச்சிட்டு இருந்தீங்களாக்கும்?''

''அவர் திருந்துவாருண்ணு நெனச்சேன். அம்பதினாயிரம், அறுபதினாயிரம் கேட்டு அடிச்சி வெரட்டின தொடக்கத்திலேயே நாங்க மறுத்திருக்கணும். இப்ப அஞ்சி லட்சம், பத்துலட்சம்ணு கேக்குறாரு.''

''குடிப்பழக்கம், வேறெதுவும் உண்டா?''

''கிடையாது. ரொம்பவும் பக்தியான குடும்பம்.''

''தெரியுதே லட்சணம். பணத்த எல்லாம் என்ன செய்வாரு?''

''அவருக்க பெற்றோர் கையில கொடுப்பாரு. அதக் கொண்டுபோய் அவங்க மகள் பெயரில சொத்து வாங்குவதும், வீடு வைப்பதும், ஆடம்பரமா செலவழிப்பதுமாக இருக்கிறாங்க.''

அப்போது தொலைபேசி மணி அடித்தது. பேசி விட்டுக் கீழே வைத்த சப் இன்ஸ்பெக்டர் எழும்பி நின்று தொப்பியை மாட்டினாள்.

''கலாராணி, இங்க வாங்க!''

சீருடையில் வந்து நின்றாள்.

''அவசரமா கோர்ட்டுக்குப் போக வேண்டியதிருக்கு. இந்தக் கேஸ நீங்க டீல் பண்ணுங்க. நான் வாறேன்.''

புகாரைக் கையில் வாங்கிய போலீஸ்காரி பொறுமையாகப் படித்துப் பார்த்தாள். அவள் இடது புருவம் சற்று நெளிந்தது போல மாறி பழைய நிலைக்குத் திரும்பியது.

''டாக்டர் புஷ்பலதா நீங்களா?''

''ஆமா''

''கிப்ஸன், ஒங்க கணவரா?''

''ஆமா''

''இப்பிடி ரெண்டு வருஷமா எவ்வளவு பணம் ஒங்க வீட்டில இருந்து வசூலாகி இருக்கும்?''

''அம்பது லட்சத்துக்கும் மேல.''

'அடப்பாவி!' என்று மனதில் நினைத்தவள் கண்கள் அவளையும் அறியாமல் மூடின. உள்ளே காக்காம்பொன் குளம் அலையடித்தது. கலங்கி மறிந்த வெள்ளத்தின் மேல் பூத்து நின்ற தாமரைகள் அசைந்து கொண்டிருந்தன.

ஒரு பேனாவின் மேல் ஆசைப்பட்டு தான் பறித்துக் கொடுத்த பூக்கள் அத்தனையும் வாங்கிக் கொண்டு தன்னை மட்டந்தட்டிப் பேசிய கிப்ஸன், விதைக்காத இடத்தில் அறுப்பவன் என்று மட்டும் தான் இவ்வளவு நாட்களும் தெரிந்து வைத்திருந்தாள். ஆனால் சொந்த வாழ்க்கையிலும் அதுபோலவே நடந்து கொண்டு இன்று தனக்கு முன்னால் அவன் வந்து நிற்கப்போவதை நினைத்துப் பெரிதும் விசனம் அடைந்தாள்.

அன்று அண்ணன் ஊரில் இல்லை. அந்த தைரியத்தில் ஜவுளிக்கடை முதலாளியிடம் லீவு கேட்டு சாமித்தோப்பு திருவிழா காணச்சென்ற பெண்களுடன் சேர்ந்து கலாவும் வந்தாள். கண்ணாடியில் தன்னுருவைத் தரிசித்த உணர்வில் மனசில் தெரிந்த ஜோதியை வணங்கி விட்டுப் பந்தலுக்கு வெளியே மரத்தின் மூட்டில் உட்கார்ந்திருந்தாள். அவள் மனபாரங்களெல்லாம் கரைந்து நிழலாக உருமாறிச் செல்வது போல இருந்தது.

கண்களின் அரைகுறை வெளிச்சத்தில் யாரோ அவளைக் கையை நீட்டி அழைப்பது தெரிந்தது. வியர்வை வழிந்த முகத்தைத் துடைத்துவிட்டுப் பார்த்தாள். தர்மம் எடுப்பவர் கூட்டத்தில் கிழவனொருவன் அவளை உற்றுப் பார்த்துக் கொண்டே இருப்பதைக் கண்டாள். அவளுக்குள் பயம் பிறந்தது. அவன் அவளைத் திரும்பவும் அழைத்தான். முதலில் தூரப்பார்த்தவள் அவன் சிரமப்பட்டு எழும்பி தன்னை நோக்கி வருவது கண்டு காசு கேட்பதற்காக இருக்கலாம் என்று ஆசுவாசப்பட்டாள். அருகில் வந்ததும் இணக்கமான புன்னகையொன்றைச் சினேகபாவத்தில் சிந்தினான் கிழவன்.

''அப்பன் மரிச்சது தெரியுமா உனக்கு?''

அவன் கேட்டான்.

''எனக்க அப்பாவையா சொல்லுதிய?''

''ஓம்! அவன எனக்கு அறியிலாம் பிள்ள.''

''தெரியாது.''

''பத்தனந்திட்டையில கோயில் திருவிழா சமயம் வெடிப்பெரையில தீப்பிடிச்சி ஏழு பேரு மரிச்சதில கொப்பனும் உண்டு. நீ அறியல்லியா?''

''இல்ல.''

நெஞ்சிலிருந்து அவளையும் அறியாமல் ஒரு விம்மல் வந்தது. தன்னைத் தந்த தந்தையை இனிக் காண முடியாது என்று அறிந்ததும் கதறி அழவேண்டும் போல இருந்தது. அப்பா என்ற உள்ளுணர்வை மீற முடியாமல் கிளர்ந்த உணர்ச்சிப் பெருக்கை கஷ்டப்பட்டு அடக்கினாள்.

''சம்பவம் நடந்து நாலஞ்சு நாளு கழிச்சு பிள்ளைக்க ஒடப்பெறந்தானும், வேற ஒருத்தனுமாட்டு அங்க வந்து அப்பனுக்க இறப்பு சற்றிபிகேட் என்னவோ வேண்டீற்றுப் போச்சினும்.''

''என்னத்துக்கோ?''

''பிள்ளைக்கு ஒண்ணும் தெரியாதா? ஒங்களுக்க வீட்டை அண்ணனாரு அந்தப் பயலுக்கு எழுதிக் குடுத்து ஒன்னையும் அவனுக்குக் கெட்டிவைக்கப் போறதாட்டாக்கும் பேச்சு.''

''வீட்டிலெ அண்ணனப் போல எனக்கும் பங்குண்டே? எனக்க விருப்பமோ, கையெழுத்தோ இல்லாம அவனால இன்னொருத்தனுக்கு எப்பிடி எழுதிக் குடுக்க முடியும்?''

''அதென்னவோ தெரியாது, அந்தப் பய விரிச்ச வலையில கொண்ணனாரு விழுந்தாச்சி.''

நாகர்கோயில் பேருந்து நிலையம் வந்து இறங்குவதற்குள்ளாகத் தனிமையில் கண்களை மூடி யோசித்தாள். வரப்போகும் நாட்களைக் குறித்து அவளுக்குள் பேரச்சம் உருவாகி எழுந்தது.

கூட வந்த பெண்கள் அவளையும் இழுத்து வந்து தெருவோரக் கடையில் நொங்கு சர்பத் குடிக்க முனைந்தார்கள். அவள் எதிலும் ஈடுபாடு காட்டாதவளாக ஒதுங்கி நின்றாள். கடைக்கு வெளியே தொங்கிய தாளில் 'பெண்காவலர் பணி 800 காலி இடங்கள்' அறிவிப்பில் கண்களை ஓட்டினாள்.

யாருக்கும் தெரியாமல் விண்ணப்பித்த பிறகு தான் அவளுக்குள் அச்சம் பிறந்தது. தயங்கியவாறு கடை முதலாளியிடம் தான் முதலில் சொன்னாள். அவள் எதிர்பார்த்ததை விட அதிகம் உதவிகள் செய்தார். தனக்குத் தெரிந்த பெண்போலீஸ் ஒருவரிடம் பழக்கப்படுத்தி வழிமுறைகளை அவளுக்கு எளிதாக்கினார்.

பைங்குளம் முழுநேர நூலகம் மிகவும் அதிகமாகக் கைகொடுத்தது. ஞாயிறு தோறும் தன்னார்வ பயிலகம் வழங்கும் இலவச பயிற்சி வகுப்பைப் பயன்படுத்திக் கொண்டாள். பொருள் செலவு செய்து புரவலர்கள் வாங்கி வைத்த நூல்கள் பெரிதும் உதவின.

கண்ணில் உதிர்ந்த நீர்த்துளிகளைப் பிறர் அறியாதவாறு துடைத்து விட்டு நிமிர்ந்த போது கிப்ஸன் வேகமாக வந்து ஸ்டேஷனுக்கு உள்ளே புகுந்தான்.

''அடே, இது யாரு நம்ம கலா இல்ல?''

''மிஸ்டர் கிப்ஸன்! வெளியே போங்க. இவங்ககிட்ட பேசீட்டு இருக்கேன். அடுத்து ஒங்கள விசாரிக்க வாறேன்.''

அவன் முகம் கறுத்தது.

நீண்ட பதிவேட்டை எடுத்து வைத்துக்கொண்டு கேஸ் எழுதப் பேனாவைத் திறந்தாள். இப்போது அவளிடம் பேனாக்கள் மட்டுமல்ல, எழுதுவதற்கு நிறைய வழக்குகளும் இருந்தன.

முதற்சங்கு, செப் : 2021

07

விளவங்கோடு வட்டார சொற்கள்

அக்கானி	-	பதநீர்
அண்டியாபீஸ்	-	முந்திரித் தொழிற்சாலை
அதியழிஞ்ச	-	மிதமிஞ்சிய
அதிரு	-	எல்லை (அதிருதர்க்கம் - எல்லைத் தகராறு)
அலவலாதி	-	பொறுக்கி
அறியிலாம்	-	நன்கு தெரியும்
அன்னளித்தல்	-	விசாரித்தல்
அனந்தரத்தி	-	கணவனின் சகோதரர் மனைவி (அண்ணி)
அன்னா	-	அதோ
ஊத்தம்	-	பெருக்கம் (வளர்த்தி)
எடவாடு	-	இடைபடுதல் (ஒப்பந்தம்)
எம்பிடு	-	எவ்வளவு
எளுப்பம்	-	எள்ஒப்பம் (எளிது)
ஏனம்	-	பாத்திரம்
ஒடப்பெறந்தான்	-	கூடப்பிறந்த சகோதரன்
ஒப்பேற்றல்	-	சரிகட்டுதல்
ஒருவாடு	-	நிறைய
ஒலத்தி	-	ஆழாத்தெங்கு
கங்காச்ச	-	கண்காட்சி

கடப்பெறம்	-	கடலோரம்
கடவம்	-	பனையோலைப் பெட்டி
கண்ணயர்தல்	-	தூக்கத்தின் முதல்நிலை
கள்ளத்தாக்கோல்	-	கள்ளச்சாவி
கறம்புதல்	-	அரித்தல்
காட்டுவாக்கன்	-	காட்டுப்பூனை (வள்ளிப்புலி)
காம்புதல்	-	கெடுதல்
கீல்	-	தார்
குத்துதார்	-	வேட்டியை மடித்து பின்னங்கால் வழி எடுத்துச் சொருகுதல்
குந்தம்	-	ஈட்டி
குன்னுதல்	-	குறுகுதல்
கைதள்ளல்	-	அடிதடி
கொண்ணனாரு	-	அண்ணன்
கொணைதல்	-	குலவுதல்
கொருத்தல்	-	கோர்த்தல்
கொதுவுதல்	-	குளிரால் நடுங்குதல்
கொம்ம	-	அம்மா
கொன்னை	-	கொன்றை மரம்
சம்மந்தம்	-	திருமண ஆலோசனை
சவுட்டு	-	உதை
சவைத்தல்	-	சுவைபாராமல் வெறுமனே உண்ணுதல்
சாய்ப்பு	-	குடிசை
சிறங்கை	-	உள்ளங்கையைக் குவித்த வடிவம்
சீத்த	-	மோசம்
சீலாந்தி	-	பூவரச மரம்
செத்தை	-	உள்ளீடற்ற (உளுத்துப் போன)
செவுடு	-	அடிமுறை அடவு
செவுடு	-	கன்னம் (செவுட்டில அடிச்சான்)
செவுளை	-	கன்னம்
செறைதல்	-	முறைத்தல்
சேச்சி	-	வசதி
சேலு	-	அழகு

சொனை	-	சுனை (மாங்காயிலிருந்து வழியும் பால்)
சோக்கேடு	-	சுகக்கேடு (நோய்)
தட்டு	-	மேல் மாடி
தள்ளை	-	தாய்
தனட்டம்	-	தனிமை
தாக்கோல்	-	சாவி
தானகெடு	-	பாலுறுப்புகளைக் கெடுத்துப் பேசும் வார்த்தைகள்
தாறா முட்டை	-	வாத்து முட்டை
திலிஞ்சி	-	திரும்பி
திறுதி	-	அவசரம்
தீட்டம்	-	மலம்
தீனம்	-	கோழிகளைப் பிடிக்கும் நோய்
தூறி வைத்தல்	-	மலங்கழித்தல்
தெகமுட்டு	-	மூச்சுவிட சிரமப்படுதல்
தெண்டன்	-	கர்வம் மிகுந்தவன்
தெண்டுதல்	-	இரத்தல்
தெளுவு	-	கஞ்சித்தண்ணி
தேச்சியம்	-	கோபம்
தொவர்த்து	-	தலைதுவட்டும் துண்டு
நம்மாட்டி	-	மண்வெட்டி
நயக்கி	-	நசுக்கி
நவடி	-	கசக்கி
நவுட்டி	-	நகர்த்தி
நெட்டி	-	இலை
நேடுதல்	-	கிடைத்தல்
படப்பு	-	புதர்
பரியெடு	-	வெட்கம்
பரிவேகம்	-	கோபாவேசம்
பள்ளை	-	விலாப்பகுதி
பற்றம்	-	கூட்டம்
பற்றும்	-	முடியும் (காணப்பற்றும் - காணமுடியும்)
பாக்கியாட்டி	-	பாக்கியம் செய்தவள்

பாலுவெட்டு	-	ரப்பர் மரம் சீவி பாலெடுத்தல்
பிசிறு	-	ஒரு வீச்சு (ஒரு பிசிறு)
பிசிறு அடித்தல்	-	மழைச்சாரல் (பீறிடுதல்)
பிலாம் இலை	-	பலா இலை
பூப்பு பிடித்தல்	-	பூஞ்சைக் காளான்
பெருத்து	-	அதிகம்
பெருமாற்றம்	-	பழக்க வழக்கம்
பொவுச்சுதல்	-	பசித்தல்
பொளிதல்	-	தகர்தல்
பொற்றை	-	பாறைகள் சூழ்ந்த பகுதி
மக்காணி	-	மெலிந்த நாய்
மடிக்குழி	-	அடிவயிற்றுக்கும் கீழான பகுதி
மடிச்சி கட்டு	-	வேட்டியை மடித்து கட்டுதல்
மயம்மா	-	ஏராளம்
மற்றனா	-	நாளை மறுநாள்
மிடுக்கன்	-	சாமர்த்தியசாலி
மிண்டுதல்	-	பேசுதல்
முறி	-	அறை
மொண்டி	-	நொண்டி
மோடியா	-	சிறப்பாக
மோடு	-	முகடு
யாலிப்பு	-	காலந்தாழ்த்துதல்
ராகாதி	-	எதிரி
வட்டப்பெயர்	-	பட்டப்பெயர்
வர்மாணி	-	வர்மக்கலை நிபுணர்
வலிய	-	பெரிய
வாபடா பிராணி	-	வாயில்லா ஜீவன்
விலக்குப் பிடித்தல்	-	சமரசம் செய்தல்
வெப்றாளம்	-	பதட்டம்
வெள்ளம் அடித்தல்	-	சாராயம் குடித்தல்
வெளுப்பாங்காலம்	-	காலை நேரம்
வேளம்	-	சொல்

08
வழக்குகள்

அடியோலப்பாடு	-	முன்பு மகாராஜா காலத்தில் திருவிதாங்கூர் வீரர்களின் காலணிகள் பனம் ஓலையால் செய்யப்பட்டவைகளாக இருந்தன. அதன் அடியோலைப் பகுதி கிழிந்து படும் பாடுபோல என்னும் பொருள்.
அநாவசியம் பேசல்	-	கெட்டவார்த்தை கூறல்
அரக்கு அரி	-	புத்தரிசி (அறுவடை செய்யப்பட்டதும் குற்றி எடுத்த புதுஅரிசி)
அருவக்கார, சொக்கார	-	இரத்தத் தொடர்புடைய உறவினர்கள். குமரி மாவட்டத்தின் கிழக்குப் பகுதியில் 'சொக்கார' (சொந்தக்காரர்கள்) என்றும், மேற்குப் பகுதியில் 'அருவக்கார' என்றும் கூறுகிறார்கள். தேங்காய்ப்பட்டணத்துக்கு அருகில் 'அருவ' என்றொரு ஊரின் பெயரும் உண்டு.
அறச்சாமம்	-	அறநெறிகளையும் தாண்டி சாபமிடுதல்
ஆசுத்திரி	-	மருத்துவமனை (ஆஸ்பத்திரி என்னும் போர்த்துக்கீசியச் சொல்லின் சிதைவு. ஆயுத்திரி என்று அழைப்பதுமுண்டு)
ஊணல்	-	கால்முட்டியால் இடித்துத் தாக்குதல் (ஊன்றுதல் என்னும் பொருளில்)
எத்திச்சாடுதல்	-	மதில்ஏறிக் குதித்தல்
எழுந்தேற்றம்	-	வளர்ச்சி
எறிஞ்சி மலத்தல்	-	கல்லால் வீழ்த்துதல்
ஓடிக்களைதல்	-	தப்புதல்

கஞ்சியும், பற்றும்	-	கஞ்சியில் கைபற்றக்கூடிய சோறு என்பதால் பற்று ஆயிற்று. 'பத்து' என்றும் கூறுவர்.
கட்டமண் திட்டை	-	தகர்ந்து போதல்
கப்பலண்டி	-	நிலக்கடலை. பிலிப்பைன்சிலிருந்து கப்பலில் கொண்டு வரப்பட்டதால் ஏற்பட்ட பெயர்.
காவு	-	மரஞ்செடி கொடிகள் அடர்ந்த பகுதியில் அமைந்த வழிபாட்டிடம். அதிகமும் சமணத்தோடு தொடர்புடையது. சமணமுனிவர்கள் கொல்லப்பட்டதால் 'காவு வாங்குமிடம்' என்ற பெயரில் அமைந்திருக்கலாம்.
கிடுவுதட்டி	-	'கிடுவு' என்பது தென்னம் ஓலையால் முடைந்து செய்வது. அதன்மேல் கம்பால் அடித்து ஒலியெழுப்பி தன்னைப் பெரிய பயில்வானாகப் பிறரை நம்பவைக்கும் செயல்.
கூட்டுக்கெட்டு	-	நட்பு
கொருத்துக்கெட்டுதல்	-	தைத்தல்
கொலத்தீற்றி	-	தூக்கில் போடுவதற்கு முன்பு கைதிக்கு அளிக்கும் விருப்பமான உணவு.
சட்டங்கெட்டல்	-	திட்டம் தீட்டுதல்
தத்திரவேலை	-	விரைவாகப் பணிசெய்தல் (வேலையில் காட்டும் மும்முரம்)
தப்பரவுதல்	-	துழாவுதல்
தான் செத்து மீன்பிடித்தல்	-	தன்னுயிர் பாராது செய்யும் கடும்பணி
தெற்றுதிலித்தல்	-	தவறாக நினைத்தல்
தோட்டைக் கம்பு	-	காய் கனிகள் பறிக்க உதவும் நீளமான கம்பு. குறுக்கே 'கப்பு' எனப்படும் சிறு கம்புத்துண்டு கட்டி இழுத்துப் பறிப்பர்.
நடை விளக்கெரித்தல்	-	திருமணப் பந்தத்தில் இருக்கும் பெண்கள் பாலியல் தேவைக்காக இன்னொரு ஆடவனை நாடினால் அவளை வீட்டு நடையில் நிறுத்தி எரித்துக் கொல்லும் வழக்கம். முன்பு இது பூணூல் நாடார்களிடம்

ஈத்தாமொழிப் பகுதிகளில் இருந்த வழக்கம்.

நாட்டயர்	-	சீர்திருத்த கிறித்தவசபைப் போதகர்
பிற்றையநாள்	-	மறுநாள்
பிடிகிடைத்தல்	-	துப்பு துலக்கி அறிதல்.
புளிப்பைனி	-	பதநீரைக் காய்ச்சி புளிபோட்டு வைத்து ஒரு வருடம் கழித்து எடுத்து உண்ணும் பைனி.
மலைநாட்டு ஊழியம்	-	ஆதிவாசி பழங்குடி மக்களிடம் கிறிஸ்துவின் நற்செய்தியைக் கூறுதல்.
மாடம் கட்டுதல்	-	மாடம் என்பது குடிசை. நோய்வாய்ப் பட்ட கோழி குடிசை போல ஒதுங்கி நிற்பது.
யாமான்	-	எஜமான் என்பதன் சிதைந்த வடிவம்
வயிற்றெளச்சல்	-	வயிற்றுப்போக்கு
வாவுபலி பொருட்காட்சி	-	ஆடி அமாவாசை தோறும் குழித்துறை ஆற்றில் முன்னோருக்குப் பலிகர்மம் நிறைவேற்றும் சடங்கை பத்துநாள் விவசாயப் பொருட்காட்சியாக மாற்றி வருடந்தோறும் நடைபெற்று வருகிறது. இதனைச் செய்தவர் ஸ்பென்சர் ஸ்காட்ச் என்ற வெள்ளையர்.
விலக்குப்பிடித்தல்	-	தடுத்தல்.
வீட்டுக்கூட்டம்	-	வெள்ளிக்கிழமை தோறும் சீர்திருத்தக் கிறித்தவப் பிரிவினர் தங்கள் சபையிலுள்ள ஒருவரின் வீட்டைத் தேர்ந்தெடுத்து நடத்தும் ஆராதனைக் கூட்டம்.
வெட்டி விழுங்குதல்	-	வேகமாகச் சாப்பிடுதல்
வெள்ளச்சாய	-	தேயிலை கலக்காத பால்சாய
வெள்ளி முறுக்கி	-	வெள்ளியை முறுக்கினாற் போன்ற சாயலைக் கொண்ட விஷம் பொருந்திய பாம்பு.
வெளஞ்ச குருத்து	-	பிஞ்சிலே பழுத்தவன்.
வேதக் கோயில்	-	கிறித்தவ தேவாலயம்.